வேரும் விழுதும்

தற்காலத் தமிழ்ப் பண்பாடு பற்றிய கட்டுரைகள்

இந்திரன்

டிஸ்கவரிபுக் பேலஸ்

கே.கே.நகர் மேற்கு, சென்னை - 600 078.
(பாண்டிச்சேரி கெஸ்ட் ஹவுஸ் அருகில்)
Ph: 044-6515 7525 Mobile: +91 87545 07070

வேரும் விழுதும்
ஆசிரியர்: இந்திரன்©

Verum Vizhudum
Author: Indiran©

Publiseher: Discovery Book Palace (P) Ltd.
1st Short Edition: June - 2020
Pages : 208

Book Design:
Discovery Team

Discovery Book Palace (P) Ltd,
6, Mahaveer Complex, Munusamy Salai,
K.K.Nagar West,Chennai-600 078.
Ph: +91 - 44-4855 7525
Mobile: +91 87545 07070

E-mail: **discoverybookpalace@gmail.com,**
Website: **www.discoverybookpalace.com**

Rs. 220

நன்றி

போபாலிலுள்ள இந்திராகாந்தி ராஷ்ட்ரீய மானவ் சங்கராலயா (IGRMS) அமைப்புக்காகச் சென்னையில் "வேரும் விழுதும் — தற்காலத் தமிழ் மக்களின் பண்பாடு" எனும் கருத்தரங்கம் ஒன்றை 25.7.1998இல் நடத்தினேன். இதன் ஒருங்கிணைப்பாளராக நான் இருந்து இக்கருத்தரங்கை நடத்த உறுதுணையாக இருந்த IGRMS இயக்குநர் டாக்டர் கல்யாண்குமார் சக்கரவர்த்தி, ஐ.ஏ.எஸ். அவர்களுக்கும், 'மண்ணின் மரபு' நிகழ்ச்சிகளுக்கு முழுப் பொறுப்பேற்ற ஓவியர் இராம. பழனியப்பன் அவர்களுக்கும், இக்கருத்தரங்கில் பங்கேற்ற தமிழகத்தின் பல்வேறு பகுதிகளைச் சேர்ந்த ஆய்வாளர்களுக்கும், படைப்பிலக்கியவாதிகளுக்கும், நிகழ்கலைவாணர்களுக்கும் கருத்தரங்கக் கட்டுரைகளை அழகிய நூலாக வெளியிடும் டிஸ்கவரி புக் பேலஸ் உரிமையாளர் திரு. வேடியப்பன் அவர்களுக்கும் எனது நன்றி.

இந்திரன் (1948)

கவிஞர், கலை விமர்சகர், மொழிபெயர்ப்பாளர், ஓவியர்.

பாண்டிச்சேரியில் பிறந்த இந்திரன் 40க்கு மேற்பட்ட நூல்களை எழுதியவர். தமிழ், ஆங்கில மொழிகளில் எழுதும் இவர் மொழிபெயர்ப்புக்காக சாகித்திய அகாடமி விருது பெற்றவர். பிரிட்டிஷ் அருங்காட்சியகங்களில் சேகரிக்கப்பட்ட இந்திய கலைப் பொருட்களை ஆய்வு செய்தவர். கன்னியாகுமரியில் திருவள்ளுவர் சிலை திறக்கப்பட்டபோது தமிழக அரசுக்காக 133 குறள் அதிகாரங்களுக்கு 133 ஓவியர்களின் படைப்புகளைத் திரட்டி கண்காட்சி அமைத்தவர். நுண்கலை, Living Art ஆகிய ஓவியக் கலை இதழ்களின் ஆசிரியர். இவரது "அறைக்குள் வந்த ஆப்பிரிக்க வானம்", "தமிழ் அழகியல்" ஆகிய இவரது நூல்கள் 80, 90களின் இலக்கிய உலகைப் பெரிதும் பாதித்தவை.

மின்னஞ்சல்: indran48@gmail.com

அலைபேசி: 98407 38224

உள்ளடக்கம்

1. முன்னுரை - இந்திரன் — 09

பகுதி 1   சமயம்

2. கொலையில் உதித்த தெய்வங்கள்
   முனைவர் ஆ. சிவசுப்பிரமணியன் — 19

3. ஏழு கன்னிமார் கதையும் வழிபாடும்
   முனைவர் ஆ. தனஞ்செயன். — 26

4. தமிழர் பண்பாட்டுத் தளத்தில் சடங்குகள்
   முனைவர் கே.ஏ. ஜோதிராணி — 40

பகுதி 2   நிகழ் கலை

5. தமிழக நாட்டார் கலைகள்
   மலையின மக்களின் நிகழ்த்துக் கலைகள்
   முனைவர் கே. ஏ. குணசேகரன் — 55

6. சடங்கியல் நிகழ்த்துதல்
   முனைவர் நா. ராமச்சந்திரன் — 81

7. கணியான் ஆட்டம் - நிகழ்த்துக்கலை
   முனைவர் சு. சண்முகசுந்தரம் — 91

பகுதி 3 வாய்மொழி மரபு

8. தமிழக மக்களின் வாய்மொழி வழக்காறுகள்
   முனைவர் ஆறு. ராமநாதன் — 121

9. இருளர்களின் கதைப்பாடல்கள்
   முனைவர் ஆ.செல்லபெருமாள் — 128

10. பாவைக்கூத்து நிகழ்த்துதலின் பனுவல்
    முனைவர் அ.கா.பெருமாள் — 146

பகுதி 4 கலை / கைவினை

11. நாயக்கர்காலக் கலைகளில்
    நாட்டுப்புறக் கூறுகள்
    முனைவர் ஏ. பாலுசாமி — 167

12. நவீன கலை -
    வேர்களைத் தேடி ஒரு பயணம்
    இந்திரன் — 198

13. பங்களித்தவர்கள் - சிறு குறிப்புகள் — 206

முன்னுரை

"விலங்கு உலகத்தின் சட்டம் - சாப்பிடு அல்லது சாப்பிடப் படு. மனித உலகத்தின் சட்டம் - வரையறு அல்லது வரையறுக்கப்படு."

- **தாமஸ் ஸாஸ்***

வற்றாத நதியாக, தமிழ்ச் சமூக வாழ்க்கையின் உள்ளீடாக, சலசலத்தோடும் வழக்காறுகளில் தமிழ்ப் பண்பாட்டின் குரல் ஒன்று தொடர்ந்து ஒலித்து வருகிறது. இதனை நேசபாவத்துடன் கண்டு, கேட்டு, உண்டு, உயிர்த்து, உற்றறிகிறபோது தமிழனின் சமூக உளவியல் கூறுகளை நாம் தெளிவுற அறிந்துகொள்ள முடியும். இப்படித் தன்னையே தான் அறிந்துகொள்ளும் ஒரு செயல்பாடாக மக்கள் வழக்காறுகளை அடையாளம் கண்டு, பதிவு செய்து, ஆய்வுகளை மேற்கொள்ள வேண்டியது இக்காலத்தின் தேவையாக இருக்கிறது.

சங்ககாலம் தொட்டு இன்றுவரை தொடர்ந்து வாழ்ந்துவரும் தமிழ் ஆன்மாவின் உள்கட்டுமானத்தை இன்றைய தொழில்நுட்ப அறிவியல் யுகத்தின் வெளிச்சத்தில், மேலும் சீரிய முறையில் புரிந்துகொள்வதற்கு ஆழ்ந்த, எல்லையற்ற வெளிப்படைத் தன்மையுடன் கூடிய சொல்லாடல்கள் தேவைப்படுகின்றன. இச்சொல்லாடல்களின் நோக்கம் இவை குறித்து ஒரு அதிகாரத்தை நிறுவுவதாகவோ, குருபீடம் ஒன்றைத் தேடுவதாகவோ இல்லாமல், ஒவ்வொருவரின் காத்திருத்தலுக்கும் மற்றவர்கள் பதிலளிக்க, ஒன்றன் பின் ஒன்றாக உண்மைகள் எழும்பி வருதல் வேண்டும்.

இது பல்கலைக்கழக நூலகங்களின் இருண்ட மூலைகளோடும், குளிரூட்டப்பட்ட கருத்தரங்க அறைகளின் சில்லிட்ட மேசைகளோடும் மட்டுமே முடிந்து போகிற செயல்பாடு

---

* Thomas Szase (Second sin - London - Routledge)

அன்று. இவற்றைக் கடந்த நேரிடையான களம் சார்ந்த ஆய்வும், கோட்பாட்டு ரீதியான பின்னணியோடு கூடிய அலசலும், அவை குறித்த விவாதங்களும் தேவை. இத்தேவைகளை நோக்கிய சிறு பயணமே போபாலிலிருந்து இயங்கும் இந்திராகாந்தி ராஷ்ட்ரீய மானவ் சங்கராலயா IGRMSக்காக நான் ஒருங்கிணைப்பாளராக இருந்து நடத்திய தற்காலத் தமிழ்ப் பண்பாடு குறித்த "வேரும் விழுதும்" கருத்தரங்கம். இக்கருத்தரங்கில் எழுதி வாசிக்கப்பட்ட கட்டுரைகளை ஒரு தொகுப்பாக உங்கள் முன் பகிர்கிறேன்.

*

'ஒன்றே உலகம்' எனும் 19ஆம் நூற்றாண்டின் கனவு ஒரு இனிமையான கனவாக இருந்தது. ஆனால் கிரகமயமாதல் எனும் 20ஆம் நூற்றாண்டின் கனவு (இன்றைய நிதர்சனம்) குலை நடுங்க வைக்கும் ஒரு கொடுங்கனவாக மாறிவிட்டது.

18 ஆண்டுகளுக்கு முன்னர் எனது 'அறைக்குள் வந்த ஆப்பிரிக்க வானம்' நூலின் முன்னுரையில் கனவுகள் நிறைந்த கண்களோடு நான் கீழ்க்கண்டவாறு எழுதியிருந்தேன்.

"விரைவில் நாம் ஒரு கிரகம் தழுவிய பண்பாட்டை சந்திக்கப் போகிறோம். அத்தகைய புதிய பண்பாட்டைக் கட்டித் தழுவி வரவேற்பதற்கு நம்மைச் சுற்றி என்ன நடக்கிறது என்கிற விழிப்புணர்ச்சி தேவைப்படுகிறது."

இன்றைக்கு அந்தக் கிரகம் தழுவிய பண்பாடு என் முகத்துக்கு நேரே வந்து நிற்கிறபோது, அதன் பண்புக் கூறுகள் என்னைப் படபடக்க வைக்கின்றன. நமது பண்பாட்டில் எது அசலானது , எது போலியானது என்பதை மேலை உலகின் அதிகாரம்தான் முடிவு செய்கிறது என்று எட்வர்ட் செய்த் எழுதும் அளவுக்கு நிலைமை மோசமாகியிருக்கிறது. தமிழன் என்கிற எனது முகஜாடையைச் சிதைத்து, என் அடையாளங்களை என்னிடமிருந்து பறித்து, தொழில் நுட்ப ரீதியாக அடக்கி ஆளப்படுகிற, எல்லோரும் ஒரே சாயல் கொண்டவர்களாகப் போகுமாறு சபிக்கப்பட்டவர்களில் ஒருவனாக நானும் மாற்றப்பட்டு விடுவேனோ என்கிற அச்சம் என்னை ஆட்கொள்கிறது. எனது குழந்தைகளோடு எனது தாய் மொழியில் பேசமுடியாமல் போகுமாறு அவர்களது செவிகள் மாறிவிடுமோ என அஞ்சுகிறேன்.

சென்னையில் தமலா சகோதரர்களிடமிருந்து வாங்கிய கடலோர பகுதியில், செயின்ட் ஜார்ஜ் கோட்டை கட்டப்பட்டது தொடங்கி, 1947இல் பிரிட்டிஷ்காரார்கள் இந்த மண்ணை விட்டு முறையாக அகன்றது வரையிலான காலனி ஆதிக்கத்திற்குப் பிறகு, இன்னொரு காலனி ஆதிக்கம் 'கிரகமயமாதல்' என்பதன் மூலமாக என் மக்களை வந்து ஆட்கொண்டு விடுவதாக நான் உணர்கிறேன்.

ஐரோப்பிய அறிவுஜீவிகளைப் பொறுத்தமட்டிலும், 'ஒன்றே உலகம்' என்பது குறித்த மதிப்பீடுகள் என்பவை, மேலை நாட்டு அதிகாரங்களை ஒப்புக்கொண்ட மதிப்பீடுகள் என்றே பொருள் தந்தன. இன்றைய இரண்டாம் காலனி ஆதிக்கமாகிய 'கிரகமயமாதல்' என்பதிலும் இதே புரிதல்தான் செயல்படுகிறது. முதல் காலனி ஆதிக்கம் தனது ஆதிக்க நோக்கங்களை வெளிப்படையாகக் காட்டிக்கொண்டது போல், இரண்டாம் காலனி ஆதிக்கம் தன் உள்நோக்கங்களை வெளிப்படையாகக் காட்டிக் கொள்வதில்லை. பொதுவாகவே ராணுவ, அரசியல் ஆதிக்கங்கள் தங்களது சுய முகத்தை வெளிப்படையாகக் காட்டுவது போல, பண்பாட்டு ஆதிக்கங்கள் வெளிப்படுத்துவதில்லை. நமது சம்மதம், சம்மதமின்மை குறித்த எந்தவித அக்கறையுமின்றி தமிழ்ச் சூழலில் வந்து நுழைந்துவிட்டது கிரகமயமாதல்.

இந்த நேரத்தில் கிரகமயமாதல் தமிழ் மண்ணுக்கு இழைக்கிற பண்பாட்டு நாசங்களை நாம் கணக்கிலெடுத்துக்கொண்டே ஆகவேண்டும்.

1. நாகரிகப்படுத்துதல் என்ற பெயரில் மூலசக்தி கொண்ட தமிழ் மண்ணின் மரபுகளை மொன்னைப்படுத்துதல்.

2. பண்பாட்டை இன்றியமையாத ஒன்றாகக் கருதாமல், அதனை ஒரு ஆடம்பரப் பொருளாகக் கருத வைத்தல்.

3. பண்பாட்டுத் தொழிற்சாலைகள், பேரங்காடிகள் ஆகியவற்றின் மூலமாகத் தமிழ் மண்ணிற்குப் பொருந்தாத மனிதத் தன்மையற்ற, இயந்திரமயமான ஒரு பண்பாட்டைப் பரப்புதல்.

4. சமூகத்தைக் காட்டிலும், தனி மனிதனே அதிமுக்கியமானவன் என்று கருத வைத்தல்.

5. அனைத்துப் பண்பாட்டுக் கூறுகளையும் வணிகப் பண்டமாக்கி விடுதல்.

இவை குறித்து அழுது புலம்புவதற்கு ஏதுமில்லை. தொழில்நுட்ப அறிவியல் யுகத்திலும் தமிழன் தன் சுய அடையாளங்களுடன் வாழ வேண்டுமாயின் அவன் காலத்திற்கு உகந்த தற்காலத் தமிழ்ப் பண்பாடு ஒன்றைக் கட்டி எழுப்ப வேண்டும். இதற்கு அவன் கேட்க வேண்டிய அடிப்படையான வினாக்கள் பல இருக்கின்றன. நான் யார்? எனது தமிழ்ப் பண்பாட்டின் தனித்துவமான பண்புக் கூறுகள் எவை? அவற்றில் எவை எவை தற்காலத்திற்கு உகந்தவை? எனது தமிழ் அடையாளங்களைத் தக்க வைத்துக்கொள்வதற்கு நான் செய்ய வேண்டியவை யாவை? கிரகமயமாகும் பண்பாட்டிற்குத் தமிழன் அளிக்கக் கூடிய பண்பாட்டுப் பரிசுகள் எவையேனும் உண்டா? இப்படி மேலெழுந்து வரும் எண்ணற்ற வினாக்களுக்கு விடை காண வேண்டுமாயின், நாமே நம்மை நன்கு புரிந்துகொள்ளக்கூடிய செயல்பாடுகளில் ஈடுபட வேண்டியிருக்கிறது.

தற்காலத் தொழில்நுட்ப அறிவியலின் வெளிச்சத்தில், நமது மக்களின் வாய்மொழி வழக்குகளான விடுகதைகள், பழமொழிகள், கதைப்பாடல்கள் ஆகியவற்றுடன் திருவிழாக்கள், வழிபாடுகள், சடங்குகள், சம்பிரதாயங்கள், பாட்டு, கூத்து, கலை, கைவினை ஆகிய அனைத்தையும் பற்றிய தேடல்களைத் தொடங்க வேண்டும். ஆவணப்படுத்தல், தொகுத்தல், வகுத்தல் ஆகியவற்றின் மூலமாக அவற்றின் பண்புக் கூறுகளைப் படிக்கத் தொடங்குதல் வேண்டும். இவ்வாறு தமிழ்ப் பண்பாட்டின் பன்முக ஆளுமையை வரையறுக்கத் தொடங்குகையில், சுய பிரக்ஞையோடு கூடிய தீர்க்கமான எல்லைகள் கொண்ட வரையறைகள் ஒரு புறமும், திறந்த மனதுடன் கூடிய தாராளமயமான சுயவரையறை மறுபக்கமும் தோன்றுகின்றன. இவ்வரையறைகளின் மூலமாகத் தமிழன் குறித்த — நம்மைப் பற்றி நாமே உருவாக்கிய — தோற்றம் ஒன்று மெல்ல மேலெழுந்து வந்து வடிவம் கொள்ளத் தயாராகிவிடுகிறது. இந்த கிரகம் முழுவதையும் தனது பண்பாட்டு ஒற்றை அதிகாரத்தின் கீழ்க் கொண்டு வந்து, உலகப் பண்பாட்டின் பன்முகத் தன்மையை அச்சுறுத்தும் கிரகமயமாதலின் தீய விளைவுகளை எதிர்க்கும் ஒரு செயல்பாடாகத்தான் தமிழன் தன்னையேதான் அறியும் பயிற்சியை மேற்கொள்ள வேண்டியிருக்கிறது.

'தமிழ்ப் பண்பாடு', 'தமிழ் அடையாளம்' ஆகிய சொற்றொடர்களை நான் பயன்படுத்தும்போது மிகவும் கவனமாகவே அவற்றைக் கையாள வேண்டியிருக்கிறது. தமிழன், தமிழ்ப் பண்பாடு, தமிழ் அடையாளம் என்ற பெயரில் நமக்குக் கொடுக்கப்பட்டிருக்கும் பிம்பங்களைக் கட்டி எழுப்பியவர்கள் யார்? அவர்களது வர்க்க குணாம்சம் என்ன? அவர்கள் சார்ந்திருந்த அரசியல் எது? போன்ற வினாக்களை நாம் எழுப்ப வேண்டியிருக்கிறது. தமிழ் மக்களில் மேல் தட்டுத் தமிழர்கள், வெளி உலக தாக்கங்களுக்கு எளிதில் ஆட்பட்டுவிடும் அபாயத்தில் இருக்கிறார்கள். கல்வி, அதிகாரம், பொருளாதாரம் ஆகியவற்றில் மேம்பட்டு இருக்கிற தமிழர்களின் பண்பாடு, எளிதில் சமஸ்கிருதமயப்படுத்தப்பட்ட, மேலை மயப்படுத்தப்பட்ட ஒரு பண்பாடாக இருப்பதைக் காண்கிறோம். தமிழறிஞர் டாக்டர். தெ.பொ. மீனாட்சி சுந்தரனார், சென்னை பல்கலைக்கழகத்தின் தத்துவத்துறையில் 'தமிழ் அழகியல்' (Tamil Aesthotics) என்பது குறித்து அளித்த ஆங்கில உரையில் குறிப்பிடுவதை இதற்கு எடுத்துக்காட்டாக சொல்லலாம். 'சத்தியம், சிவம், சுந்தரம்' எனும் இந்துமதக் கருத்தாக்கத்தில் இருக்கும் 'சுந்தரம்' எனும் கருத்தாக்கமே தமிழ் அழகியல் என்று வாதிடுகிறார் அவர். இவ்வாறு பேரறிஞர்களின் தமிழ்ப் பண்பாடு குறித்த கருத்துகளும் கூட ஆதிக்க சக்திகளின் அரசியலினால் பாதிக்கப்பட்டு இருப்பதை அறிய முடிகிறது.

எனவேதான் இந்த மண்ணுக்குப் புறம்பான சக்திகளினால் சேதமடையாத பண்பாட்டுக்குச் சொந்தக்காரர்களைத் தேடி செல்ல வேண்டி இருக்கிறது. சங்ககாலம் தொட்டு இன்றுவரை தொடர்ச்சியாக வாழ்ந்து வரும் தமிழ்ப் பண்பாட்டுக் கூறுகளை, எந்தவித சேதமுமின்றி பாதுகாத்து வைத்திருப்பவர்கள் கீழ்த்தட்டு மனிதர்கள்தான். நம்மால் 'பட்டிக்காடுகள்' என்றும், 'தற்குறிகள்' என்றும் உதாசீனப்படுத்தப்படும் கீழ்த்தட்டு மனிதர்களிடம் சென்று, மண்டியிட்டுக் கையேந்தி, அவர்களது பண்பாட்டு விழுமியங்களைப் பெறுதல் வேண்டும். இந்த மக்கள்தான் அவர்களை அறியாமலேயே தமிழ்ப் பண்பாட்டுப் புதையல்களைச் சுமந்து நிற்கிறார்கள். இவர்களது பண்பாடு கீழ்க்கண்ட பண்புக் கூறுகளைக் கொண்டதாக உள்ளது.

1. மக்கள் பண்பாடு என்பது வழிவழியாக, வாய்மொழி மரபினாலும், பிற சடங்கு, சம்பிரதாயங்களினாலும் மரபு ரீதியாகத் தொடர்ந்து வாழ வைக்கப்பட்டு வருகிறது.

2. மக்கள் பண்பாட்டின் அடுத்த முக்கியமான தன்மை அதன் அநாமதேயத்தன்மை. இந்த மண்ணின் மரபுகளை எந்தத் தனிமனிதன் உருவாக்கினான் என்று குறிப்பிட்டு சொல்ல முடியாத தன்மை மக்கள் பண்பாட்டினுடையது.

3. மக்கள் பண்பாடு ஒரு கூட்டு வெளிப்பாடு. ஒரு குறிப்பிட்ட கூட்டம், குழு, இனம் ஆகியவற்றின் ஒட்டுமொத்தமான ஒரு வெளிப்பாடுதான் மக்கள் பண்பாடு.

4. மக்கள் பண்பாடு என்பது எளிமை, இயல்பு, உண்மை, நேர்மை ஆகிய குணாம்சங்களைக் கொண்டது.

5. அதே நேரத்தில் ஆண்டான் அடிமை, சாதிரீதியான ஏற்றத்தாழ்வுகள், வன்முறை ஆகியவற்றைக் கட்டிக் காப்பதுவாகவும் இருக்கிறது.

மக்கள் பண்பாடு மாறிவரும் உலகத்திற்கு ஏற்பத் தானும் பல மாற்றங்களுக்கு உள்ளாகவே செய்கிறது. தமிழகத்தின் வறுமை, வன்முறை, பண்பாட்டு உடைப்பு ஆகியவை புதிய தொழில்நுட்ப, பண்பாட்டுச் சக்திகளை மட்டும் உருவாக்குவதில்லை. அவை புதிய சமூகப் பிரக்ஞையையும் உருவாக்குகின்றன. இந்தப் பிரக்ஞையினால் பல பண்பாட்டுக் கூறுகள் மேலும் வளர்ச்சி அடைவது போலவே பல கூறுகள் தளர்ச்சி அடைந்து காணாமல் போய்விடவும் செய்கின்றன. இத்தகைய காலகட்டத்தில் தமிழ்ப் பண்பாட்டின் ஆணிவேர் காணாமல் போய் விடாமல் காப்பாற்ற வேண்டியது நமது கடமையாகிறது. தமிழ்ப் பண்பாட்டின் ஆணிவேர் இந்த மண்ணில் எந்த அளவுக்கு ஆழமாகப் பதிந்து நிலத்தடி நீரைப் பருகுகிறதோ அந்த அளவுக்கு அது விழுதுகள் பரப்பி காலகாலத்திற்கும் நிலைக்கிறது.

எனவே நமது பண்பாட்டின் வேர்களைத் தேடி நாம் பல செயல்பாடுகளில் ஈடுபடுகிறோம். இந்தத் திசையில் இதுவரை நிகழ்ந்திருக்கிற முயற்சிகளை மறுபரிசீலனை செய்கிறோம். இதுவரையிலும் தமிழன் என்றும், தமிழ்ப் பண்பாடு என்றும், நமது செவ்வியல் இலக்கியங்கள், கோயில் கல்வெட்டுகள், கலைகள் ஆகியவற்றின் மூலமாக நாம் கட்டி எழுப்பி இருக்கும் பிம்பங்களின் வர்க்க குணாம்சங்களைக் கேள்வி கேட்கிறோம். மக்களைப் பற்றி மக்களே பேசும் மக்கள் இலக்கியங்களைத் தேடி சேகரித்து ஆராய்வதன் மூலமாக, விளிம்புநிலை மனிதர்களையும் கணக்கிலெடுத்துக்கொள்ளும் ஒரு தமிழ்ப்பண்பாட்டை நாம்

கண்டடைய முனைகிறோம். இத்தகைய திசையிலான மிகச் சிறிய பங்களிப்புதான் இத்தொகுப்பு நூல்.

இவ்விடத்தில் இந்திரா காந்தி ராஷ்டிரீய மானவ் சங்கராலயா —மனிதகுல அருங்காட்சியகம் குறித்து சிறு குறிப்பை நான் கொடுத்தாக வேண்டியிருக்கிறது.

மத்தியப்பிரதேச மாநிலத்தின் தலைநகரமாகிய போபாலில் 197 ஏக்கர் நிலப்பரப்பில், ஏழு மைல் நீளமுள்ள ஏரிக்கு அருகில் அமைந்துள்ள திறந்தவெளி அருங்காட்சியகம்தான் மனிதகுல அருங்காட்சியகம். இங்கு 32 பாறை ஓவிய இருப்பிடங்கள் அமைந்துள்ளன.

இது பிற்பட்ட பண்பாடுகளைப் பிரதிபலிக்கிற, செத்துப்போன அல்லது செத்துக்கொண்டிருக்கும் பொருள்களைச் சேகரித்து வைப்பதுதான் அருங்காட்சியகம் என்கிற மாயையை உடைக்கிறது. மாறாக விளிம்பு நிலையிலுள்ள ஆதிவாசி மற்றும் நாட்டுப்புற மக்கள் பண்பாடுகளின் வலிமை, அர்த்தமுடைமை, தற்காலத்திற்கும் பொருந்தியிருத்தல் ஆகிய பண்புகளைப் பொது நீரோட்டப் பண்பாடு அரித்து விடாமல் காக்கும் அக்கறை கொண்டுள்ளது. எனவே ஒரு புதிய அருங்காட்சியக இயக்கத்தை இது கட்டி எழுப்புகிறது.

இதைப்பற்றி குறிப்பிடுகிறபோது இந்த ஐ.ஜி. ஆர். எம். எஸ் (IGRMS) அமைப்பின் இயக்குநரும், ஹார்வர்டு பல்கலைக் கழகத்தில் இத்துறையில் முனைவர் பட்டம் பெற்றவருமான முனைவர் கல்யாண்குமார் சக்கரவர்த்தி, பி.எச்.டி. (ஹார்வர்டு), ஐ.ஏ.எஸ் அவர்கள் கீழ்க்கண்டவாறு குறிப்பிடுகிறார்:

“இறந்த காலத்தைப் புனிதமானதாகக் கருதி அதனை அழுகிப் போகாமல் காப்பாற்றும் நோக்கம் எதுமில்லை. ஆனால் இறந்த காலத்தை எதிர்காலத்தின் ஒரு கூறாக எண்ணி அதனைப் பரிசீலனை செய்வது எங்கள் நோக்கம். நிகழ்காலத்தை முதல் தர முக்கியத்துவம் உள்ளதாகக் கருதுவது அல்ல எங்கள் நோக்கம். தொடர்ச்சியின் ஒரு பகுதியாக நிகழ்காலத்தைக் கருதும் நோக்கம் உண்டு.”

இத்தகைய அருங்காட்சியகம்தான் என்னை ‘வேரும் விழுதும்’ எனும் கருத்தரங்கின் ஒருங்கிணைப்பாளராக இயங்குமாறு வேண்டிக்கொண்டது.

இக்கருத்தரங்கை (1) சமயம் (2) நிகழ்த்துக்கலை (3) வாய்மொழி மரபு (4) கலை/கைவினை மரபு எனும் நான்கு அமர்வுகளில் சென்னையில் நடத்துவதாக முடிவு செய்தோம். மக்கள் வழக்காற்றியல் துறையில் (Folk Lore) கணிசமாகப் பங்களித்த அறிஞர்களை அணுகினோம். பாளையங்கோட்டை செயின்ட் சேவியர் கல்லூரி, மதுரை காமராஜ் பல்கலைக்கழகம், தஞ்சை தமிழ்ப் பல்கலைக்கழகம், பாண்டிச்சேரி பல்கலைக்கழகம், மனோன்மணியம் சுந்தரனார் பல்கலைக்கழகம், சென்னை பல்கலைக்கழகம் ஆகியவற்றை சார்ந்த மக்கள் வழக்காற்றியல் அறிஞர்கள் (Folklorists) எந்தவிதக் குழு மனப்பான்மையும் இன்றி இக்கருத்தரங்கில் கலந்துகொண்டது இதன் முக்கிய சிறப்பாகும். பேராசிரியர்கள் தவிர படைப்பிலக்கியவாதிகள், நிகழ்கலைவாணர்கள் ஆகியவர்களும் இதில் பங்கு கொண்டனர். சிறப்பான இக்கருத்தரங்கக் கட்டுரைகளை நூல்வடிவில் கொண்டு வருவது என்பது தமிழனின் அடையாளம் தேடும் முயற்சிக்கு உரமிடும் என்கிற நம்பிக்கையில் இக்கருத்தரங்கின் சில கட்டுரைகளை ஒரு நூலாகத் தொகுத்துள்ளேன். இதில் பங்கு கொண்ட சில அறிஞர்களின் கருத்துகள் கட்டுரை வடிவில் படிக்கப் பெறாத காரணத்தால் இதில் இணைக்கப் பெறாமல் போய்விட்டது வருந்தத்தக்கதே.

இந்த நூல் தமிழனின் மக்கள் பண்பாடு குறித்த கருத்துகளை முன்வைப்பதன் மூலமாக பல்வேறு புதிய வினாக்களை வாசகர் மனதில் எழுப்பக் கூடியவையாக இருப்பதை நான் உணர்கிறேன். எனவே இந்நூலைப் படிக்கும்போது எழும் வினாக்களைத் தொகுத்து அவற்றின் மீதான உரையாடலை பல்கலைக்கழகங்களோ, சமூக அமைப்புகளோ, எழுத்தாளர்களோ அல்லது வாசகர் வட்ட அமைப்புகளோ விவாதிக்க முன்வருவார்களெனில் அது தற்காலத் தமிழ்ப் பண்பாட்டை மேலும் புதிய முறையில் கட்டி எழுப்ப பெரிதும் உதவும் எனக் கருதுகிறேன்.

இந்திரன்

மின்னஞ்சல்: Indran48@gmail.com
அலைபேசி : 98407 38224
8/17, கார்ப்பரேஷன் காலனி,
ஆற்காடு சாலை, கோடம்பாக்கம்,
சென்னை — 600024.

சமயம்

கொலையில் உதித்த தெய்வங்கள்

முனைவர் ஆ. சிவசுப்பிரமணியன்

தமிழ்நாட்டின் நாட்டார் தெய்வங்களை

(i) தமிழ்நாடு முழுவதும் பரவலாக வழிபடப்படுபவை

(ii) வட்டார அளவில் வழிபடப்படுபவை

(iii) சில குறிப்பிட்ட ஊர்களில் மட்டும் வழிபடப்படுபவை

என மூன்றாகப் பகுக்கலாம்.

முதல் வகையில் காளி, மாரி போன்ற தெய்வங்கள் அடங்கும். இரண்டாவது வகையில் அண்ணன்மார், சுவாமி காத்தவராயன், முத்துப்பட்டன், சுடலைமாடன் போன்ற தெய்வங்கள் அடங்கும். மூன்றாவது வகைத் தெய்வங்கள் எண்ணிக்கையில் அதிகமானவை.

திராவிட தெய்வங்கள் குறித்து எல்மோர் (1984) குறிப்பிடும்போது அவை அவ்வூரில் பிறந்து வளர்ந்து இறந்தவர்களின் ஆவியாகவே அமைவதாகக் குறிப்பிடுகிறார். எல்மோரின் கூற்று தமிழக நாட்டார் தெய்வங்களுக்கு முற்றிலும் பொருந்தும். தமிழக நாட்டார் சமயத்தில் இறந்தோர் வழிபாடு முக்கிய இடத்தைப் பெற்றுள்ளது. தமிழ்நாட்டில் வழங்கும் இறந்தோர் வழிபாட்டில் உருவான தெய்வங்களை,

1. இயல்பாக இறந்தோருக்காக உருவானவை
2. கொலையுண்டு இறந்தோருக்காக உருவானவை
3. விபத்தில் இறந்தோருக்காக உருவானவை
4. தற்கொலை புரிந்தோருக்காக உருவானவை

என நான்காகப் பகுக்கலாம்.

கொலையில் உதித்த தெய்வங்கள்

மேற்கூறிய தெய்வங்களுள் இரண்டாவதாக இடம்பெறும் கொலையில் உதித்த தெய்வங்கள் இறந்தோர் வழிபாட்டில் மட்டுமின்றி தமிழ்நாட்டின் சமூகப் பண்பாட்டு வரலாற்றிலும் முக்கிய இடம் வகிக்கின்றன.

கொலையில் உதித்த தெய்வங்களின் வரலாறு சங்க காலத்திலிருந்தே தொடங்குகிறது. போர்க்களத்தில் இறந்த வீரர்களுக்குக் கல்நாட்டி வழிபடும் முறை பழந்தமிழகத்தில் வழக்கில் இருந்துள்ளது. 'நடுகல்' என்று அழைக்கப்படும் கற்களை நட்டு வழிபடும் முறை குறித்து தொல்காப்பியம் தெளிவாகக் குறிப்பிடுகின்றது. நடுகல் வழிபாடு குறித்த செய்திகள், சங்க இலக்கியங்களில் இடம்பெற்றுள்ளன (அகம் 35:7:10, புறம் 329:1:4). புறநானூற்றுப் பாடல் ஒன்று (335:9—12) நடுகற்களைத் தவிர கடவுள் எவரும் இல்லையென்று அழுத்தமாகக் குறிப்பிடுகிறது.

கொலைக்கான காரணங்கள்

தமிழ்நாட்டில் இன்று வழக்கில் உள்ள கொலையுண்டோர் வழிபாடு நடுகல் வழிபாட்டின் தொடர்ச்சிதான். கொலையுண்டு பின்னர் தெய்வமான மனிதர்களின் வரலாற்றைக் கண்டறிந்தால் அவர்களின் கொலைக்குப் பின்னால் பின்வரும் காரணங்களுள் ஒன்று இருப்பது புலனாகும்.

(i) நில உடைமைக் கொடுமைகள் (பாலியல் வன்முறை, சாதி மீறிய காதல்)

(ii) பிறரின் பொறாமையுணர்வு

(iii) மூட நம்பிக்கை (நரபலி போன்றவை)

(iv) குடும்பப் பிரச்சினைகள் (மண உறவு—சொத்துரிமை — முறையற்ற பாலுறவு)

(v) நேரடியான போரில் ஈடுபட்டமை

(vi) வாழ்க்கைப் பிரச்சினையினால் சில தவறுகள் அல்லது குற்றங்களைப் புரிதல்

(vii) கொள்ளையர், காமுகர் ஆகியோரிடமிருந்து பிறரைக் காக்கும் முயற்சியினை மேற்கொண்டமை

விரிவான கள ஆய்வினை நிகழ்த்தும்போது வேறு புதிய காரணங்களும் கிடைக்கலாம். எனவே மேற்கூறிய காரணங்களே முடிவானவை அல்ல.

நில உடைமைக் கொடுமை

தமிழக நில உடைமையின் முக்கிய அம்சம் சாதியத்துடன் அது கொண்டுள்ள நெருக்கமான பிணைப்பாகும். எனவே சாதியத் தனித்துவத்தைப் பேணும் முயற்சியின் அடிப்படையில் நிகழும் பல்வேறு செயல்பாடுகள் தமிழக நில உடைமைக் கொடுமைகளில் முதலிடத்தை வகிக்கின்றன. இதன் அடிப்படையிலேயே சாதி மீறி காதலித்த ஒரே காரணத்துக்காக கொலையுண்டு பின்னர் தெய்வமான நிகழ்ச்சிகள் அதிக அளவில் இடம்பெற்றுள்ளன.

சாதியத் தனித்துவத்தைப் பேணும் முயற்சிக்கு அடுத்தப்படியாக பாலியல் வன்முறை நில உடைமைச் சமூகத்தில் இடம்பெறுகிறது. இம்முயற்சியில் ஈடுபடுவோரிடமிருந்து தங்கள் பெண்களைக் காப்பாற்றும் வழிமுறைகளுள் ஒன்றாக அப்பெண்களைப் பெற்றவர்களோ, உடன் பிறந்தவர்களோ, கொலை செய்துவிடும் வழக்கம் இருந்தது. இவ்வாறு கொலை செய்யப்பட்ட பெண்கள் பின்னர் தெய்வமாக்கப்பட்டுள்ளனர்.

எட்டையபுரம் ஊரின் கீழ்ப் பகுதியில் பொற்கொல்லர் குடும்பம் ஒன்று வாழ்ந்து வந்தது. வேட்டைக்குச் சென்ற எட்டையபுரம் ஜமீன்தார் இக்குடும்பத்தை சேர்ந்த 12 வயது நிரம்பிய போத்தியம்மாள் என்ற சிறுமியைக் கண்டார். அப்பெண்ணை அரண்மனைக்கு அனுப்பி வைக்கக் கட்டளையிட்டார். ஜமீன்தாரின் கட்டளையை மீற முடியாது என்ற நிலையில் அப்பெண்ணின் மானத்தைக் காக்க, குழி ஒன்றை வெட்டி அக்குழிக்குள் அப்பெண்ணை

இறக்கி உயிருடன் சமாதி வைத்துவிட்டு அக்குடும்பம் இரவோடு இரவாக கீழக்கரைக்கு இடம் பெயர்ந்து சென்றது. பல ஆண்டுகள் கழித்து அப்பெண்ணைப் புதைத்த இடத்தில் பீடம் எழுப்பித் தெய்வமாக வழிபடத் தொடங்கினர். இப்பீடம் எழுப்பிய பகுதி இன்று எட்டையபுரம் கீழவீதியில் 'போத்தியம்மன் கோவில்' என்ற பெயரில் பொற்கொல்லர்களுக்கு உரியதாக விளங்குகிறது. இந்நிகழ்ச்சி ஏறத்தாழ 150 ஆண்டுகளுக்கு முன் நிகழ்ந்ததாகப் பொற்கொல்லர் சிலர் கூறினர்.

எட்டையபுரத்திற்கு மேற்கில் 'கசவன் குன்று' என்ற கிராமம் உள்ளது. இக்கிராமம் எட்டையபுரம் ஜமீன் ஆளுகைக்குட்பட்டிருந்தது. இக்கிராமத்தின் வழியாகப் பயணம் செய்த எட்டையபுரம் ஜமீன்தார் ஒருவர் அழகான பெண்ணொருத்தி தன் தலையைச் சிக்கெடுத்தவாறு வீட்டின் முன் பகுதியில் நின்று கொண்டிருந்ததைப் பார்த்தார்.

கல்தச்சர் குடும்பத்தைச் சேர்ந்த இப்பெண்ணை அழைத்து வரும்படிக் கட்டளையிட்டார். இதனையறிந்த அப்பெண்ணின் தந்தை வீட்டின் தோட்டத்தில் குழி ஒன்று தோண்டி அப்பெண்ணை அதனுள் இறங்கச் செய்தார். பின் ஒரு சதுரக்கல்லினால் அக்குழியை மூடி அதன் மீது மண்ணைப் போட்டு மறைத்துவிட்டு ஊரைவிட்டு வெளியேறினார். அப்பெண்ணைப் புதைத்த இடத்தில் பீடம் எழுப்பி வழிபடலாயினர். பின்னர் அந்த வீடு தீப்பெட்டித் தொழிற்சாலைக்கு விற்கப்பட்டதால் வழிபாடு நின்றுவிட்டது.

மனிதநேய செயலுக்காகக் கொலையுண்டவர்கள்

புதுக்கோட்டையில் மன்னர் ஆட்சி நிகழ்ந்த பொழுது நவராத்திரி விழா சிறப்பாக நடைபெறும். இவ்விழாவின்போது ஏழைகளுக்கும், கலைஞர்களுக்கும், மன்னர் தானம் கொடுப்பார். இத்தானத்தைப் பெறுவதற்காக புதுக்கோட்டை வந்த ஏழு பிராமணப் பெண்கள் தங்கள் ஊருக்குத் திரும்பிச் செல்லும்போது பதினான்கு கள்வர்கள் அப்பெண்களை வழிமறித்தனர். அப்பொழுது இஸ்லாமிய இறையடியார் ஒருவர் அப்பெண்களைக் காப்பாற்றி உயிர் துறந்தார். இவ்வாறு உயிர் துறந்த இஸ்லாமிய இறையடியாருக்கு திருப்பத்தூருக்கும், புதுக்கோட்டைக்கும் இடையில் உள்ள பகுதியில் தர்க்கா ஒன்றை எழுப்பி உள்ளனர்.

இது காட்டுபாவா பள்ளிவாசல் என்று அழைக்கப்படுகிறது. இத் தர்க்காவிற்கு வரும் இஸ்லாமியர்கள், இஸ்லாமிய இறையடியார் சமாதியை வணங்குவதில்லை. ஏனெனில் அவ்வாறு வணங்குவது சமயக்கோட்பாட்டிற்கு மாறுபட்டது. ஆனால் இங்கு திரளாக வரும் இந்துக்கள் "காட்டு பாவா' என்று தெய்வமாக வழிபடுகின்றனர்.

நேரடியான போரில் ஈடுபட்டவர்கள்

போர்க்களத்தில் நிகழும் மோதல்களை நேரடியான போர் என்று குறிப்பிடுவது பொதுவான மரபு. ஆனால் சாதி அடிப்படையில் பொருட்களை கொள்ளையடிக்கும் நோக்கத்தின் அடிப்படையிலும் நேரடியான மோதல்கள் இன்றும் தமிழக கிராமப்புறங்களில் அவ்வப்போது நிகழ்கின்றன. இவ்வாறு நிகழும் மோதல்களில் கொலையுண்டோரும் தெய்வமாக வணங்கப்படுகின்றனர்.

1895ஆம் ஆண்டு சிவகாசியில் நிகழ்ந்த கலவரத்தின் தொடர் விளைவாக அன்றைய திருநெல்வேலி இராமநாதபுரம் மாவட்டங்களின் பல பகுதிகளில் நாடார் எதிர்ப்புக் கலவரங்கள் நடந்துள்ளன. கலவரங்கள் என்று குறிப்பிடுவதைவிட கொள்ளை என்று இதைக் குறிப்பிடுவதே பொருத்தமாக இருக்கும். இத்தகைய கொள்ளை முயற்சி யொன்று திருநெல்வேலி மாவட்டத்தின் வடமேற்குப் பகுதியில் உள்ள வேலப்பன் நாடார் ஊர் என்ற ஊரில் 1895ஆம் ஆண்டில் நிகழ்ந்துள்ளது. இவ்வூருக்குக் கீழ்த்திசையில் உள்ள ருக்குமணியம்மாள்புரம் என்ற கிராமத்தைச் சேர்ந்த இராமையா என்ற சங்கரபாண்டியன் தலைமையில் இந்த ஊரின் மீது தாக்குதல் நிகழ்த்தினர். இந்நிகழ்ச்சியில் இராமையா என்ற சங்கரபாண்டியன் கொலையுண்டார். தேவர் சமூகத்தைச் சேர்ந்த இவர், இன்றுவரை நாடார் சமூகத்தினரால் வணங்கப்படுகின்றார். அத்துடன் இராமையா, சங்கரபாண்டியன் என்று தங்கள் குழந்தைக்குப் பெயரிடுகின்றனர்.

கொலையுண்டோர் வழிபாட்டின் செல்வாக்கு

தமிழகத்தின் பல்வேறு பகுதிகளிலும் பரவலாக இடம்பெற்றுள்ள கொலையுண்டோர் வழிபாட்டின் தாக்கம் பிற நாடுகளிலிருந்து பரவிய கத்தோலிக்கம், இஸ்லாம் ஆகிய சமயங்களிலும் இடம்பெற்றுள்ளன.

சில தர்க்காக்கள் கொலையுண்டு இறந்த இஸ்லாமிய இறையடியார்களின் சமாதிகளை மையமாகக் கொண்டுள்ளன. இதுபோன்றே கொலையுண்டு பின்னர் புனிதர் 'வேதசாட்சி' என அங்கீகாரம் பெற்றவர்கள் தமிழக கத்தோலிக்கர்களிடம் செல்வாக்குப் பெற்றுள்ளனர். புனித அருளானந்தர் என்று அழைக்கப்படும் ஜான் — டி — பிரிட்டோவும், வேதசாட்சியான தேவசகாயம் பிள்ளையும் இன்றளவும் தென்தமிழ்நாட்டுக் கத்தோலிக்கர்களிடையே மிகுந்த செல்வாக்குப் பெற்றுள்ளனர். இவர்களைக் கத்தோலிக்கர்கள் தெய்வமாக வழிபடுவதில்லை என்றாலும் இவர்களுக்கு மிகுந்த முக்கியத்துவத்தை அளிக்கின்றனர். ஆனால் அதே நேரத்தில் இந்துக்கள் இவர்களைத் தெய்வமாக வழிபடுகின்றனர்.

முடிவுரை

சமூகத்தில் உண்மையாக நடந்த கொலை நிகழ்ச்சி அதனைக் கண்டவர்கள் உள்ளத்தில் அச்சம், கோபம் என பல்வேறு உணர்வுகளைத் தோற்றுவித்துள்ளது. சமூகத்தின் தடைகளை உடைத்து சாதிமீறி காதலித்து கொலையுண்டவர்களையும் நில உடைமை கொடுமைக்குப் பலியானவர்களையும் அவர்கள் தங்களின் பண்பாட்டு வீரர்களாகப் பார்த்துள்ளனர். இவ்வீரர்களைத் தெய்வமாக்கி தங்களின் பாதுகாவலர்களாக ஆக்கியுள்ளனர். அதே நேரத்தில் கொலையுண்டவரைத் தெய்வமாக்கும் முயற்சியில் மனித ஆற்றலுக்கு அப்பாற்பட்ட இயற்கை பிறழ்ந்த நிகழ்ச்சிகளை இணைத்துள்ளனர். பின்னர் காலப்போக்கில் கொலையில் உதித்த தெய்வங்களை, நிறுவன சமயத் தெய்வங்களுடன் இணைத்தும் புனிதத் தன்மை வழங்கியும் மகிழ்ந்துள்ளனர். சில நேரங்களில் ஆதிக்க சக்திகளும் தங்கள் சுயநலத்திற்காக இத்தகையச் செயல்களை மேற்கொண்டுள்ளனர். இதன் அடிப்படையில் கொலையில் உதித்த தெய்வங்கள் தொடர்பான பழ மரபுக் கதைகளைப் புராணக்கதைகளாக மாற்றியுள்ளனர். முத்துப்பட்டன், காத்தவராயன் ஆகிய தெய்வங்களின் தோற்றம் குறித்த கதைகளில் இத்தகைய மாற்றங்களை நிகழ்த்தியுள்ளனர். வண்டி மலைச்சி அம்மன் என்ற தெய்வத்தின் உருவத்தில் ஏற்படுத்தியுள்ள மாற்றமும் இத்தகையதே. இதுபோன்றே பாலியல் வன்முறைக்குப் பலியாகி தெய்வமான பெண்களுக்கும் புனிதத்துவம் வழங்கியுள்ளனர்.

இச்செயல்கள் கொலையில் உதித்த தெய்வங்களின் போர்க் குணத்தையும் அவர்களுக்கு இழைக்கப்பட்ட கொடுமைகளையும் மற்றும் அநீதிகளையும் மறைத்துப் புனிதத் தன்மையை வழங்கி விடுகின்றன. இதன் காரணமாக அடித்தள மக்களின் வீரர்களாக விளங்க வேண்டியவர்கள், மனிதனுக்கு அப்பாற்பட்ட பெரும் தெய்வமாக உயர்ந்து விடுகின்றார்கள்.

இது அடித்தள மக்களின் வீரர்களை மையமாகக் கொண்ட நாட்டார் சமயத்தின் ஆன்மாவைச் சிதைக்கும் செயலாகும்.

• • •

ஏழு கன்னிமார் கதையும் வழிபாடும்

முனைவர் ஆ. தனஞ்செயன்

ஏழு கன்னிமார் என்பவை சகோதரத்துவ உறவுடைய தெய்வீக சக்திகளான ஏழு கன்னிகைகளின் தொகுதியாகும். இந்த 'ஏழு' என்ற எண்ணிக்கையிலான பெண் குழுத் தெய்வங்கள் (Group of Goddesses) பல்வேறு சமூகங்களில் வழிபடப்பட்டு வருகின்றன. இனக்குழு மரபுகளிலும் பிற்படுத்தப்பட்ட, தாழ்த்தப்பட்ட தமிழ் மக்களின் மரபுகளிலும், கன்னடம், தெலுங்கு போன்ற மொழிகள் பேசும் மக்கள் சமய மரபுகளிலும், சமஸ்கிருத மரபுகளிலும் ஏழு பெண் தெய்வங்கள் பற்றிய நம்பிக்கைகளும் புராணங்களும், வழிபாடுகளும் காணப்படுகின்றன.

மன்னான் பழங்குடிகள், தோடர்கள் ஆகியோரிடம் ஏழு கன்னிமார் வழிபாடு காணப்படுகிறது. கர்நாடகத்தில், இங்குள்ள மாரியம்மனைப் போன்று, ஏழு வகையான 'அம்மா'க்கள் வழிபடப்படுகின்றன. அவை அன்னம்மா, சத்தேஸ்வரம்மா, மாயேஸ்வரம்மா, மரம்மா, உடலம்மா, கொக்கலம்மா, சுகஜம்மா ஆகிய ஏழு சகோதரிகள். இவை மக்களுக்குப் பல்வேறு நோய்களைக் கொடுக்கும் தன்மையுடையவை என்று கூறப்படுகின்றன. இதனைப் போன்ற கெட்ட தன்மைகளை விளைவிக்கும் ஏழு சகோதரிகளான போலேரம்மா, அங்கம்மா, முத்தியாலம்மா, தில்லி பொலசி, பங்காரம்மா, மாதம்மா, ரேணுகா ஆகியோர் ஆந்திர மாநிலக் கிராமங்களில் வழிபடப்படுகின்றன.

இனக்குழு மக்களிடம் ஏழு கன்னிமார்

மன்னான் மற்றும் தோடர்கள் தவிர, காணிக்காரர்களிடமும் ஏழு கன்னிமார் வழிபாடு உள்ளது. அவர்கள், ஏழு கன்னிகளையும் 'அடியுலவு கன்னி, நடுவுலவு கன்னி, தலையுலவு கன்னி, மேலுலவு கன்னி, அங்குகுய் கன்னி, ஆறுவெட்டி கன்னி, சொக்கங் கன்னி' — என்னும் பெயர்களால் அழைக்கின்றனர். இலையும் கூட, இயல்பில் கெட்ட தன்மையுடையவை. வனத்தில் உறையக்கூடியவை எனக் கருதப்படும் இவ்வேழு கன்னிகளும், தீட்டுக் காலத்தில்' வனத்தில் செல்லும் பெண்களையும், நண்பகல், நள்ளிரவில் கானக வழிச் செல்வோரையும், தீண்டித் துன்புறுத்தும் இயல்பின என்று காணிக்காரர்கள் நம்புகின்றனர். மேலும், இவற்றை குறித்து தனித்தனியாகக் கதைப் பாடல்களும் வழங்குகின்றன; இரண்டு கன்னிகள் பற்றிய கதைப்பாடல் சேகரிக்கப்பட்டுள்ளது. கன்னிகளின் பிறப்பு, இறப்புப் பற்றிய செய்திகள் அதில் இடம்பெற்றுள்ளன. அங்குகுய் கன்னி, தன்னுடைய அண்ணன்கள் தனது நடத்தை மேல் சந்தேகம் கொண்டதால், அதனைச் சகித்துக்கொள்ள முடியாதவளாகத் தீப்பாய்ந்து இறந்து போகிறாள். அவளே தெய்வமாகி, வனத்தில் உறைகிறாள் என்று கதைப்பாடல் கூறுகிறது. காணிக்காரர்கள் பாடும் பாடல் ஒன்றில் ஏழு கன்னிகளும் ஏழு நிறங்களைக் கொண்ட தேரேறி வானுலகத்திலிருந்து மண்ணுலகிற்கு வந்து நீராடும் போது, பூவுலகத்தார் அவர்களைப் பார்த்துவிட்டதால் கன்னிகள் தீட்டுப்பட்டு விட, தேவர்கள் ஏற்றுக்கொள்ள மறுப்பதும் கன்னிகள் புலம்புவதும் ஆகிய செய்திகள் இடம்பெற்றுள்ளன.

மாதாக்கள் வழிபாடு, தமிழகத்தில் பரவலாக இடம் பெற்றிருப்பதாகும். ஏழுகன்னிகளைப்போல, தமிழ்நாட்டு வட்டாரத் தன்மைகளைக் கொண்டிராத இந்த சப்த மாதாக்கள், தம்முடைய பெயர்கள், புராணங்கள், குணவியல்புகள் போன்ற இதரக் கூறுகள் அடிப்படையில், சமஸ்கிருத மரபுக்குரியனவாக விளங்குகின்றன. சைவமதச் சார்புடையனவாகவும் திகழ்கின்றன. குளக்கரை, காடு மற்றும் வெட்ட வெளிகளிலும் தனிக்கோயில் கொண்டிருக்கும் சப்தமாதாக்கள், சிவன் கோயில்களின் பிரகாரங்களையும் அலங்கரிக்கின்றன. இங்கெல்லாம் அவை துணை தெய்வங்களாகவே உள்ளன. ஏனைய துணைத் தெய்வங்களுக்குப் பூசை செய்யப்படுவது போல், இவற்றுக்கும்

பூசை செய்யப்படுகிறது. மூல விக்ரகத்திற்குரிய முக்கியத்துவம், சிறப்பு வழிபாடுகள் எவையும் சப்தமாதாக்களுக்கு இல்லை. சப்த மாதாக்கள் ஒவ்வொருவருக்கும் தனித்தனிப் பெயர்களும், விசேடமான இயல்புகளும் புராணக்கதைகளும் நூல்களில் பதிவாகியுள்ளன. அபிராமி, மகேசுவரி, கௌமாரி, நாராயணி, வராகி, இந்திராணி, காளி ஆகியவையே சப்த மாதாக்கள். சிவன் கோயில் பிரகாரங்கள், தனிக்கோயில்களில் இடம்பெற்றிருக்கும் சப்தமாதாக்களின் சிலைகள், தத்தமது உருவ இயல்பை சித்திரிக்கும் வகையில் அமைந்துள்ளன. சில ஊர்களின் ஆறு, குளக்கரை, வனம், வெட்ட வெளிகளில் உள்ள சப்த மாதாக்களின் கோயில்கள், 'பிடாரிக் கோயில்', 'பிடாரி அம்மன் கோயில்', 'தோட்டாலம்மன் கோயில்' என்று பெயர் தாங்கியிருக்கின்றன. ஆனால், தற்காலத்தில் இவற்றுக்குச் சிறப்பு வழிபாடுகள் இயற்றப்படுவதாகத் தெரியவில்லை. சிதம்பரம் அருகிலுள்ள ஒன்றிரண்டு பிடாரிக் கோயில்கள், பூம்புகாரைச் சுற்றியுள்ள தோட்டாலம்மன் கோயில் (கீழையூர்), பிடாரிக்கோயில் (குரங்குப் புத்தூர்) போன்றவற்றின் இன்றைய தோற்றத்தைப் பார்க்கையில், இன்றைய சூழலில் ஏனைய பல தெய்வங்கள் பெற்றிருக்கும் முக்கியத்துவத்தை, சப்தமாதாக்கள் இழந்துவிட்டனவா என்னும் கேள்வியே எழுகிறது. அத்துடன், மக்கள் சமய மரபிலிருந்து— நாட்டுப்புறச்சமயம் — சப்தமாதாக்கள் வழிபாடு வேறுபட்டது என்பதையும் மேற்கண்ட யதார்த்தம் உணர்த்துகிறது.

ஏழு கன்னிமார் கதையும் குட்டியாண்டவரும்

தமிழகத்தில் ஏழு கன்னிமார்களைக் குறித்து ஒரே ஒரு கதை என்றில்லாமல், பல்வேறு கதைகள் வழங்குகின்றன. வேறு சில புராணமாந்தர்களைப் பற்றியோ, தெய்வங்களைப் பற்றியோ விவரித்து செல்லும் ஏதேனும் ஒரு கதையில் ஏழு கன்னிமார் பற்றிய குறிப்பிட்ட சம்பவம் அல்லது நிகழ்ச்சி ஒரு கிளைக் கதையாக விரிவதையே ஏழுகன்னிமார் குறித்த கதைகள் நமக்குக் காட்டுகின்றன. இந்தப் பின்னிப்பிணைந்த தன்மையை ஏழு கன்னிமார் பற்றிய புராணக்கதையின் ஒரு சிறப்பம்சமாகவே கருத முடிகிறது. இப்போது கூட, ஏழு கன்னிமார் புராணக்கதையைச் சொல்ல முற்படுவோமானால், நேரடியாக ஏழு கன்னிமாரிடம் செல்ல முடியாது. 'குட்டியாண்டவர்கள்' எனப்படும் மற்றொரு குழுத்தெய்வங்கள் பற்றிய புராணக்கதையின் ஊடாகத்தான் ஏழு கன்னிமார்களைப் பற்றி அறிந்துகொள்ள முடியும். அதாவது,

குட்டியாண்டவர் புராணத்தின் ஒரு கிளைக் கதையாகவே ஏழு கன்னிமார் புராணம் அமைகிறது. எங்கெல்லாம் குட்டியாண்டவர் கோயில் உள்ளதோ அங்கெல்லாம் ஏழு கன்னிமாரின் சிலைகளும் ஏனைய துணைத் தெய்வங்களோடு இடம் பெற்றிருப்பதை நாம் பார்க்கலாம். நடுநாயகமாக வீற்றிருப்பது குட்டியாண்டவர் சிலை. அனைத்தும் சுடுமண் சிலைகள். சிதம்பரம் அருகே பிச்சாவரத்திலுள்ள குட்டியாண்டவர் கோயில் முதல், காவிரிப்பூம்பட்டினத்தின் மீனவர் கிராமம் வரையில் இது ஒரு பொதுவான அம்சமாகும்.

நாகப்பட்டினம், தென்னார்க்காடு ஆகிய மாவட்டங்களின் கடலோர மீனவர்கள், மற்றும் வேளாண்மைத் தொழிலில் ஈடுபட்டுள்ள பறையர், வன்னியர் முதலிய சாதிகளைச் சேர்ந்த மக்களிடம் ஏழு கன்னிமார் வழிபாடு பரவலாகக் காணப்படுகிறது. தென்னார்க்காடு மாவட்டம் சிதம்பரத்திற்குப் பன்னிரண்டு கி.மீ. தொலைவில் உள்ளது பிச்சாவரம். இங்குதான் குட்டியாண்டவரின் மூலக்கோயில் அமைந்துள்ளது. சுமார் ஐநூறு ஆண்டுக்காலத்திய பழமையுடையது. பிச்சாவரத்தை சுற்றியுள்ள பதினெட்டுக் கிராமங்களுக்கும் உரிமையுடைய கோயில் இது. இக்கிராமங்களில் வாழ்வோரில் பெரும்பாலோர் வன்னியர். வெள்ளையர் ஆட்சிக்காலத்திற்கு முன்னர் ஒரு குறுநில மன்னரின் (பாளையக்காரர்) ஆட்சிக்கு இப்பதினெட்டு கிராமங்களும் கட்டுப்பட்டிருந்தன. இவற்றில் வசித்துவரும் வன்னியர் சமூக மக்களில் பலருக்குக் குட்டியாண்டவர் குலதெய்வமாகும்.

நாகை மற்றும் தென்னார்க்காடு மாவட்டக் கடலோர மீனவர்கள் பலரும் குட்டியாண்டவரைக் குலதெய்வமாக வழிபட்டு வருவதும், பொதுவாக மீனவர் கிராமங்கள் ஒவ்வொன்றின் வடக்கு எல்லையில் குதிரை, யானைப் பரிவாரங்களோடு கூடிய சுடுமண் சிலைகளைக் கொண்ட வெட்ட வெளிக் குட்டியாண்டவர் கோயில் ஒன்று இடம்பெற்றிருப்பதும் மீனவர் குப்பத்தின் தனித்த சில அடையாளங்களுள் ஒன்றாகும். குட்டியாண்டவரைக் குலதெய்வமாகக் கொண்டவர்கள் தத்தம் குடும்ப உறுப்பினர்களுக்குக் குட்டியாண்டி என்று பெயரிடுவதும், ஒவ்வொரு மீன்பிடிப்புப் பருவத்திலும் குட்டி யாண்டவருக்குப் புதிய சுடுமண் சிலைகளை எடுத்து வைத்து வழிபாடு இயற்றுவதும், முடி இறக்குதல் முதலிய வேண்டுதல்களை நிறைவேற்றுவதும் வழக்கமாகும். குறிப்பாகக் கோலாமீன் பிடிப்புப் பருவத்தின்போது

(சித்திரை, வைகாசி) ஒவ்வொரு மீனவர் கிராமத்திலும் சிறப்பு வழிபாடு இயற்றிவிட்டுத்தான் அம்மீன் பிடிப்புத் தொழிலைத் தொடங்குகின்றனர். கடலில் தங்களைப் பாதுகாக்கும் கடவுளாகத் திகழ்வதும் வளமான மீன்களை அளிப்பவரும் குட்டியாண்டவரே என்றும் நம்புகின்றனர்.

இவ்வாறு குட்டியாண்டவர் பற்றிய சமய வழக்காற்று மரபுகள் கடலோர மக்களிடம் ஏராளமாக வழங்குகின்றன.

கன்னிப் பொங்கலும் மாசி மகமும்

நாகை மற்றும் தென்னார்க்காடு மாவட்டங்களின் கடலோர மீனவர்கள் மட்டுமல்லாது, சிதம்பரம் வட்டாரத்திலுள்ள வன்னிய சாதியினரும் குட்டியாண்டவரைக் குலதெய்வமாக வணங்குகின்றனர். ஆனால், பறையர் சமூக மக்களிடம் குட்டியாண்டவர் வழிபாடு நிலவுவது பற்றிய தகவல்கள் கிடைக்கவில்லை; அல்லது இதுகாறும் உற்று நோக்கப்படவில்லை. ஆயினும் இம்மூன்று சாதிகளைச் சேர்ந்த மக்களிடமும் ஏழு கன்னிமார் வழிபாடு மட்டும், பொதுவாகவும் பரவலாகவும் இருந்து வருகிறது. ஒவ்வொரு ஆண்டிலும் தை—மாசி மாதங்களில் ஏழு கன்னிமார்க்கு சிறப்பு வழிபாடு இயற்றப்படுகிறது. மேற் குறித்த மூன்று சாதி மக்களும் தத்தம் கிராமங்களிலுள்ள அவரவர் கோயில்களில் ஏழு கன்னிமாருக்குத் திருவிழா எடுக்கின்றனர். சீர்காழி, சிதம்பரம் வட்டாரங்களைச் சேர்ந்த பல கிராமங்களிலும் உள்ள இம்மூன்று சாதியினரிடமும், தை மாதத்தின் மூன்றாம் நாளான கன்னிப் பொங்கலின் போது, காலையிலேயே கன்னிகள் எழுந்தருள்கின்றனர். இப்பகுதிகளில் பெரும் பொங்கல் மாட்டுப் பொங்கலை அடுத்த இம்மூன்றாம் நாள் 'கன்னிப் பொங்கல்' என்னும் பெயரிலேயே கொண்டாடப்படுவதும் கவனிக்கத்தக்கது. கன்னிக்கோயிலிலோ அம்மன் முதலிய ஏதேனும் ஒரு தெய்வக் கோயிலின் சந்நிதியிலோ கன்னிப்பெண்கள் அனைவரும் ஒன்றுகூடி, ஏழுகன்னிமாரைப் பற்றிய பாடல்களைப் பாடிக் கும்மியடித்து, ஆவி வயப்பட்டும், பொங்கலிட்டும் கன்னிகளை வணங்குவது கன்னிப்பொங்கல். இதில் காணப்படும் சிறப்பம்சம் கும்மியடித்துப் பாட்டிசைக்கும் கன்னிப்பெண்களில் பலர் ஆவேசமடைந்து சாமியாடுவர். இவர்களில் நீண்ட நாளைய கன்னிமார் வழிபாட்டு சடங்கியல் அனுபவமுடைய பெண்ணொருவர், தெய்வீக ஆவியின் ஊடகமாக மாறியிருக்கும் நிலையில், வழிபாட்டில்

பங்கேற்கும் ஒருங்கிணைந்த பெண் பார்வையாளர்கள் கேட்கும் கேள்விகளுக்குப் பதில் சொல்லுவார்.

கும்மி நடனமும், ஏழு கன்னிமாரைப்பற்றிய பாடலும் இணைந்த இச்சடங்கியல் நிகழ்ச்சி, இவ்வழிபாடு நிலவும் பல கிராமங்களில், அனேகமாக ஒரு முழுநாள் கொண்டாட்டமாக இடம் பெறுகிறது. இந்நாளில்தான் ஏழு கன்னிமார்கள் வேறெங்கோ ஓரிடத்திலிருந்து அல்லது கடலுக்கு அப்பாலிருந்து ஊருக்குள் வந்து குடியேறுகின்றனர். பின்னர்—அதாவது, சுமார் 25 நாட்களுக்குப் பின்னர்—மாசி மாதம் முழுநிலா நாளன்று (மாசி மகம்) கன்னிமார்களுக்குச் சிறப்பு வழிபாடு (சாமியாட்டம், நேர்த்திக்கடன், பொங்கலிடல், சிலை எடுப்பு முதலியவை), இயற்றப்பட்டதற்குப் பின்னர், ஏழு கன்னிமாரின் உருவில் தெய்வீகச் சக்திகள், சாமியாடி மற்றும் பூசாரியால் அக்கினி வடிவினதாக மாற்றப்படுகின்றன. அக்கினியை ஒரு சட்டியில் வைத்து, கட்டு மரத்தில் எடுத்துச் சென்று, கடலில் சற்றுத் தொலைவில் விட்டுவிட்டுத் திரும்புகின்றனர். இது கன்னிகளை வழியனுப்பி வைக்கும் நிகழ்ச்சி. கடற்கரையில் அசைந்தாடியபடி நிற்கும் கன்னிப்பெண்களின் மேல் சிலர், கடல் நீரை அள்ளித் தெளிக்கின்றனர். ஏழு கன்னிமார் திருவிழா இவ்வாறு முடிவடைகிறது.

கன்னிமாரை வழிபடும் ஒரு பண்பாட்டுக் குழுவிலிருந்து வேறுபட்டு, இந்தச் சடங்கியல் நிகழ்ச்சியை, ஓர் அந்நியராக வேடிக்கைப் பார்க்கும் நமக்கு, இந்த ஒட்டுமொத்த சடங்கியல் நாடகம் பற்றிக் கேள்விகள் எழுகின்றன. இது, ஏன், எதற்காக நடத்தப்படுகிறது? இப்போதுதான், ஏழுகன்னிமாரைப் பற்றிய புராணக்கதையை அறிந்து கொள்ளும் சந்தர்ப்பம் நமக்குக் கிட்டுகிறது. உண்மையில், ஏழு கன்னிமாரின் கதை, குட்டியாண்டவர் கதையிலிருந்துதான் தொடங்குகிறது.

குட்டியாண்டவரும் ஏழு கன்னிமாரும்

முன்னொரு காலத்தில் பன்னிரண்டு சகோதரர்கள் வாழ்ந்து வந்தனர். அவர்களுக்குக் 'குட்டியாண்டவர்கள்' என்று பெயர். ஒவ்வொருவருக்கும் தனித் தனிப் பெயர் உண்டு. அவர்கள்: பெரிய குட்டியாண்டவர், படைவாலி, குஞ்சாலு, முத்தாலு ராவுத்தன், சாட்டைக்காரன், செம்பிருப்பன், பப்பரன், தெற்கே போன சுக்கிரன் மற்றும் நால்வர். இவர்கள் பன்னிருவரும் பிச்சாவரம் அருகே கடற்கரை ஊர் ஒன்றில் வாழ்ந்து வந்தனர்.

இந்தப் பன்னிரண்டு பேரின் அத்தை—சிதம்பரம் அருகே பிச்சாவரம் காட்டில் வசித்து வந்தார். அத்தைக்குப் பதினோரு மகன்கள் இருந்தனர். அவர்கள்: வாள் முனி, சடைமுனி, செம்முனி, தொம்பமுனி, உருக்குமுனி, கோட்டமுனி, மற்றும் ஐவர். இவர்கள் பதினோரு பேரும் கொள்ளிடம் ஆற்றுக்கு வடக்கே அதாவது பிச்சாவரத்தில் வசித்து வந்தனர். மைத்துனர் முறையுடைய குட்டியாண்டவர்களுக்கும் முனிகளுக்கும் இடையே மேலோட்டமாகச் சுமூகமான உறவு காணப்பட்டாலும், குட்டியாண்டவர்கள் தங்களைவிட எண்ணிக்கையில் அதிகமாக இருப்பது பற்றி முனி சகோதரர்களுக்குப் பொறாமை இருந்து வந்தது.

ஒரு நாள் குட்டியாண்டவர்கள் பன்னிரண்டு பேரும் கடற்கரையில் பந்து விளையாடிக் கொண்டிருந்தனர். ஆட்டத்தின்போது அடிக்கப்பட்ட பந்து, திடீரென்று கடலில் போய் விழுந்துவிட்டது. விழுந்த பந்து அலைகளால் எங்கோ அடித்துச் செல்லப்பட்டுவிட்டது. பந்தைக் காணோம். இந்நிலையில் சகோதரர்கள் அனைவரும், பந்தைத் தேடிக்கண்டுபிடிப்பது பற்றிக் கலந்தாலோசித்தனர். அவர்களுள் இருவரை தேர்ந்தெடுத்து வடக்கும் தெற்குமாகத் திசைக்கு ஒருவரை அனுப்பி தேடுவது என்று முடிவெடுத்தனர். அதன்படி இரண்டாவது சகோதரனாகிய 'படைவாலி' எனப்படும் சின்னக் குட்டியாண்டவர் வடதிசை நோக்கிக் கடலோரமாகப் பந்தைத் தேடிச் சென்றார். கடைசி சகோதரனான சுக்கிரன் தென்திசை நோக்கிக் கடலோரமாகப் பந்தைத் தேடிப் பயணமானார்.

படைவாலி, வடதிசையில் கடலோரமாகச் செல்லும் போது, ஆறுகள் பல குறுக்கிட்டன. அவற்றைக் கடப்பதற்காகத் தமது காலைப் பெயர்த்து வைக்கும்போது கால்வைத்த இடங்களில் எல்லாம் பெரும் பெரும் மண்மேடுகள் தோன்றி வளர்ந்தன. ஆந்திராவில் விசாகப்பட்டினம் அருகில், கடலின் ஓரிடத்தில் காலை எடுத்து வைத்தார். வைத்த இடத்தில் நீர் வற்றியது; அத்துடன் அங்கே ஒரு பெரும் மண்மேடும் உருவாயிற்று. அதைப் போல, மற்றொரு இடத்தில் மறு காலைப் பெயர்த்து வைத்தார். அங்கும் நீர்வற்றிப் பெரும் மண்மேடு எழுந்தது. இன்றும் கூட அந்த மண்மேடுகள் உள்ளன. அவ்விரு மேடுகளும் முறையே சாமியார் முனை', 'மஞ்சாமுனை' என்றழைக்கப்படுகின்றன.

இவ்வாறு படைவாலி இயன்ற தொலைவுக்கு சென்று பந்தைத் தேடிப்பார்த்தார்; எங்கும் கிடைக்கவில்லை. ஏமாற்றத்துடன்

திரும்பிக் கடலோரமாகவே வந்து கொண்டிருந்தார். வரும் வழியில் கிள்ளை அருகே பிச்சாவரத்தில் அவருடைய அத்தை வீடு இருந்தது நினைவுக்கு வந்தது. அங்கு சென்றார். அத்தையும் அத்தையின் மகன்கள் பதினோரு முனிகளும் படைவாலியை வரவேற்று விருந்து வைத்தனர். அத்தை மகன்களோடு உணவருந்திவிட்டு அங்கு சற்று நேரம் இளைப்பாறினார். பின்னர், பதினோரு முனிகளும், படைவாலியைப் பிச்சாவரம் காட்டின் அழகைப் பார்த்து வரலாம் என்றழைத்தனர். அதற்கு இசைந்த படைவாலி, முனிகளோடு சேர்ந்து பிச்சாவரம் காட்டைப் பார்க்கச் சென்றார்.

ஏற்கெனவே, எண்ணிக்கையிலும் பலத்திலும் தங்களைவிடக் கூடுதலாக இருந்த குட்டியாண்டவர் சகோதரர்களிடம் முனிசகோதரர்கள் பொறாமை கொண்டிருந்தனர். எனவே, வஞ்சகமாக படை வாலியைக் காட்டுக்கு அழைத்து சென்ற முனிகள் அனைவரும் ஒன்று சேர்ந்து படைவாலியைக் கொன்று பிச்சாவரம் காட்டிலேயே புதைத்துவிட்டனர். இவ்வாறு படைவாலி என்ற சின்னக் குட்டியாண்டவர் புதைக்கப்பட்ட இடம்தான் இன்று பிச்சாவரத்தில் குட்டியாண்டவர் கோயிலாக விளங்குகின்றது.

இந்நிலையில், தென்திசைக்குப் பந்தினைத் தேடிச் சென்றிருந்த சுக்கிரன், அதைக் காணாமல் வெறுங்கையோடு வீட்டுக்குத் திரும்பிவந்து சேர்ந்தான். ஆனால், படைவாலியைக் காணாமல் குட்டியாண்டவர் சகோதரர்கள் பதினோரு பேரும் கலக்கமடைந்தனர். அனைவரும் ஒன்று சேர்ந்து வடதிசை நோக்கிப் படைவாலியைத் தேடிச்சென்றனர். அத்தை வீட்டிற்குச் சென்று இங்கே படைவாலி வந்தானா' என்று கேட்டனர். அத்தை வீட்டிலிருந்த முனிகள் படைவாலியைத் தாங்கள் பார்க்கவே இல்லை என்று மறுத்து விடுகின்றனர். அப்படி என்றால், படைவாலி பந்தைத் தேடிக்கொண்டு எங்கு சென்றிருக்க முடியும்? என்று யோசித்த குட்டியாண்டவர்கள் அவன் கடலில் நெடுந்தொலைவு சென்றிருக்கலாம் என்று முடிவு செய்து கொண்டு, அவரைத் தேடிக் கண்டுபிடிக்கும் முயற்சியில் இறங்கினர். குட்டியாண்டவர்கள் பதினோரு பேரும் 'ஒன்றரைப் பாய்கட்டி மரக்கலம்' ஒன்றைத் தயார் செய்தனர். பின்னர் அதன் மூலம் வங்கக் கடலில் பயணம் செய்தனர். நீண்ட பயணத்தின் முடிவில் மலேசியாவின் கடற்கரையை அடைந்தனர். அந்தக் கடற்கரையில் 'ஏழு கன்னிமார்' எனப்படும் சகோதரிகளான ஏழு கன்னிகள் வாழ்ந்து வந்தனர். தங்கள் பகுதிக்கு வந்த குட்டியாண்டவர் சகோதரர்களைக் கண்டதும் சகோதர பாசத்துடன் 'வாருங்கள்

அண்ணன்மாரே' என்று வரவேற்று அவர்களை அன்புடன் உபசரித்துத் தங்கள் இல்லத்தில் இருக்க செய்தனர். ஏறக்குறைய ஒரு மாத காலம் சகோதரர் பதினோரு பேரும் மலேசியாவில் தங்கியிருந்து தொலைந்து போன சகோதரன் படைவாலியைத் தேடினர். ஆனால், அவன் எங்கும் கிடைக்கவில்லை. பின்னர், தங்கள் நாட்டிற்குத் திரும்ப வேண்டும் என்று முடிவு செய்து அதற்காக ஆயத்தம் செய்தனர்.

அப்போது, கன்னியர் ஏழு பேரும் குட்டியாண்டவர்களிடம் "அண்ணன்மாரே, நாங்கள் உங்கள் சீமையைப் பார்க்க விரும்புகிறோம்" என்று தெரிவித்தனர். அவர்களுடைய விருப்பத்திற்கிணங்க ஏழு கன்னியரைச் சகோதரர்கள் பதினோரு பேரும் தங்கள் மரக்கலத்தில் ஏற்றிக்கொண்டு பயணத்தைத் தொடங்கினர். சில நாட்கள் தொடர்ந்த கடற்பயணத்திற்குப் பின்னர், தை மாதம் மூன்றாம் நாள் அதாவது கரிநாள் அல்லது கன்னிப்பொங்கல் அன்று தமிழகக் கடற்கரையை அடைந்தனர்.

ஏழு கன்னிமாரும் தை மாதம் மூன்றாம் நாள் கரை ஏறியதன் அடையாளத்தை இன்றும் காணமுடிகிறது. அதாவது, புதுக்குப்பம் போன்ற மீனவர் கிராமங்களில் உள்ள திருமணம் ஆகாத கன்னிப் பெண்களில் ஏழு பேருக்குக் கன்னிப்பொங்கல் அன்று அதிகாலையில் 'கன்னி' வந்து ஆடுவதைக் காணலாம் (ஆவேசம்). மீனவக் கன்னிப் பெண்களில் குறைந்தது ஏழு பேரிடம் கன்னி வந்தாடுதல் என்னும் சடங்கியல் நிகழ்வு, 'கடந்த காலத்தில் கரிநாளன்று ஏழு கன்னிமார் தமிழகத்தில் கரை ஏறினர்' என்னும் புராணச் செய்தியின் அடையாளமாகும்.

குட்டியாண்டவரோடு தமிழகம் வந்த ஏழு கன்னிமார் ஒரு மாதம் தங்கியிருந்து பல இடங்களைச் சுற்றிப் பார்த்தனர். பின்னர் தங்களுடைய சீமைக்குப் புறப்பட்டனர். அவர்களைக் குட்டியாண்டவர்கள் தங்களுடைய ஒன்றரைப் பாய்கட்டி மரக்கலத்தில் (கத்திக்கப்பல்) ஏற்றிச்சென்று மலேசியாவில் விட்டுவிட்டுத் திரும்பினர்.

குட்டியாண்டவர்கள், ஏழு கன்னிமாரை ஒன்றரைப் பாய்கட்டி மரக்கலத்தில் ஏற்றிக்கொண்டு புறப்பட்ட நாள்தான் மாசி மகம் ஆகும். இவ்வாறு ஏழு கன்னிகள், குட்டியாண்டவர்களோடு தமிழ்நாட்டுக்கு வந்து தங்கியதும், பின்னர் அவர்கள் மாசிமகம் பௌர்ணமி நாளில் அவர்களுடைய சொந்த ஊரான

மலேசியாவுக்குக் கடல் பயணமாக அனுப்பப்பட்டதுமான இந்த ஐதிகம்தான் இங்கு நடக்கும் ஏழு கன்னிமார் விழாவுக்கு ஆதாரமாகும்.

இவ்வாறு, குட்டியாண்டவர்—ஏழு கன்னிமார் பற்றிய ஐதிகத்தை புதுக்குப்பம் மீனவர் கிராமத்தைச் சேர்ந்த ஒருவர் கூறினார். இப்படிக் கன்னிமார்களுக்கு ஏன் விழா நடத்துகிறார்கள், எவ்வளவு காலமாக நடத்தப்படுகிறது. பெண்கள் ஏன் சாமியாட்டம் ஆடுகிறார்கள், ஆண் சாமியாடி ஒருவர் அவர்களை ஏன் சாட்டையால் அடிக்கிறார், அக்கினிச் சட்டியை ஏன் கடலில் விடுகிறார்கள் என்பன போன்ற கேள்விகளை எழுப்பிய போது, "எதனாலன்னு தெரியல. எல்லாம் ஐதிகமா இருக்கு" என்று கூறிய அத்தகவலாளி மேற்கண்ட கதையைத் தன்னுடைய இயல்பான மொழியிலும், சில சந்தர்ப்பங்களில் இலக்கிய மொழி நடையிலும் விவரித்தார்.

ஏழு கன்னிமார்: மற்றொரு கதை

ஏழு கன்னிமாரைப் பற்றி மற்றொரு மீனவத் தகவலாளி (திரு. செல்லக்குஞ்சு — பாட்டு மற்றும் வசன நடையில்) கூறிய கதையானது, பல மாறுதல்களோடு, மேற்கூறப்பட்ட கதையிலிருந்து வேறுபட்டிருந்தது. கதையின் சாராம்சம் இதுதான்: குட்டியாண்டவர் சகோதரர்கள் இரண்டு பிரிவுகளாகப் பிரிந்து கொள்ளிடம் முகத்துவாரத்தில் உள்ள மணற்பரப்பில் பந்து விளையாடினர். குட்டியாண்டவர் அடித்த பந்து ஈரேழு பதினான்கு உலகங்களையும் சுற்றிவந்து, செம்பு வீரன் (செம்பிருப்பன்) கைகளை அடைந்தது. செம்புவீரன் அடித்த பந்து, ஏழு கடல்களைத் தாண்டி, ஏழு கன்னிமார்களும் வழக்கமாகக் குளிக்கும் பொய்கையில் போய் விழுந்தது. தான் அடித்த பந்து, தம்பி செம்பு வீரன் கையில் கிட்டியது. ஆனால், தம்பி அடித்த பந்தோ தன் கையில் சிக்காமல் எங்கோ போய்விட்டதே என்று வியப்போடும் யோசனையோடும் நிற்கிறார் குட்டியாண்டவர். ஏழு கடல்களுக்கு அப்பால் நம்முடைய தங்கைகளான "ஏழு கன்னிமார்களின் பொய்கையில் நான் அடித்த பந்து விழுந்து கிடக்கிறது" என்று தன் அண்ணனிடம் செம்புவீரன் கூறினான். இதைக் கேட்ட குட்டியாண்டவர், புதிதாகக் கப்பல் செய்து, அதன்மூலம் பயணம் செய்து தங்கைகளான ஏழு கன்னிகளையும் பார்த்துவிட்டு பந்தையும் எடுத்து வரலாம் என்று திட்டமிட்டார். இதனிடையே ஏழு கன்னிமார்கள் பொய்கையில்

நீராடச் சென்றபோது, தண்ணீர் சேறுஞ்சகதியுமாகக் கலங்கிக் கிடந்ததைக் கண்டு, யார் செய்த வேலை என்று அறிய மை போட்டுப் பார்த்தார்கள். பந்தை எறிந்தவன் செம்புவீரன் என்பதை அறிந்து கொண்ட சகோதரிகள் பொய்கையில் இறங்கிப் பந்தைத் தேடினார்கள். அது யார் கையிலும் கிடைக்கவில்லை. முதலிலேயே இளைய கன்னி மற்றவர்களுக்குத் தெரியாமல் பந்தை எடுத்துச் சென்று ஏழு அறைக்குக் கீழே ஒளித்து வைத்துவிடுகிறாள்.

தங்களுடைய பந்தினைத் தேடி கப்பலில் பயணம் மேற்கொண்டிருந்த குட்டியாண்டவர்கள், ஏழுகன்னியர்கள் வாழும் தீவை நோக்கி வந்துகொண்டிருந்தார்கள். தொலைவில் கப்பலொன்று தங்கள் தீவை நோக்கி வருவதைக் கண்ட சகோதரிகள் 'ஏதோ திருட்டுக்கப்பல் வருகிறது' என்று முடிவு செய்து, கருவண்டுகளாக உருமாறிப் பறந்து சென்று குட்டியாண்டவர்களின் கப்பலைத் துளைக்கத் தொடங்கினர். துளைகளின் வழியே கடல் நீர் கப்பலுக்குள் புகுந்து, அது முழுகத் தொடங்கியது. அப்போது அந்த விபரீதம் கண்டு, குட்டியாண்டவர்கள் தவித்தபோது, அவர்களை இனங்கண்டு கொண்ட கருவண்டு வடிவிலிருந்த ஏழுகன்னிகள், திருட்டுக் கப்பல்தான் வருகிறது என்று நினைத்து தெரியாமல் பிழை செய்துவிட்டோம் என்று வருந்தி, தாங்கள் துளைத்த துளைகளுக்குள் புகுந்து, மேலும் கடல் நீர் கப்பலுக்குள் புகாமல் தடுத்து குட்டியாண்டவர்களைக் காப்பாற்றினர். பின்னர், ஏழு சகோதரிகளும் குட்டியாண்டவர்களைத் தம்முடைய இருப்பிடத்திற்கு அழைத்துச் சென்று, இளநீர், பஞ்சாமிர்தம், பால், தேன் ஆகியவற்றைக்கொண்டு வந்து விருந்துண்ணுமாறு வேண்டினர். ஆனால், குட்டியாண்டவர் அவற்றைச் சாப்பிடுவதற்கு மறுத்து, வருத்தமுற்று யாரோடும் பேசாமல் உட்கார்ந்திருந்தார். ஏனைய ஆறுகன்னிகளும் குட்டியாண்டவரின் வருத்தத்திற்குக் காரணம் அறிய முயன்று, பயனளிக்காமல் போகவே இளையகன்னி அண்ணா, "தங்கள் கோபத்திற்குக் காரணம் என்ன?" என்று வினவவும், தம்பி செம்பு வீரன் அடித்த பந்து எங்கே?' என்று குட்டியாண்டவர் கேட்டார். அப்போது இளைய கன்னி தான் ஒளித்து வைத்திருந்த பந்தினை எடுத்து வந்து, குட்டியாண்டவரிடம் கொடுத்தாள். பந்தைப் பெற்றுக் கொண்டதும் குட்டியாண்டவரும் மற்றவர்களும் மகிழ்ச்சியோடு உணவருந்தினார்கள். விருந்து முடிந்ததும் ஏழு கன்னிமாரையும் அழைத்து, "தங்கைகளே, நான் சொல்வதைக் கவனமாகக் கேளுங்கள். தை மாதம் கரிநாள் அன்றைக்கு (கன்னிப் பொங்கல்), கரைகண்ட ஓரமாக வந்து, எந்த இடத்திலே ஆலயம் இருக்கிறதோ அந்த இடத்திலே நீங்கள்

ஏழு பேரும் வந்திருந்து, மக்கள் செய்யும் பூசை பரிகாரங்களை ஏற்றுக்கொள்ளுங்கள். மாசி மகத்தன்று, உங்களை வணங்கி மக்கள் கடலில் தீச்சட்டி விடுவார்கள். நீங்கள் வரும் திசையில் மக்கள் யாரேனும் எதிர்கொண்டு வந்தால், அவர்களுக்கு நீங்கள் எந்த இடையூறும் செய்யக்கூடாது," என்று ஏழு கன்னிமார்களுக்கும் குட்டியாண்டவர் அறிவுரை வழங்கினார். பின்னர் அவர்களிடமிருந்து விடை பெற்றுத் தம்பிமார்களுடன் பயணம் புறப்பட்டார். கப்பல், கொள்ளிடம் ஆறு கடலில் கலக்கும் இடத்திற்கு வந்து சேர்ந்தது. தம்பி செம்புவீரனை இறக்கிவிட்டுவிட்டு, "எந்த இடத்திலெல்லாம் ஒற்றைப் பனைமரம் இருக்கிறதோ அந்த இடத்தில் நீ இருந்து கொண்டு, என் பெயரைச் சொல்லிப் பூசைப் பரிகாரம் பெற்றுவா. நான் பிச்சாவரத்திற்குப் போகிறேன்", என்று சொல்லிவிட்டுக் குட்டியாண்டவர் ஏனைய சகோதரர்களுடன் பிச்சாவரத்திற்குச் சென்றார். அங்கு அவர் கோயில் கொண்டிருக்கும் இடம்தான் இன்று குட்டியாண்டவர் கோயில் என்னும் பெயரில் விளங்கி வருகிறது.

இவ்வாறு விவரிக்கப்பட்ட குட்டியாண்டவர் ஏழு கன்னிமார்கள் கதை, ஒரு சில கதைக்கூறுகளின் அடிப்படையில் முன்னதிலிருந்து வேறுபட்டதாகும். சின்னக்குட்டியாண்டவர் (படைவாலி) தனது அத்தை மகன்களான முனிகளால் பிச்சாவரம் காட்டில் கொன்று புதைக்கப்படுவது, படைவாலியைத் தேடிச் சென்று ஏழு கன்னிகளால் வரவேற்று உபசரிக்கப்பட்டது, அவர்களைக் கப்பலில் தம்முடன் தமிழ்நாட்டிற்கு அழைத்து வந்தது, பின்னர் மீண்டும் அவர்களை அவர்களுடைய நாட்டிற்கே சென்று குட்டியாண்டவர்கள் விட்டுத் திரும்புவது, ஏழு கன்னிமார்கள் வாழுமிடம் மலேசியா தேசம் என்று கூறுவது போன்ற கதைக்கூறுகள் இவ்விரண்டாம் கதையில் இடம்பெறவில்லை.

அவ்வாறே, இரண்டாவது கதையில் இடம்பெறும் முக்கிய கூறுகள் வருமாறு: குட்டியாண்டவர்கள் பந்து விளையாடும் போது, குட்டியாண்டவர் அடித்த பந்தானது ஈரேழு உலகங்களையும் சுற்றி வந்து இறுதியில் செம்பு வீரன் கையில் சிக்குவது, செம்பு வீரன் அடித்த பந்தானது குட்டியாண்டவர் கைக்குக் கிடைக்காமல் ஏழு கடலையும் தாண்டி, அப்பாலிருக்கும் தீவிலுள்ள ஏழுகன்னிமாரின் பொய்கையில் போய் விழுவது, அதனைச் செம்பு வீரன் அறிந்து வைத்திருப்பது; பின்னர் தமது அண்ணனிடம் அதனைச் சொல்வது, ஏழு கன்னிமார்கள் கருவண்டாக வடிவம் எடுத்து குட்டியாண்டவர்களுடைய கப்பலை திருட்டுக் கப்பல் எனத்

தவறாகக் கருதி, அதனைத் துளைபோட்டுக் கடலில் மூழ்கடிக்க எத்தனிப்பது, பின்னர் தவறை உணர்ந்து, குட்டியாண்டவர்களைப் காப்பாற்றுவது, செம்புவீரன் அடித்த பந்து தம்முடைய பொய்கையில் விழுந்து, அதனைச் சேறும் சகதியுமாகக் கலக்கியமைக்காகக் கன்னிமார்கள் வெகுண்டெழுவது, ஏனைய ஆறு கன்னிகளுக்கும் தெரியாவண்ணம் பந்தினை எடுத்து சென்று இளைய கன்னி மறைத்து வைப்பது, தங்களுடைய பந்து கிடைக்காமல், குட்டியாண்டவர் கோபமுற்று ஏழுகன்னிமார் அளித்த விருந்தை ஏற்க மறுத்தல்; இளையகன்னி ஒளித்து வைத்திருந்த பந்தினை எடுத்துக் கொடுத்து குட்டியாண்டவரின் கோபம் தணிவித்தல், மகிழ்ச்சி அடைந்த குட்டியாண்டவர், கடற்கரையின் அருகில் வாழும் மக்கள் தை மாதம் மூன்றாம் நாள் கன்னிமாரை வழிபடும் விதமாகக் கன்னிப்பொங்கல் கொண்டாடுவார்கள் என்றும், மாசி மாதம் பௌர்ணமி அன்று மகம் திருவிழா (மாசி மகம்) கொண்டாடுவார்கள் என்றும், அவற்றை ஏற்றுக்கொண்டு மக்களுக்கு இன்னல் இழைக்காமல் நன்மையே செய்ய வேண்டும் என்றும் ஏழு கன்னிமார்களைப் பணித்தல், ஊருக்குத் திரும்பியதும், செம்புவீரன் என்னும் செம்பரப்பரைக் கொள்ளிடம் அருகே கடற்கரையில் இறக்கிவிட்டு 'எங்கெல்லாம் ஒற்றைப் பனை மரம் இருக்கிறதோ அங்கு குடியேறி, மக்களின் பூசையை ஏற்றுக் கொள்', "தம்பி, எந்த இடத்துல, ஒத்தப்பனை இருக்குதோ அங்க இருந்து, என்னோடப் பேரச் சொல்லிப் பூசைப் பரிகாரம் பெற்று வா. நானுமே பிச்சாவரத்துக்கே போறேன்" என்று தம்பியிடம் கூறுதல், குட்டியாண்டவர் பிச்சாவரத்திற்குச் சென்று, அங்கு தங்குவதாகக் கூறுதல் ஆகியவை குட்டியாண்டவர் கன்னிமார் பற்றிய இரண்டாவது கதையில் காணப்படும் கூறுகள் முதற் கதையில் இடம்பெறாதவை.

இந்த இரண்டு கதைகளும், பிரதானமாகக் குட்டியாண்டவரையும், அவருடைய பரிவாரத் தெய்வமாந்தர்களையும் பற்றிப் பேசுகின்றன. குட்டியாண்டவர்கள் என்னும் புராணக்கதை மாந்தர்களின் வாழ்க்கையில் நிகழ்ந்த ஒரு சில நிகழ்ச்சிகளை விவரிக்கின்றன. அவர்களுடைய தோற்றம், முடிவு என்பவைக் குறித்து இக்கதைகளில் எதுவும் பேசப்படவில்லை. இவ்விரு கதைகளில் நிகழும் சம்பவங்களில் இடம்பெறும் ஒரு கிளை சம்பவமாகவே ஏழு கன்னிமார்களின் கதை அமைகிறது. ஆயினும், ஏழுகன்னிமார்களுக்காக நடத்தப்படும் கன்னிப் பொங்கல், மாசி மகம் ஆகிய இரண்டு சடங்கியல் நிகழ்ச்சிகளும், ஏன் நடத்தப்படுகின்றன என்னும் வினாவுக்குரிய விளக்கத்தை

கொடுக்கக்கூடியவையாக இரண்டு கதைகளும் வழங்குகின்றன. இதனடிப்படையில் இவ்விரண்டும், காரண காரிய விளக்கப் புராணங்களாகவும் (Aetiological myth) செயல்படுகின்றன. இவை போல், தமிழகத்தில் பல்வேறு புராணங்கள், சடங்கியல் நிகழ்த்துதல்களுக்கான காரணங்களையும் அவற்றின் தோற்றம் பற்றியும் எடுத்துரைக்கும் விவரிப்பு மரபுகளாக வழங்குகின்றன.

தமிழக மீனவர்களிடம் வழக்கிலுள்ள சில வகைப் பழக்கங்கள், நம்பிக்கைகள், கருத்துகள், தெய்வ வழிபாடு பற்றிய சடங்கியல் நிகழ்த்துதல்கள் ஆகிய அனைத்தையும் பற்றி அதாவது, அவற்றின் தோற்றம் செயல்முறை (Practice) போன்றவைக் குறித்த காரண விளக்கங்களாகப் பலகதை மரபுகள் வழங்கிவருகின்றன. ஏழுகன்னிமார் பற்றிய கதைகள் கூட, இவ்வகையில்தான் அடங்குகின்றன.

ஆதார நூல்கள்:

1. 1924. Elnicil. W. T. Dravidir Gods in Hinduism, New Delhi
2. Mani. V.R: 1995: Saptamitrakers in Indian Religion and Art Mittal Publicaiton, New Delhi.
3. Whitehead, Right Revened Hendry, 1983: The Village Gods of South India, New Delhi.
4. தனஞ்செயன் ஆ. 1995. கன்னிமார் வழிபாடும் சடங்கியல் நிகழ்த்தலும் (பிரசுரிக்கப்படாத கட்டுரை)
5. டாக்டர் நசீமுதீன், பி. (தக்க மலைப்பழங்குடிகளில் வாழ்வியல் (எம்.ஃபில் பட்ட ஆய்வேடு), திருவனந்தபுரம்.
6. கோ. இராமசாமி, 1983: நெல்லை மாவட்ட நாட்டுப்புறத் தெய்வங்கள், உலகத் தமிழாராய்ச்சி நிறுவனம், சென்னை.
7. காணிக்காரர்களிடம் ஏழு கன்னிகள், தகவல்; யோ. தர்மராஜ், பார்கலை, குமரிமாவட்டம்.

●●●

தமிழர் பண்பாட்டுத் தளத்தில் சடங்குகள்

முனைவர் கே.ஏ. ஜோதிராணி

நவீன அறிவியல் புகாத பல்லாயிரம் ஆண்டுகளுக்கு முன்பு, இயற்கையைச் சார்ந்து வாழ்தலும் வளர்தலும் குறித்து நம் முன்னோர்கள் கொண்ட அணுகுமுறைகளின் வெளிப்பாடாக சடங்குகள் அமைந்துள்ளன. இயற்கை மற்றும் சமூகச் சிக்கலை எதிர்கொள்ளும் முகமாக சடங்குகள் உருவாக்கப்பட்டன. இவை வாழ்தலின்போது நல்ல விளைவுகளை எதிர்நோக்கியே உருவாக்கப்பட்டிருந்தன. நம்பிக்கையின் அடிப்படையில் பிறந்த பல்வகைச் சடங்குகள் இயற்கைச் சீற்றத்திற்கும் மாற்றத்திற்கும் ஒரு பதிலடியாக ஏற்படுத்தப்பட்டவை என்றால் சாலப் பொருந்தும்.

இயற்கைச் சூழலின் மாற்றங்களான பெருங்காற்று, புயல் போன்றவற்றின்போது அழிவுகள் நிகழ்ந்தன. காடுகளில் மரங்களின் பெரும் அசைவில் பேரிரைச்சல் ஏற்படுவதும், கடும் வெப்பக் காலங்களில் மரங்களின் உராய்வின்போது காடுகள் தீப்பற்றி எரிவதும் என இயற்கை மனிதனை அச்சுறுத்தியது. காடுகளில், குகைகளில், மரப் பொந்துகளில் வாழ்ந்த மனிதனுக்கு இருட்டு என்பது பெரும் சிக்கலுக்குரியதாக இருந்தது. இருளில் அச்சத்தைப் போக்கிக் கொள்ள பகலைப் போன்றதொரு சிறு சூழலை ஏற்படுத்த நெருப்பை மூட்டிப் பயன்படுத்தலாயினர். இருளானது மனிதனை அன்றாட உலகியல் நடவடிக்கைகளிலிருந்து தற்காலிகமாகப் பிரித்து வைப்பது போன்ற ஒரு நடைமுறை உணர்வு மனிதனிடம் ஆதிக் காலம் தொட்டு இன்றுவரை

உள்ளது. இத்தகைய சூழலில் மனிதன் கனவுலகில் சிக்கி பீதியுறத் தொடங்கினான். மனிதனுக்குப் புறத்தே நிகழும் அனைத்தும் மூளைப் பதிவாகி அவை மீண்டும் மனிதனிடம் கனவாகப் பிரதிபலிக்கப்படும்போது அதுகண்டு மனிதன் அஞ்சினான். இயற்கைக்கு அந்த ஆற்றல் இருப்பதாக உணர்ந்தான். இவை போன்ற பல்வேறு விளைவுகள் பால் நடைமுறைப் போக்கில் தவறான தொகுப்புகள் — மதிப்பீடுகள் பேய், பிசாசுகள் பற்றிய அச்சத்திற்கும் — நம்பிக்கைக்கும் வழிகோலியது. சாரத்தில் இயற்கை அழிவுகள் மனிதனுக்கு அச்சத்தையும் பணிவையும் ஏற்படுத்தியது. இத்தகைய அழிவுகளிலிருந்து மீள இயற்கை வழிபாட்டு முறை இயற்கையின்பாலான மனிதனின் ஒரு பணிவான நடத்தையாக அமைந்தது.

இன்று சுற்றுச் சூழல் சீர்கேடுகள் பற்றி உலகம் முழுதும் பேசப்படும் காலமாக உள்ளது. பன்னாட்டு உலகமயமாக்க ஆதிக்கத்தின் கீழ் இன்று வல்லரசியங்கள் இயற்கையைச் சூறையாடிக்கொண்டிருக்கின்றன என்பதை நாம் இங்கு ஒப்பிட்டுப் பார்த்துக்கொள்ள வேண்டும்.

மனிதகுல வகையினங்கள் மற்றும் நிலவியல் சார்ந்த பண்பாடுகள் உலகின் பல்வேறு பகுதிகளில் இயங்குகின்றன. அவை ஒவ்வொன்றும் தத்தமது மொழிசார்ந்த தனிச் சிறப்பு நிலையுடையனவாகவும், வாழ்வியலின் அனைத்துத் துறைகளை அரவணைத்த பழக்கவழக்க மரபுகளை உள்ளடக்கியதாகவும் அமைந்து வெளிப்படுகின்றன. அவ்வகையில்தாம் தமிழ்த்தேசிய மண்ணின் மரபுகளும் பழம்பெரும் தன்மையைத் தன்வயப்படுத்திக்கொண்டு பண்பாட்டுத் தளத்தில் வெளிப்படுகின்றன. இத்தகைய வெளிப்பாடுகளின் அம்சங்களை, உள்ளடக்கத்தினை தமிழர்களின் வாய்மொழி வழக்காற்றுவழி நின்று பழந்தமிழ் மக்களின் ஒரு கூறான பறையர் மக்களிடம் நிலவும் சடங்குமுறைகளை ஆய்வதன் மூலம் நாம் அறிய இயலும்.

தொடக்க காலத்தில் குறைவான மனித ஆற்றலின் மூலமாக குறைந்த அளவில் பெறப்பட்ட வாழ்க்கைத் தேவைக்குரிய பொருட்களை குழு மற்றும் சமூகப் பங்கீடு செய்து கொள்ளும் கூட்டு வாழ்க்கையை மனிதகுலம் மேற்கொண்டு வந்தது. கூட்டு வாழ்க்கை மேம்பட மனித ஆற்றலின் எண்ணிக்கை அதிகரிப்பு தேவைப்பட்டது. ஆண், பெண் இணைவில் குழந்தைப்பேறு நிகழ்வு மனித ஆற்றலை உயர்த்தி, சமூகக் குழுக்களின் உழைப்பாற்றலைப் பெருக்கிக்கொள்ள பெரும் பங்காக அமைந்தது.

குழு உறுப்பினர்களின் எண்ணிக்கை உயர உயர உழைப்பும் உழைப்பின் பொருளீட்டும் திறனும் பெருக ஆரம்பித்தன. இதன் வழி மனித குலப் பெருக்கம் குறித்து பெரும் அக்கறை ஏற்படத் தொடங்கியது. இனப்பெருக்கம் மனித குலத்தின் அடிப்படை செல்வமாகக் (இன்று வல்லரசிய யுகத்தில், குழந்தைப் பேற்றை வல்லரசியக் கருத்தியலே தீர்மானிக்கிறது. 'ஒன்றே போதும்', இறுதியில் ஒன்றும் வேண்டாம்' என்ற கூக்குரல் எழுப்பப்படும் அபாய கட்டத்தில் மனித குலம் தள்ளப்பட்டுள்ளது) கருதப்பட்டது. அதனால் குழந்தைப் பேற்று வளமையைக் கொண்ட பெண் குலத்தை உயர்ந்த மதிப்பீட்டுடன் நடத்தத் தலைப்பட்டனர்.

நிலம் தாவரங்களைப் பெற்றெடுப்பதுபோல் பெண்ணும் மனித குலத்தைப் பெற்றெடுப்பதை உணர்ந்த சமூகம் தாய்மை — வளமை குறித்த தமது கருத்துகளை சமூக ஒழுங்காக்க முயன்றது. ஒரு பெண் குழந்தைப் பேற்றுக்குரிய நிலையை அடைகிறாள் எனும் நிகழ்வானது பேணுதற்குரிய ஒன்றாகவும், போற்றுதற்குரிய ஒன்றாகவும் காணப்பட்டது. இயற்கைப் பிறழ்வுகள் மற்றும் தீய ஆவிகளிடமிருந்து பூப்பெய்தும் பெண்ணை, சூல்கொண்ட பெண்ணை பாதுகாப்பதற்குரிய கருத்தாக்கத்தை உருவாக்கினர். 'தீய ஆவிகள்' குழந்தைப் பேறடையாமல் செய்துவிடுமோ என அஞ்சினர், நம்பினர். இச்சிக்கல்களிலிருந்து மீள பல்வேறு முறைகளைக் கடைப்பிடித்தனர். இதன்வழி பிறந்ததே வாழ்க்கை வட்டச் சடங்குகள்.

கிராமத்து சடங்குகளைப் பொதுவாக சமயச் சடங்குகள், மந்திரச் சடங்குகள், வீட்டுச் சடங்குகள் என மூன்று பிரிவுகளாகப் பிரிக்கலாம். தெய்வத்திற்கு முக்கியத்துவமளித்து செய்யப்படும் சடங்குகள், தனிமனிதனையொட்டிய — குறிப்பாக குழந்தைப் பிறப்பையொட்டிய சடங்குகள் என்று தனித்தனியாக வரையறுத்துப் பின்பற்றப்படுகின்றன.

வாழ்க்கை வட்டச் சடங்குகள் அனைத்தும் பிறப்பு மற்றும் இறப்பை மையமாகக்கொண்டு அமைகின்றன. பூப்புச் சடங்குகள், திருமணச் சடங்குகள், சூல்வளைச் சடங்குகள் இவற்றிற்கிடையிலான இன்ன பிற நிகழ்வுகளும் கடைப்பிடிக்கப்படுகின்றன. குடும்ப இன்னல்களை நீக்குவதற்காக, இறந்தோர் ஆவி சுற்றிவந்து குடும்பத்தைப் பாதிக்காமல் இருப்பதற்காக, சந்ததிப் பெருக்கத்திற்காக, இறந்த மூத்தோர் மற்றும் குடும்ப உறுப்பினர்களின் ஆற்றல்களை வாழும்

குடும்பம் பெறுவதற்காக செய்யப்படும் இறப்புச் சடங்குகளும் வாழ்க்கை வட்டச் சடங்குகள் என்பதுள் அடங்கும்.

இங்கு, சடங்குகளின் உள்ளடக்கமாக நமது முன்னோர்கள் வலியுறுத்திய அறிவியல் கூறுகளைச் சொல்வதும், சடங்குகள் வழி வெளிப்படும் சமூக மதிப்பீடுகள் குறித்த பார்வையை, செய்திகளை வெளிப்படுத்துவதும் நோக்கமாகக் கொள்ளப்படுகிறது.

பெண், பருவம் அடைந்துவிட்டாள் என்றும் பூப்பெய்தி விட்டாள் என்றும் சொல்லப்படுவதன் பொருள் தன்னைப் போன்ற ஓர் உயிரைப் படைப்பதற்குரிய ஆற்றலை அப்பெண் உடல் ரீதியில் பெற்றுவிட்டாள் என்பதேயாகும். மருத்துவ அடிப்படையில் இவ்வளவே. சமூக அடிப்படையில் அந்நிகழ்வு பழங்காலந்தொட்டு பண்பாட்டின் ஒரு கூறாக கையாளப்பட்டு வந்துள்ளது.

ஒரு பெண்ணிற்கு ஏற்படும் முதலும், தொடக்கமுமான இந்நிகழ்வினைக் குறித்து சமூகம் சில செய்முறை விதிகளை உருவாக்கியுள்ளது. முதல் நிகழ்வு சடங்காகச் செய்யப்பட்ட போதும், பெண்ணின் வாழ்நாள் முழுவதும் கடைப்பிடிக்கப்பட வேண்டிய மருத்துவ முறையின் சாரம் கற்றுத்தரப்படுகிறது. இன்று வானொலி வழி நிகழ்ச்சியின் மூலமும், தொலைக்காட்சி மருத்துவப் போட்டிகள் மற்றும் செய்திகள் மூலமும், மருத்துவ மலர் — செய்திகள் மூலமும் கற்றுத்தரப்படும் மருத்துவக் கல்வி அன்றைய காலகட்டத்தில் சடங்குகள் என்ற நிகழ்வின் மூலம் மக்களுக்கு கற்றுத் தரப்பட்டது. கல்வித்துறை இன்று பிரமாண்டமாக வளர்ந்துள்ளது. எண்ணற்ற தனித்தனி துறைகள் இன்று தோன்றிவிட்டன. ஆனால் அன்று இலக்கியங்களும், சடங்குகளும், வாய்மொழி வழக்காறுகளும் தனது சமூகவளர்ச்சிக்கு ஏற்ப சாத்தியமான அறிவியல் கூறுகளைத் தன்னகத்தே கொண்டதாக விளங்கின என்பதை நாம் உள்வாங்கிக் கொள்ள வேண்டும். அப்போதுதான் சாதிய — வர்க்க சமூகத்தின் பழமை மரபுகளில் ஏற்றுக் கொள்ளத்தக்கது எது? மறுக்கத் தக்கது எது? என்று தீர்மானித்து அணுக முடியும். இல்லையேல் ஒட்டு மொத்தமாக உரக்கப் பாராட்டுதலும் அல்லது ஒட்டுமொத்தமாக எதிர்த்து வசை பாடுவதும் என்ற சமூகப் பொறுப்பற்ற அணுகுமுறையை மேற்கொண்டவர்களாகிவிடுவோம் என்பதை நாம் வலிந்து உணர்ந்து புரிந்துகொள்ள வேண்டும்.

உடற்கூறு அறிவியலின்படி பெண்ணின் உடலில் உருவான சினைமுட்டை உயிர் மறு உற்பத்திக்குக் காத்திருந்து, அக்கடமைக்குதான் பயன்படுத்தப்படாத நிலையில் சிதைந்து மாதத்தின் குறிப்பிட்ட நாளில் பெண்ணின் உடலிலிருந்து வெளியேற்றப்படுகிறது. அதன்போது இரத்த இழப்பு ஏற்பட்டும் உடலில் ரசாயன மாற்ற நிகழ்வுகள் ஏற்பட்டும் கடும் சோர்வுக்கு உள்ளாகிறாள். இந்நிலையில் பூப்பெய்திய பெண் தனித்த இடத்தில் பதினைந்து நாட்கள் இருத்தி வைக்கப்படுகிறாள். இளம் பெண்ணுக்கு பூப்பின்போது ஏற்படும் ரத்த இழப்பால் இடுப்புவலி, கால்வலி, மூட்டுவலி ஆகியவை ஏற்பட்டு பலவீனமான நிலையில் காணப்படுவாள். அக்காலத்தில் பெண்ணின் உடல் வலுப் பெற வேண்டியதற்குரிய முறைகள் சடங்குகள் வழி கடைப்பிடிக்கப் பட்டன. பூப்பெய்திய பெண்ணின் உடற் சோர்வை — களைப்பை போக்கும் மருத்துவங்களைச் செய்வதும் அதன் மூலம் இழந்த பலத்தைப் பெற்றுக் கொள்ளச் செய்வதும் அடிப்படை நோக்கமாகும். அந்த வகையில் பூப்புச் சடங்கின் ஓர் அம்சமாக முடக்கு அறுத்தான் மாலை அணிவிப்பு தாய்மாமனின் முக்கியச் சீராக இருக்கிறது. இந்தத் தாவரம் உடல் வலி, சோர்வு ஆகியவற்றைப் போக்கும் மருத்துவ குணமுடையது. முடக்கு (நோவு—வலி) அறுத்தான் என்று சொல்லப்படும் கொடியின் இலைகளைச் சாறாக்கி மேல்பூச்சு மருந்தாகப் பயன்படுத்துவதன் மூலம் மேற்கண்ட உடல் நலக்குறைவைப் போக்கிக் கொள்கின்றனர். முடக்கு அறுத்தான் மாலை அணிவிப்பு தோற்றத்தில் பண்பாட்டுக் கூறாக தென்பட்டாலும் அதன்வழி தமிழ் மருத்துவமுறை செயல்படுவதை நாம் தொகுத்துக்கொள்ள வேண்டும்.

மேலும், பூப்புப் பெண்ணின் உடல் வலுப்பெறும் வகையில் சுவையான சத்தான பல்வகை உணவுகளைக் கொடுத்து உடல் நலம் பேணுகின்றனர். உடல் கூறு மாற்றத்தால் விளையும் உளமாற்றம் மற்றும் சில காலம் தனித்து இருத்தப்படுவதால் ஏற்படும் சோர்விலிருந்து காக்க முதிய பெண்கள், தோழியர், உறவினர் ஆகியோர் அமர்ந்து விளையாடும் பல விளையாட்டுகளை விளையாடி, பாட்டுகள் பாடி களிப்பூட்டுகின்றனர். இதன் மூலம் உளச்சோர்வு போக்கப்படுகிறது. இவ்வாறு வாழ்க்கை வட்டச் சடங்குகள் சமூகக் கல்வியாகச் செயல்பட்டிருக்கின்றன.

சிறுமி என்ற நிலையைக் கடந்து பருவநிலையை எட்டும்போது அவளுக்குச் சடங்கு எனும் நிகழ்வின் வழி குடும்ப உறவுகள்

குறித்த புரிதல் ஆழமடையச் செய்ய உதவுகிறது. உறவுகளுக்குத் தரும் முக்கியத்துவம் முதல் பட்ச — இரண்டாம் பட்ச உறவுகள், அவற்றைக் கையாளும் முறைகள் குடும்பம் மற்றும் சமூகப் பொறுப்பு ஆகியன கற்றுத் தரப்படுகின்றன.

வாழ்க்கை வட்ட நிகழ்த்துதல்களில் 'சடங்கு' என்று சொல்லப்படும் பூப்பு, விழாவாக நடத்தப்படும்போது 'சடங்கு சுத்து' எனும் சிறப்புப் பெயருடன் அழைக்கப்படுகிறது. மேலும், பெரிய சடங்கு, மஞ்சள் நீராட்டு, தண்ணி ஊத்து என்ற பல பெயர்களும் உண்டு. வாழ்க்கை வட்டச் சடங்குகளில் 'சடங்கு' குறியீடானது பூப்புச் சடங்கினை குறிப்பதாகப் பெரிதும் பொருள் கொள்ளப்படுகிறது.

வாழ்க்கை வட்டச் சடங்குகளில் மகிழ்வின் அடையாளமாக வாழ்த்துக் குரலாக 'குலவை' இடப்படுகிறது. 'குலவை' எனும் மங்கலக் குரல் ஒலியுடன் பூப்புச் சடங்கு தொடங்கப்பட்டு, திருமணம் — சூல்வளைச் சடங்கு என்று அடுத்தடுத்து நிகழ்த்தப்பட்டு பின்னர் குழந்தைப் பிறப்பின் போதும் 'குலவை' ஒலி எழுப்பப்படுவது இச்சடங்குகளுக்கு இடையிலான இணைப்பையும் நிகழ்வு தொடர்ச்சியினையும் அறிய முடிகிறது.

இவ்வாறு பூப்பெய்திய பெண்ணை தனிமைப்படுத்தி குறிப்பிட்ட நாட்கள் வரையிலும் செய்யப்படும் சிறப்பு நிகழ்வுகளுக்குரிய அனைத்துச் செய்முறைகளுமே சடங்குகளாக கருதப்படுகின்றன. சடங்கு என்பது வாழ்வியல் நெறியாக ஒவ்வொரு குடும்பமும் பின்பற்ற வேண்டிய கட்டாய நடைமுறையாகக் கொள்ளப்படுகின்றன.

வாழ்க்கை வட்டச் சடங்குகளில் பெண்களே முதன்மைப் பங்கு வகிப்பவர்களாகவும், முழுமையான நிகழ்த்துனர்களாகவும் இருக்கின்றனர். இது தாய்வழிச் சமுதாயத்தின் கூறாகவும், இன்றைய மிச்சசொச்சங்களாகவும் நிகழ்ந்து வருகின்றன. தந்தை வழிச் சமுதாயமாக மாறிய பின்பு பெண்கள் அடிமைப் பொருளாகக் கொள்ளப்பட்டதை சடங்குகள் வழி அறிய முடிகிறது.

வளமைச் சடங்குகள் மூலம் சமூகம் பெண்களுக்குரிய இடத்தை அறிந்து பெருமைப்படுத்துவதாகத் தோற்றத்தில் இன்றும் நிகழ்கின்ற போதும் அதன் சொத்துடமை உள்ளடக்கத்தை காணாமலிருக்கக் கூடாது. ஆண்களுக்கு சொத்துரிமை வாரிசுகளை உருவாக்கித்தர

வேண்டும் என்ற கட்டாயத்தின்படி பெண்கள் கவுரவிக்கப் படுகின்றனர். அதே பெண்களுக்கு வளமைக்குறைபாட்டால் — உடலியல் குறைபாட்டால் குழந்தைப்பேறு நிகழாமல் போகும்போது மிகவும் கேவலமான நிலைக்குத் தள்ளப்படுகின்றனர். இருபால் உடலியல் கோளாறுகளைக் காண மறுத்துவிடுகின்றனர். ஆண்களிடம் உடலியல் கோளாறுகள் இருந்தபோதும் அதனை மூடி மறைத்து பெண்ணை 'மலடி' என்று இழிவுபடுத்தி சமூகத்தில் பயன்பாடற்றவள் என்று ஒதுக்கி வைத்து விடுகின்றனர். இச்சமூகம் ஆணாதிக்க சமூகமாக இருப்பதால் மலட்டுத் தன்மையுடைய ஓர் ஆணை 'மலடன்' என்று அழைக்க மறுக்கிறது. அப்படி அழைப்பதன் மூலம்தான் பெண்ணுரிமை பெறப்படும் என்பதல்ல, சமூக முரணை அம்பலப்படுத்தி அநீதிக்கெதிராக சமூகத்தை உசுப்பி விடுவதாக வழக்காறுகள் மாறவேண்டும் என்பதே நமது அணுகுமுறையின் நோக்கமாக இருக்க வேண்டும்.

வாழ்க்கை வட்டச் சடங்குகளில் பெண்களே முதன்மை பெற்றிருந்த போதிலும் ஆண்களே மதிக்கத்தக்க அந்தஸ்தைப் பெறுகிறார்கள். ஆண்களே குடும்பங்களில் சொத்துடைமையாளர்களாக ஆதிக்கம் பெற்றிருப்பதால், சடங்குகளில் பொருளாதார வளத்தை வெளிப்படுத்தும் தன்மைகள் ஆதிக்கம் பெறுகின்றன. ஆணாதிக்க சொத்துடைமைக்கூறுகளே குடும்பத்தில் சமூக மதிப்பினை நிர்ணயிக்கும் சக்தியாக மாற்றப்பட்டுள்ளது என்பதைச் சடங்கு நிகழ்வுகள் காட்டுகின்றன.

பூப்புப் பெண்ணுக்கும் திருமணமான பெண்ணுக்கும் நடத்தப் படும் சடங்குகள் உடல் நலனைப் பேணுதல் வகையில் குறித்த காலங்களில் பெண்கள் பின்பற்ற வேண்டிய உணவுமுறைகள் — நடைமுறைகள் ஆகியவற்றை எளிய அறிவியல் விளக்கங்களாகத் தந்த வழக்காறுகள் பழந்தமிழரின் அர்த்தமுள்ள பழக்கவழக்கங்கள் வாழ்வியல் அம்சங்களோடு இணைக்கப்படாமல் வெறும் சடங்குகள் என்ற சட்டகத்துக்குள் இன்று அடைக்கப்பட்டுள்ளன. ஆடம்பரவிழா நிகழ்வாக இன்று கையாளப்படுகின்றது. அவை தன் இயல்பிலிருந்து பிறழ்ந்து மூடநம்பிக்கைகள் மற்றும் சமஸ்கிருதமயமாக்கப்பட்ட சடங்குகளாக மாற்றப்பட்டுள்ளன. எதற்காகச் செய்கிறோம், அதன் முக்கியத்துவம் என்ன என்பது புரியாமல், முன்னோர் செய்த செய்முறைகளின் காரணம் அறியப்படாத நிலையில் வெற்று சடங்குகளாக மாறிவிட்டன. சமூக முரண்கள் கூர்மை அடைய அடைய போலியான சமூக

மதிப்பீடுகள் — சாதிய ஆதிக்க — பிறமொழியாதிக்க கூறுகள் சடங்குகளுக்குள் சேர்க்கப்பட்டுக் கிடக்கின்றன. இதனால் மேட்டிமைத்தனமிக்க சடங்குகளைச் செய்யத் தலைப்பட்டு கீழ்த்தட்டு சாதிகள் — வர்க்கங்கள் பெரும் பொருளாதாரச் சிக்கலுக்குள் விழுந்துவிடுகின்றன. இன்றும் பல குடும்பங்களில் சாதிய — சமூக அங்கீகாரத்தைப் பெற வட்டிக்கு கடன் பெற்று சடங்குகளை — விமரிசையாகச் செய்து வாழ்நாள் கடனாளியாக அவதிப்படுவதை நாம் காணமுடியும்.

தமிழ்ச் சமுதாயம் சாதிய — வர்க்க சமுதாயமாக இருப்பதால் அதனுள் இயங்கும் வழக்காறுகள் சமூக முரணையும் சேர்த்துப் பிரதிபலித்து செல்கின்றன. சமூகத்தின் பொருளியல் ஏற்றத்தாழ்வுகள் சமன் செய்யப்படுவது அரசியல் பொருளியல் அரங்கில் வர்க்கங்களுக்கு கிடையிலான போராட்டத்தினால்தான். ஆனால் அதைக் கடக்காத சமூகம் தன்னைத் தற்காலிகமாக பொருளியல் ரீதியில் சமன் செய்துகொள்ள விழையும் நடவடிக்கைகளின் ஓர் அம்சமே சீர் — சீதனங்கள் எனும் மக்கள் வழக்காறுகளாக நடைமுறையில் நிலவுகின்றன. இருப்பினும், இவை நச்சுவேரைக்கிள்ளி எறியாத வர்க்க சமரச நடவடிக்கையாக இருப்பதால், அது சுவற்றிலெறிந்த பந்துபோல திரும்பி வந்து தாக்கக்கூடியதாக, பண்பாட்டு வழி நிகழும் பொருளியல் சுமைக்கு மக்களை ஆட்படுத்திவிடுகிறது.

சடங்கு நிகழும் இல்லத்தில், சீர்செய்ய வந்த உறவுகளுக்கு உணவு அளிக்க இயலாத தாழ்ந்த பொருளியல் நிலை குறித்த ஒரு பாடல்:

> "......... ....
> மேற்கத்தி மாமனும் மேளமும் வந்திறங்க
> தெற்கத்தி மாமனும் தென்னலையும் வந்திறங்க
> ....
> கையெடுத்த கைகளுக்கு என்னென்ன சீதனமா
> நெத்திக்கு நீலோ நிறம்பாக்க கண்ணாடி
> இத்தனையும் குடுத்தவுக பட்டினியாய் போறாக
> ...."

ஏழைக் குடும்பங்களின் பொருளியல் தாழ்வை இப்பாடல் சுட்டுகிறதை நாம் காணமுடிகிறது.

அடுத்து,

".......... ....
தாலி கொண்டுவரும் தாய்மாமன் கொடை வருது
....
கைக்கு கணையாழி காலுக்கு பாதரசம்
....
காடு நெறஞ்சிருக்கும் கருப்பாடு சீதனங்க
வீடு நெறஞ்சிருக்கும் வெள்ளாடு சீதனங்க.
...."

இந்தப்பாடல் தாய்மாமன் சீதனம் பற்றிக் கூறுகிறது. பொருளியல் வாழ்வுக்கு உதவும் வெள்ளாடுகளைத் தந்து அவற்றின் இனப்பெருக்கம் மூலம் வாழ்க்கையை நடத்த உதவும் சிறு மூலதனமாக தந்திருப்பது கவனிக்கத்தக்கதாகும். ஆனால் காலப்போக்கில் சாதிய — வர்க்கக் கொடு நீதிகளால் தாழ்த்தப்பட்ட மக்கள் பொருளியல் ஏற்றம் பெறுவதைத் தடுக்கும் வகையிலும் — நிலவுடைமைக் கட்டுப்பாட்டிலிருந்து விடுவித்துக் கொள்ளாமல் தடுத்து நிறுத்தும் வகையிலும் வெள்ளாடுகளை வளர்க்கக் கூடாது என்று மேல் சாதிய சட்டம் இயற்றி தாழ்த்தப்பட்ட மக்கள் நிர்ப்பந்திக்கப்பட்டனர். சடங்குப் பாடல்களில் கூட வெள்ளாட்டுச் சீதனம் என்பதற்கு மாறாக செம்மறியாட்டுச் சீதனம் தரப்படுவதாக ஆதிக்க சாதிக் கருத்தியல்கள் திணிக்கப்பட்டன. இது சமூக வரலாற்று உண்மையாகும். இத்தகைய நிலைகளைக் கண்டறிய நாட்டுப்புற வழக்காறுகள் அடிப்படை ஆதரங்களாக இருந்து வருகின்றன.

அடித்தட்டு மக்கள் நிலமின்றியும், இருக்க குடிசையின்றியும் அடிப்படைத் தேவைகளின்றியும் அல்லலுறுவதை சடங்குப்பாடல்கள் நமக்கு சொல்கின்றன.

".......... ....
நா முருங்கை மிளாரை வெட்டி
நா பாவி மேட்டுமேலே வீடுகட்டி
....
நா கருவை மிளாரை வெட்டி
கட்டிடமும் உண்டு பண்ணி
...."

இவ்வாறு நடைமுறைக்கு ஒவ்வாத முறைகளைச் சொல்லி ஒரு பெண் தனது ஒப்பாரிப்பாடல்களில் எதிர்மறையாக தனது அவலத்தைத் தெரிவிக்கிறாள். மேலும், கணவன் இறந்த பின்பு கணவனது வீட்டாரால் தாம் புறக்கணிக்கப்படும் அவலம், இந்நிலையில் சமூகம் தனக்கு உதவிக் கரம் நீட்டும் என்ற நம்பிக்கை, பெண் ஒவ்வொரு கட்டத்திலும் ஆணுக்குக் கட்டுப்பட்டவள் என்பதைப் புரியாமல் புரிந்துகொண்டு அண்ணனைக் கெஞ்சும் குரல் ஆகியன நம் செவிப்பறைகளைத் தாக்குகின்றன.

நாட்டுப்புற வழக்காறுகளில் வர்க்க முரணைச்சொல்லும் பாடல்கள் ஏராளம் உள்ளன. அதுபோல, சாதிய முரண் வெளிப்படும் வகைகளையும் அவற்றை மக்கள் எதிர்கொள்ளும் முறை குறித்தும் சமூகத்தில் இச்சிக்கலைத் தீர்க்க அக்கறை கொண்டுள்ளவர்கள் அணுக வேண்டியன குறித்தும் நாம் ஆய்வது அத்தியாவசியமானதாகும்.

சாதியக் கருத்துகளை, பார்வைகளை மக்கள் எவ்வாறு பிரதிபலிக்கின்றனர் என்பதைப் பாடல்கள் வழி அறிய முடிகிறது:

"
....
சாதிகெட்ட அத்த மவன்
சக்கிலிச்சிய கையழச்சான்

....
கூறுகெட்ட அத்த மவன்
குறும்பச்சிய கையழச்சான்
...."

இன்னொரு பாடல்:

"
....
சிங்கினித் தட்டுக்கும் குங்குமப் பொட்டுக்கும்
எந் தங்கய குடுக்கனு முன்னுருந்தோம் - இந்த
கூடக் கம்பு வெட்ட வந்த குறவருக்கு பாவியானா

பதக்கு அரிசிக்கும் பாலுபழம் தேங்காய்க்கும்
எந் தங்கய பதிக்கனுமின்னுருந்தோம் - இந்த
பட்ட குச்சி வெட்ட வந்த பறையருக்கே - பாவியானா"

என்று கூறுகிறது. மேற்குறித்த இரு பாடல்களும் தாழ்த்தப்பட்ட மக்கள் பிரிவுகளுக்குள்ளே சாதிய மறுப்புத் திருமணங்களை மறுக்கும் மனநிலையை வெளிப்படுத்துகின்றன.

இதன் மூலம் தாழ்த்தப்பட்ட மக்கள் மேல் சாதியக் கருத்தாக்கங்களுக்குப் பலியாகியுள்ள நிலையைக் காண முடிகிறது. மேலும் தம் சாதிக்குள்ளே வர்க்க ஏற்றம் பெற்ற — பொருளாதார ஏற்றம் பெற்றவர்க்குப் பெண் கொடுக்க விரும்புவதையும் காணலாம்.

மேலுமொரு பாடல்:

"......... ....
குருணி பணம் கொடுத்து எங்க தங்கய
கொடுக்கலா முன்னுருந்தோம் - இந்த
கூடக் கம்பு வெட்ட வந்த
குறவருக்கு சம்மதுச்சோம்
....
பதக்கு பணம் கொடுத்து எங்க தங்கய
பதிக்கலா முன்னுருந்தோம்
பாடை கம்பு வெட்ட வந்த
பறையருக்கு சம்மதுச்சோம்
...."

நடைமுறை எதார்த்தத்தில் தாழ்த்தப்பட்ட மக்களிடையே சாதிய மறுப்புத் திருமணங்களை மறுக்கும் ஏற்கும் இருபோக்குகளும் வெளிப்படுவதை அறிய முடிகிறது. இவ்வாறு பழந்தமிழ்ச் சாதிகளில் ஒன்றான பறையர் பிரிவுக்குள் ஒன்றுக்கொன்று நேர் எதிரான போக்குகள் செயல்படுவதை உணர்த்துகிறது. இதில் சமூக வளர்ச்சிக்கு அடிகோலும் சாதிய மறுப்புப்போக்கே இறுதியில் சமூகத்தில் நிலைக்கும். வெல்லும். அதற்கு தனி மனிதனும் சமூகமும் கொடுக்கும் விலை அளவிடற்கரிது.

தாழ்த்தப்பட்ட மக்களிடையே மேல்சாதிய மயக்கம் மிகுந்து காணப்படும் நிலையை இன்னொரு பாடல் வழி காணலாம்:

"......... ....
வாழ்த்துங்க வாழ்த்துங்க வண்ண முகரிக்கு
பாப்பார வம்சங்க இங்கெங்க வாச்சதென்ன

வாழ எலபோல வயிறெ சிறுத்த தங்கம்
குருத்தோல்போல கொடலே சிறுத்த தங்கம்
....
பாத்ததுமே என் தம்பி மயங்கியே நின்னானே
பாசமுடன் மணக்க பதுங்கியே நின்னானே"

இப்பாடல் அப்பட்டமாக மேல்சாதிய மயக்கத்தினை வெளிப்படுத்துகிறது. பெண்களின் அழகு பற்றிய ஆதிக்கவர்க்க — சாதிகளின் கருத்துகள் அடிப்படை மக்களிடம் திணிக்கப்பட்டதன் வெளிப்பாடுகள் இவை.

ஒன்றுக்கொன்று நேர் எதிரான சாதிய நலன்கள் மற்றும் வர்க்க நலன்களைக் கொண்ட சமுதாயம் குறித்த பார்வை தாழ்த்தப்பட்ட மக்களுக்கு அளிக்கப்படாமலும் சென்று சேராமலும் இருப்பதை இது காட்டுகிறது. சாதிய இருப்புக்கே மேல் சாதிய ஆதிக்கச் சக்திகள்தான் காரணம் என்பதை அறிவியல் ரீதியில் உணராததால் அத்தகைய மேல்சாதியமாக தாமே மாறவிரும்பும் சமூக முரணுக்குள் தாழ்த்தப்பட்ட மக்கள் சிக்கிவிடுகின்றனர். இது ஒருவகையில் மேல் சாதிய ஆதிக்கத்தை விரும்பியும் விரும்பாமலும் மீண்டும் மீண்டும் உயிர்ப்பிக்க வழிவகுத்துவிடுகின்றன. வெட்டவெட்ட தழைக்கும் இந் நச்சு மரத்தின் பலமும் பலவீனமும் எங்கு தங்கியுள்ளது என்பதை வழக்காறுகள் மக்களுக்கு அடையாளம் காட்ட வேண்டும்.

இவ்விடத்தில்தான் வழக்காறுகள் தமது புதிய சமூகக் கடமையாற்ற அழைக்கப்படுகின்றன. பழைய வழக்காறுகள் அன்றைய தேவைக் கருதி இயங்கினாற் போன்று சமூகத்தில் இன்றைய புதிய தேவைகளை உள்ளடக்கியதாக வழக்காறுகள் மாற்றம் பெற வேண்டும். அவை மக்களைத் தாழ்த்தி ஆதிக்கம் செய்து கொண்டிருக்கும் சக்திகளை, தத்தம் சாதியக்குழுக்களுக்குள்ளே மறைந்துகொண்டு ஆதிக்கம் செலுத்தி வரும் சக்திகளைத் தனித்து மக்களுக்கு அடையாளப்படுத்தவேண்டும். எல்லா சாதியக் குழுக்களுக்குள்ளும் அடிமைப்பட்டுக்கிடக்கும் மக்களுடன் சமூகரீதியான ஒன்றிணைவை சுவாசக்காற்று போலகொண்டு செல்ல உயிரோட்டமுள்ள ஊடகத்தை வழக்காறுகள் பற்றிக்கொள்ள வேண்டும்.

பழந்தமிழரின் சமூக ஒழுங்குமுறை, நடத்தைகள் அனைத்தையும் உள்ளடக்கிய நாட்டுப்புற வழக்காறுகள் என்றால் அவற்றை உறுதி

செய்து மக்களிடையே இயங்கவிடுவதில் வாழ்க்கை வட்டச் சடங்குகள் குறிப்பான பங்கை வகிக்கின்றன. இவை ஒவ்வொரு சாதிய சமூகப் பழக்க வழக்கங்களுக்குள் எவ்வாறு செயல்படுகின்றன மாறுபடுகின்றன ஒன்றிணைகின்றன என்பதையும், அவற்றில் தமிழ்ச் சமூகத்தின் பொதுவான பண்பாட்டுக் கூறுகள் எவ்வாறு ஆளுமை பெறுகின்றன என்பதையும் கண்டறிந்து அதன் பலத்தில் மக்களிடம் நிலவும் சாதிய உணர்வைக் களைய தமிழ்த் தேசிய ஓர்மையை உருவாக்க வேண்டும். தமிழ் மண்ணின் மரபிற்கு வழக்காறுகள் புதிதாக ஆற்றவேண்டிய கடமையும் இதுவே.

•●•

நிகழ் கலை

தமிழக நாட்டார் கலைகள்/ மலையின மக்கள் நிகழ் கலைகள்

முனைவர் கே. ஏ. குணசேகரன்

முன்னுரை

தமிழகத்தின் நாட்டார் கலைகள் மற்றும் மலையின மக்கள் நிகழ்த்து கலைகள் குறித்து ஒருங்கிணைந்த பார்வையில் படித்தறியத்தக்க வகையிலான நூல் பிற மாநிலங்களில் வெளிவந்த அளவுக்கு தமிழில் வராமல் உள்ளது ஒரு குறையாகவே உள்ளது. தமிழகத்தின் நாட்டார் கலைகள் மற்றும் மலையின மக்கள் நிகழ்கலைகள் சமூக ஊடாட்ட சித்திரிப்புக் கொண்டவையாய் விளங்குகின்றன.

- சாதிக்கேற்ப சமூகச் சித்திரிப்பு முறைமை
- காலத்துக்கேற்ப சமூக முரண் சித்திரிப்பு முறைமை
- இடத்துக்கேற்ப சமூக முரண் சித்திரிப்பு முறைமை
- சடங்கு முறைக்கேற்ப சமூக ஊடாட்ட சித்திரிப்பு முறைமை
- கதைப் பாடல்களுக்கேற்ப சமூக முரண் சித்திரிப்பு முறைமை
- பாத்திரங்களின் சித்திரிப்புகளில் சமூக முரண் முறைமை
- உடல் மொழிவழி சமூக சித்திரிப்பு முறைமை
- மொழி வழியே சமூக முரண் சித்தரிப்பு முறைமை

- பார்வையாளர்களுக் கேற்ப சமூக முரண் சித்திரிப்பு முறைமை
- பாலியல் நோக்கில் சமூக முரண் சித்திரிப்பு முறைமை*

எனும் பல்வேறு முறைமைகளில் உடனடி விளைவுகளை வெளிப்படுத்தும் தளர்ந்த (சுதந்திர) நிலையினைக்கொண்டு நமது மண்ணின் நிகழ்கலைகள் திகழ்கின்றன. இக்கட்டுரையில் வடிவங்கள், வகைகள், தன்மைகள், இன்றைய நிலை மாற்றங்கள் எனும் முறைமையில் நமது மண்ணின் நிகழ்கலைகளை அறியலாம்.

வடிவங்கள்

மண்ணின் நிகழ் கலைகள் மக்களின் வாழ்வியல் நிலைகளுக்கேற்ப வடிவம் கொள்கின்றன. குழுமநிலை வாழ்வில் (community life) நிகழ்கலைகள் யாவும் தொடக்க நிலைகளில் வட்ட வடிவத்தன்மை (round Dence) கொண்டவைகளாக உள்ளன. கால வளர்ச்சியில் நேர்க்கோட்டுத் தன்மை (line dance) கொண்டவையாய் உருப்பெற்றுள்ளன. நேர்க்கோட்டுத் தன்மை என்பது இணை கோடு, குறுக்குக் கோடு, பின்னல் தன்மை, சாய் கோடு போன்றவைகளை (x - = II) உள்ளடக்கியதாகும்.

கும்மி ஆட்டம் - வட்ட வடிவம்

ஓயிலாட்டம் - நேர்க்கோட்டு வடிவம்

எனும்படி இருநிலை வடிவங்களில் உலகிலுள்ள அனைத்து மண்ணின் நிகழ்கலைகள் யாவும் அமைகின்றன. இந்த இரு வடிவங்களில் அடங்காதவை கூத்து வடிவம் எனும் தன்மையைப் பெற்றவையாக அமையும்.

ஆட்டம், கூத்து, நாடகம் எனும் முறைமையில் நமது மண்ணின் நிகழ்கலைகள் வளர்ந்துள்ளன. எனினும், வட்டம், நேர்க்கோடு எனும் வடிவங்களே ஆதாரங்களாக உள்ளன. நிகழ் கலைகளான ஆட்டம், கூத்து, நாடகம் என்பவை நாட்டுப்புற மக்களிடமும், மலையின மக்களிடமும் இனச்சார்புக் கலைகளாகவே உருப்பெற்று வளர்ச்சி கொண்டுள்ளன. சமூக வளர்ச்சிப் படிநிலைகளில் மண்ணில் நிகழ்கலைகள் பல்வேறு வகைகளாக வளர்ச்சி

(* தமிழக நாட்டுப்புற நிகழ்கலைகள், பல்கலைக்கழக மானியக் குழுவின் நூலாக்க கூட்டம், 1994-96 புதுவைப் பல்கலைக்கழகம், புதுவை. கே.ஏ.குணசேகரன்)

பெற்றுள்ளன. ஆட்டத்தின் வடிவம் பற்றிய ஆய்வுகள் குறியீட்டியல், குறியியல், அமைப்பியல் போன்ற அணுகுமுறைகளைக்கொண்டு செய்யப்படுகின்றன. எனினும், தமிழக மண்ணின் நிகழ்கலைகள் வெவ்வேறு நோக்கங்களுக்காக வகைப்படுத்தி விளக்கமுறை ஆய்வில் தமிழருக்கும் பலருக்கும் அறிமுகம் செய்யவேண்டிய தேவை அடித்தட்டு மக்கள் நிலைப்பார்வையில் செய்ய வேண்டியது மிகுந்த தேவையாக உள்ளது.

வகை

மண்ணின் நிகழ் கலைகள் அனைத்தையும் உழைக்கும் மக்களின் உழைப்புத் தன்மைகளோடு கவனிக்கத் தவறக்கூடாது. உழைப்புத் தன்மைகளே வகைப்பாடுகளுக்கும் வகையளிக்கின்றன.

உழைக்கும் மக்கள் கலைவகையை அவற்றின் உள்ளடக்கத்தை கொண்டும், உழைப்புத் தொடர்புகள் கொண்டும் பங்கேற்பாளர், பார்வையாளர்கள் தன்மைகள் கொண்டும் வகைப்படுத்தலாம்.

அரங்கத்தன்மை கொண்டவை	- அற்றவை
கதை சொல்லுதல் தன்மை கொண்டவை	- அற்றவை
பாத்திரங்கள் உடையவை	அற்றவை
ஆட்டக்கூறுகள் (அடவுகள்) கொண்டவை	- அற்றவை
பாட்டுகள் உள்ளவை	- அற்றவை
இசைவகைகள் (ஓரியல்பு, பல்லியல் தன்மை) உள்ளவை	- அற்றவை
இனச்சார்பு கொண்டவை	- அற்றவை
உடை ஒப்பனை உள்ளவை	- அற்றவை
சமயத்தன்மை கொண்டவை	- அற்றவை
முகமூடிக்கலை (mosk) உள்ளவை	- அற்றவை
ஆண்பெண் இணைவு கொண்டவை	- அற்றவை
இசைக்கருவிகள் கொண்டவை	- அற்றவை
அண்ணாவி (ஆசிரியர்) அல்லது குருதன்மை கொண்டவை	- அற்றவை

பிரதி (Script) கொண்டவை - அற்றவை

தொழில் (professional) மயமானவை - சடங்கு முறை கொண்டவை

குழும நிலை கொண்டவை - தனிநபர் கொண்டவை

'உலக ஆட்டத்தின் வரலாறு' என்ற நூலை எழுதிய கர்ட்சாக்ஸ் (Curt Sachs) பறவைகளின் ஆட்டம் பற்றி விதி பிரித்துரைக்கும்போது வரையறுக்கும் வகைப்பாடு மனித குல ஆட்டங்களுக்கும் பொருந்துமாறு உள்ளது. குழும நிலை ஆட்டக்கலை, தனிநபர் ஆட்டக்கலை எனத் தனித்த வகையோடு அணுகவேண்டியதும் அவசியமாயுள்ளது.

ஆட்டங்கள்

காவடி ஆட்டம்
ஆவி நடனம்
மரக்கால் ஆட்டம்
புலி ஆட்டம் (கடுவா ஆட்டம்)
கரகாட்டம்
சிலாக்குத்தி ஆட்டம்
தீச்சட்டி ஆட்டம்
கோலாட்டம்
மாடுபிடி ஆட்டம்
ஒயிலாட்டம்
மந்தி ஆட்டம்
செட்டியார் செட்டிச்சி பொம்மை நடனம்
கரடியாட்டம்
சாமியாட்டம்
கும்மியாட்டம்
ஒயில் கும்மியாட்டம்
சிலம்பாட்டம்
பொய்க்கால் குதிரையாட்டம்

ஜிக் ஆட்டம்
பெரிய மேள ஆட்டம்
தப்பாட்டம்
மாரடிப்பு ஆட்டம்
தேவராட்டம்
சேவையாட்டம்

மலையின மக்கள் ஆட்டங்கள்

கொடைக்கானல் பளியர் புலையர்
ஆடும் ஆட்டங்கள்
கும்மி ஆட்டம்
சாமியாட்டம்
மத்தாவி ஆட்டம்
கைக்கோர்வை ஆட்டம்

நீலகிரி மலையின மக்கள் ஆட்டங்கள்

கால்கூடும் ஆட்டம்
திருகனாட்
பிப்லாட்
கொய்னாட்

இருளர் ஆடும் ஆட்டம்

அரக் கொலெ ஆட்ட(ம்)
பேய் ஆட்டம்

கூத்துகள்

* கருப்பாயி கூத்து அல்லது மூளிப்பறச்சி கூத்து
* குறவன் குறத்தி ஆட்டம்
* ராசா ராணி ஆட்டம் தெருக்கூத்து

* கணியான் கூத்து (சுடலைமாடன் கதை) மீனாட்சி கல்யாணம்
* நார்த்தேவன் குடிகாடு கூத்து
* பேயாட்டம்
* காமன் எரிப்பு ஆட்டம் (கூத்து)
* தோற்பாவை நிழற்கூத்து
* பகல் வேசம்
* பள்ளுக்கூத்து
* பொம்மலாட்டம்
* குருவிக்காரன் கூத்து
* காளி வழிபாட்டுக் கூத்து
* அன்னக்கொடி விழாகூத்து
* குரும்பர் கூத்து அல்லது சேர்வையாட்டம்
* பொன்னர் சங்கர் விழாக்கூத்து
* கழுவேற்ற விழாக் கூத்து
* வண்ணாத்தி கூத்து
* தெக்கத்தி வெள்ளையம்மா கூத்து (நாட்டுப்புற மண்ணும் மக்களும், ப. 98)
* கட்டபொம்மு கூத்து

ஆட்டத்தைப் புரிந்துகொள்ள முயல்பவர்கள் ஆடுபவர்களையும் சேர்த்தே அறிந்து கொள்ள வேண்டியது இன்றியமையாததாகிறது. (ஆட்டமும், அமைப்பும், சுதானந்தா, ப.13). தமிழக மலையின மக்கள் ஆட்டத்தில் குறிப்பாக இருளர்கள், இயல்புநிலை உடை, ஒப்பனையிலேயே ஆடுகின்றனர். பெண்கள் ஆண்களைப் போல கைகளை உயரத் தூக்கி ஆடுவதில்லை. பெண்கள் தம்

(* ஆட்டம் என்பது கதை, வசனம், பாடல், பாத்திரம், வேடம் எனும் கூறுகள் கொண்டது. இதனைக் கூத்து எனல் வேண்டும். ஆட்டத்திலிருந்து கூத்து வளர்ந்துள்ளது எனினும் கூத்தினை ஆட்டம் என்றே கூறுகின்றனர். தெருக்கூத்து கலைஞர்கள் கூத்தினை நாடகம் என்றே செய்யாறு புதுவை பகுதிகளில் கூறுகின்றனர். கூத்து என்ற சொல் சமூக மதிப்பு குறைவாக இருப்பதால் (கூத்தாடிக்காரனாக) கூத்தினை நாடகம் என்றே மதிப்புக் கருதி குறிப்பிடுகின்றனர்.)

மார்புக்கு நேராயும், இடப்புறத்தேயும் வலப்புறத்தேயும் கைகளை அசைத்து ஆடும்போது கைவிரல்களைப் பொத்தியும் விரித்தும் ஆடுவது வழக்கமாகும். வயது முதிர்ந்த பெண்கள் சேலையை மார்பகங்களுக்கு மேல் கட்டிச் சட்டையணியாமல் ஆடுகின்றனர். இருளர்கள் ஆடும் ஆட்டத்தில் பார்வையாளர்கள் என்றும், ஆட்டக் கலைஞர்கள் என்றும் வளர்ந்த நிலை காணப்படவில்லை. நீலகிரி மலையின மக்களாடும் ஆட்டங்கள் பலவற்றில் (கோத்தர் இனம் நீங்கலாக) பார்வையாளர்கள் எனும் பிரிவினர் வளராத நிலை உள்ளது. இரசனை முறை தேவை வளர வளர உடை, ஒப்பனை, கதை, பாத்திரம், அரங்கு எனும் படியான கூறுகள் வளர வாய்ப்புண்டு. (நாட்டுப்புற மண்ணும் மக்களும், டாக்டர் கே.ஏ. குணசேகரன், ப. 45)

அரங்கத்தன்மை கொண்டவையாக கூத்துகள் உள்ளனவே அன்று ஆட்டங்கள் மிகவும் குறைவு. நாட்டார் நிகழ்கலைகளில் இக்கட்டுரையில் சுட்டியுள்ள காவடியாட்டம் தொடங்கி தேவராட்டம் சேவையாட்டம்வரை உள்ள ஆட்டங்கள் அரங்கத்தன்மையற்றவை (Drama Sthiyar). தேவராட்டம், சேவையாட்டம், ஒயிலாட்டம், ஒயில் கும்மி ஆட்டம் போன்றவை ஆண்களாலும், குழுமநிலை ஆட்டங்கள் மக்கள் கடும் மந்தை அல்லது சாமி குடியுள்ள கோயில் தளம் போன்ற இடங்களில் அரங்கத்தன்மை கொண்டதாக அமைத்துக்கொள்கின்றனர். இவ்வாறான அரங்கத்தன்மை வளர்ச்சி என்பது நாட்டுப்புற நிகழ்கலைகளில் ஒன்றான ஆட்ட வகைக்கு அண்மைக்காலமே தொடக்க நிலையாக உள்ளது. ஊடகத் தாக்கம், பெருந் தெய்வநிலை மேலாக்க நிலை ஆக்கம், இடைநிலைச் சாதியினரின் மேலாதிக்க சாதியப் படிநிலை நோக்ய வளர்ச்சி, விவசாயத்தில் இயந்திரத் தன்மை பொருந்தியதன் வளர்ச்சி போன்ற சமூகக் காரணிகள் ஆட்டக்கலைக்கான வளர்ச்சிக்குக் காரணமாக அமைகின்றன.

கதை சொல்லுதல் என்பது மொழியாலும், உடல் மொழியாலும் நிகழ்வதைக் கூறலாம். இங்கு மொழிவழிக் கதை சொல்லுதல் குறித்தறியலாம். முகமூடிக்கலை கொண்ட ஆவி நடனம், மயிலாட்டம் மந்தியாட்டம், கரடியாட்டம் போன்றவற்றில் மொழிவழிக்கதை கூறுதல் இரா. மாறாக, உடல் மொழி அதிகம் உண்டு. தீச்சட்டி ஆட்டம். சாமியாட்டம் போன்றவற்றில் சாமியேறியவர் (பாத்திரம்) வழிபடுபவர் எனும் இருவர் பேச்சாடல் நிகழும். இங்கு ஒருவர் (சாமி) கதை சொல்ல பிறர் கதை கேட்பவராக அமைவர். பெரிய

மேளம், தப்பாட்டம், பொய்க்கால் குதிரை ஆட்டம் போன்றவற்றில் கதை கூறுதல் இல்லை. கும்மி ஆட்டம், ஒயிலாட்டம், ஒயில் கும்மியாட்டம் போன்ற நிகழ் கலைகளில் கதை சொல்லுதல் உண்டு. குழுவினரின் பாடல் வழிக் கதை சொல்லுதல் நிகழும்.

'மாரீசன் மானாகினான் - சீதையைத் தேடி
வனத்தில் குதித் தோடினான்'

எனக் கதை கூறும் போக்கில் ஒருவரோ, குழுவினரோ முன்பாட்டாளர் பின்பாட்டாளர் எனும் அடிப்படையில் கதை கூறுதல் நிகழும். நாட்டார்/ மலையின நிகழ்கலைகளில் ஆட்டங்களை விடக் கூத்துகளில் நாடகங்களில் கதை கூறுதல் என்பது பல்வேறு பாத்திரங்கள் வழி நகர்த்தி செல்வதுபோல ஆட்டங்களில் பெரும்பாலும் பாத்திரங்கள், அசைவுகள் (Movements), உடை ஒப்பனைகள், உடல் மொழி ஆகியவை வழி கூறுவது அல்லது நிகழ்த்தப்படுவது குறைவாகும். வேட்டைச் சமூக காலத்தில் உணவு கிடைத்த மகிழ்ச்சியில் குடித்துவிட்டுக் கொண்டாடுதல் நிலையிருந்தது. கதை கூறும் மொழி வளர்ச்சி, கதை கூறும் பாணி, போன்ற முறைமையான கலைத்திறன் வளராத தொடக்கத்தில் குரவை, மலையினக் கும்மி போன்றவற்றில் கதை கூறுதல் எனும் கூறு வளர்ச்சி பெறவில்லை.*

கோயம்புத்தூர் மாவட்டத்தில் விளங்கும் ஜிக் ஆட்டத்திலும் தஞ்சையிலும், வாடிப்பட்டியிலும் ஆடும் தப்பாட்டத்திலும் பாத்திரங்கள் எனும் நிலை இல்லை. மலையின மக்களின் குழும நிலை ஆட்டங்கள் பலவற்றில் (காண்க இக்கட்டுரையின் நீலகிரி மலையின மக்கள் நிகழ்கலைகள்) பாத்திரங்கள் கிடையாத நிலை உள்ளது.

ஆட்டக்கூறுகள் அல்லது அடவுகள் (step movements) என்பவை மண்ணின் நிகழ்கலைகள் பலவற்றில் வளர்ச்சி எய்திய நிலையில் காண்பது குறைவு. மரக்கால் ஆட்டம், புலி ஆட்டம், உடல் முழுவதும் கூண்டு வடிவ (mask)த்துள் வைத்து ஆடும் ஆவி (அசைவு) நடனம், சிலாக்குத்தி ஆட்டம், தீச்சட்டி ஆட்டம்

---

* (Kali 108 refers to a Kuravai performed by the Ayar girls in the man run which is strewn with manure... P.238.

... The dance of the hunters who dance Kuravai with their relatives to the beat of the tontakapparai after drinking well - fermented liquor... P.237.

Drama in Ancient Tamil society, K. Sivathambi, N.C.B.H., Chennai., Ist Edi. 1981.

போன்றவற்றில் அடவுகள் முறைமைத் தன்மையில் அறிந்து செயல்படுத்தப்படுவதில்லை. மாறாக, ஒயிலாட்டம், தேவராட்டம், சேவையாட்டம் ஆகியவற்றில் குத்தடவு, எத்தடவு, நின்றாடல், அமர்ந்தாடல், வீழ்ந்தாடல், சுழன்றாடல், காலடி வைப்பு முறை, கை அசைவு முறை, உடல் அசைவுமுறை போன்றவற்றை நுட்பமாகக் கண்டு வகைப்படுத்தலாம். பிற நிகழ்கலை வடிவங்களோடு ஒப்பிட்டறியலாம். உடலியக்கத் தொகுதிகள் மையக்கூறுகளுடனும் துணைக் கூறுகளுடனும் இணைந்து முழுமையான ஆட்டமாக வடிவம் பெறும் தன்மைகளை ஆட்ட அடவு முறைகளுடன் இசை, பாடல், ஒருங்கிணைவு முறை ஆகிய கலைநுட்ப ஆய்வுகள் நிகழ்த்த வாய்ப்புண்டு. ஆட்டத்தின் உட்பொருள், ஆட்டம் வெளிப்படுத்தும் நுட்பப் பொருள், ஆட்டப் பொருண்மை வெளிப்பாடு ஆட்டம் ஆகியவை ஆட்டக்கூறுகள் அல்லது அடவு முறைகள் ஆட்ட அசைவு முறைகள்/உடலியக்கத் தன்மைகள் எனக் கண்டறிய இடமுண்டு.

கரகாட்டம் அமைதி நிலை, வேகநிலை, அதிவேக நிலை, சுழற்சி (கிரிக்கி) நிலை எனும் ஆட்டமுறைமைகளை கொண்டுள்ளது. ஒன்னாங் காலம், 2 ஆம் காலம், 3 ஆம் காலம் என 5 அல்லது 6 காலம்வரை (காலப் பரிமாணம்) துரிதநிலைத் தாள வேறுபாடுகளின் அடிநிலையில் கணக்கிட்டு ஆடுவர். (அம்மச்சிவயது — 68, விராமதி, சிவகங்கை 21.7.98) கும்மி ஆட்டத்தில் வலக்கால் முன்வைப்பு இடக்கால் பக்கவாட்டில் நகர்த்தல், இடம், வலம் — நகர்த்தல் என அடவுகள் வழி அறியலாம். அடவுகள் வடிவங்களையும் வகைகளையும் தீர்மானிக்கத் துணை செய்யும்.

வில்லுப்பாட்டுகள், தெம்மாங்குப் பாடல்கள், லாவணி உடுக்கைப் பாட்டு, சடங்கு முறைப் பாடல்கள், மழை வேண்டும் பாடல், ஏசல் பாட்டு, கும்மிப்பாட்டு, ஒப்பாரிப்பாட்டு, தாலாட்டுப் பாட்டு, சிந்துப்பாடல்கள், விளையாட்டுப் பாடல்கள், கண்ணி எனும்படியான பல்வேறு வகைப்பாடல்கள் நாட்டார் நிகழ்கலை/ மலையின மக்கள் பாடல்களில் இடம்பெறுவது இயல்பு. ஆட்டங்களிலும், கூத்துகளிலும் பாட்டுகள் உள்ளன. பாட்டுகள் வழி கதை கூறுதல் நடைபெறுவதைக் கூத்துகளில் அறியலாம்.

    அய்யா வந்தன முன்னா வந்தனம்
    வந்த சனங்கள்ளாம் குந்தணும்
    பிச்சி மலரெடுத்து பிள்ளையாரைக் கும்பிட்டோம்
    அல்லி மலரெடுத்து அத்தனை பேரையும் கும்பிட்டோம்

எனும் பாடல் — கரகாட்டம் — குறவன் குறத்தி ஆட்டம் போன்றவைகளில் தவறாது இடம்பெறுகின்றது. (காண்க — நாட்டுப்புற இசைக்கலை, கே.ஏ. குணசேகரன், வைரம் பதிப்பகம், கீரனூர், புதுக்கோட்டை மாவட்டம்) காமன் எரிப்பு கூத்து, பேயாட்டம் போன்ற கூத்துகளில் ஓரியல்புத்தன்மை கொண்ட பாடல் — இசை அமையும். பாத்திரங்கள் பங்கேற்கும் கூத்துகளில் உணர்வு முரண் மாற்றம், கதைச்சூழல் ஆகியவற்றுக்கேற்ப பாடல் வகை இசை வேறுபட்டு அமையக் காணலாம்.

இனச்சார்பு அல்லது சாதியச்சார்பு கொண்டவையாக நமது நாட்டார் நிகழ்கலைகளும், மலையின மக்கள் நிகழ்கலைகளும் உள்ளன. ஆய்வாளர்கள் இன்னும் சாதியப் பார்வையில் ஆய்வுகளை மேற்கொள்ளுவதில் தயக்கம் காட்டுகின்றனர்.

மூளிப்பறச்சி கூத்து	- பறையர்
பள்ளுக்கூத்து	- பள்ளர்
தெருக்கூத்து	- வன்னியர் / பறையர்
தேவராட்டம்/சேவையாட்டம்	- நாயக்கர்
ஒயிலாட்டம் ஒயில் கும்மி ஆட்டம்	- கள்ளர்/பள்ளர்/நாயக்கர்
கணியான் கூத்து	- கணியான்
குறவன் குறத்தி ஆட்டம்	- பறையர்
ராசா ராணி ஆட்டம்	- பறையர்
நார்த் தேவர் குடிகாடு கூத்து	- கள்ளர்

உடை ஒப்பனை ஆட்டங்களிலும், கூத்துகளிலும் பொதுவாக இடம்பெறுவது இயல்பு. காட்டாக, தெருக்கூத்தை மட்டும் விளக்கலாம். தெருக்கூத்து கலைஞர்கள் பொதுவாக இடுப்பில் இருந்து கெண்டைக்கால் வரையிலான இறுகப் பிடித்த கால் ட்ரவுசர் (பேண்ட்), முழங்கைச்சட்டை, இடுப்புப் பாவாடை (குட்டை) அணிகின்றனர். இவை தவிர கொண்டை அல்லது பந்து எனும் சசிரேக் டோப்பா, சவிகை அல்லது கிளி எனும் அண்ணன்கிரீடம், சசிரேக்குச்சிகள் கொண்டமைந்த மகுடம், கன்னப்பூ முத்துச்சரம், பட்டம் அல்லது நெற்றிப்பட்டம், புஜக் கீர்த்தி அல்லது புஜக்கட்டை, காதுப்பூ எனும் காதுக்கட்டை, மார்பு பதக்கம், தனிப்பட்டைகள், வாக்கு மாலை, வாடுவலயம்,

கத்தி, கால் சலங்கை போன்றவை உடை ஒப்பனைகளாகத் தெருக்கூத்து கலைஞர்கள் கொண்டுள்ளனர்.

வைக்கோலை இடுப்பில் சுற்றிப் புடைத்த பாவாடை என்பதை தெருக்கூத்து கலைஞர்கள் அணிவர். அறுவடைக்காலத்தின்போது கதிர் இனாம் பெறுவது இங்கு அவதானிக்கத்தக்கது.

வெள்ளை, சிவப்பு, பச்சை, கருமை யென்று எண்ணிய நாற்குலத்திலங்கிய நிறமே *(குறுந்—372—5)*

பார்ப்பனர் - வெண்மை

சத்திரியன் - சிவப்பு

வணிகன் - மஞ்சள்

சூத்திரன் - கருப்பு (நீலம்) (கருப்பு - தீண்டத்தகாதார் அடையாளம்)

பஞ்சமர் (தலித்) - இல்லை. (காட்டுமிராண்டிகள் என மனுவிதி)

எனும்படியான சமூகப் பார்வையில் உடை, ஒப்பனை குறித்த ஆய்வு ஆழமாக அமைய வழி உண்டு.

பல்லவர் காலம், சமணர் காலம் இவைகளின் ஆட்சி, இந்து மதம், சைவம் — வைணவம் எனும்படியான தன்மை, ஆளுமை ஆதிக்கம் நிகழ்கலைகளில் தாக்கம் பெற்றுள்ளது. பிள்ளையார் பெருமை கூறித் தொடங்குவது.

சீதையைக் காணோமென்று ராமரிடம்
சேதி உனக்கலாமா (ஒயிலாட்டம்)
'வாழி வாழி என்னும் ஈஸ்வரனார், வாழியவே
பார் வாய்த்த பாஞ்சாலி பதி வாழி'
செட்டித் தெருவிலே செண்டாடி வருவார்கள்
பார்ப்பாரத் தெருவிலே பந்தாடி வருவார்கள்

(அண்ணன்மார் சுவாமி கதை)

என்று சாதியம், சாமி, மதம் என நிகழ்கலைகளில் அடையாளம் காணமுடியும். பட்டை—நாமம் பூசுதல், பூணூல் அணிந்த பாத்திரங்களும், மதம் சாதி சமூகம் இவற்றில் இணைந்து வெளிப்படுபவையாகும்.

மாடுபிடி நடனம், மந்தி நடனம், கரடி நடனம், பொய்க்கால் குதிரை நடனம், செட்டியார் செட்டிச்சி பொம்மை நடனம், மயில் நடனம் போன்ற ஆட்டங்கள் யாவும் முகமூடிக்கலை வகையானவை (Mask Dance) காளை மாட்டு நடனம் எனும் மாடுபிடி நடனம் தமிழரின் வீரவிளையாட்டு என்பர். உழவுத் தொழிலோடு பொருத்தி மாடுபிடி நடனம் கண்டறியப்பட வேண்டும். பின்னர் வீரவிளையாட்டு என மேட்டுக்குடி மக்கள், இடைநிலை சாதி மக்களால் பேசப்பட்டது.

'கொல்லேற்றுக் கோடஞ் சுவானை
மறுமையும்-
புல்லாவே ஆய மகள்'

எனக் கலித்தொகை 103ஆவது பாடல் சுட்டும். காளைமாடு ஆற்றலின் சின்னமாக விளங்கியதாலும் இதனை முல்லை நில மக்கள் அன்போடு வளர்ப்பதாலும் காளை மாடு மக்கள் மனதில் வியப்புக்கு உரிய ஒரு விலங்காக விளங்குகிறது. (கு. முருகேசன், தமிழக நாட்டுப்புற ஆட்டக் கலைகள், ப. 47)

சிறு தெய்வ சாமியாட்டம், வெறியாட்டு என இலக்கியத்தில் பதிவு செய்யப்பட்டுள்ளது. பறையர் இனப் பெண்களாடும் கரகாட்டம், கும்பாட்டம் எனும் ஆடு கரகம் — சக்தி கரகம் — என்னும் கும்பம், சக்தி எனும் பெருந் தெய்வச் சார்புக்கலை என ஏற்றிப் பார்க்க முயற்சி மேற்கொள்ளப்படுகிறது.

பண்பாட்டுப் பரவலியல் கோட்பாடு பற்றி அறியும் நாம் திட்டமிட்ட நடவடிக்கைகளும் பரவலும் எனும் வகைப்பாட்டில் மண்ணின் நிகழ்கலைகள் சாதி, மதம், நிலம் கொண்ட வட்டாரக் கலைகளுடன் கலப்பு (பரவல்) நிலைகள் ஏற்பட்டுள்ளன. சிலப்பதிகாரத்தில் கூறப்படும் ஆய்ச்சியர் குரவை, பழந்தமிழ் நூல்களில் குறிப்பிடும் அகவுனர், சோட்டியர், கண்ணுளர், பொருநர், விறலியர், பாணர், பாணினியர், துடியர், பறையர் ஆகியோர் வணிகச் சமூகத்துக்கும், அரசகுலச் சமூகத்திற்கும் இடையேயான போராட்டத்தில் ஆதிக்கம் பொருந்தியவர்களின் கைகளில் பயன்படக் கூடியவர்களாயினர். இடைநிலைச் சாதிகளின் நிகழ்கலைகளில் இத்தாக்கம் அதாவது திட்டமிட்ட நடவடிக்கைகளில் பரவல்களால் பெரிய அளவு மாற்றம் அல்லது தாக்கம் ஏற்பட்ட அளவுக்கு தலித் மக்களின் நிகழ்கலைகள் மற்றும்

மலையின மக்களின் கலைகளில் தாக்கம் குறைவு. சாப்பறை செய்யும் தீண்டத்தகாத பறையர் சமூகத்தாரிடம் வெண்கலக் கொம்பு மற்றும் உலோகத்தில் பிணைக்கப்பட்ட தோலிசைக் கருவிகள் இன்றளவும் பயன்பாட்டிலிருப்பது பண்பாட்டுச் சிதைவு, அல்லது ஆதிக்க சாதிகளின் திட்டமிட்ட சேவைகளுக்கான நடவடிக்கைகளின் கலாசார சுரண்டல் என அறிய நேர்கிறது.

சில வேளைகளில் தலித் மக்களின் கலைகள் பல ஆதிக்கச் சாதி மக்களை நேராக எதிர்க்க இயலா நிலையில் கலைவழியே மறைமுகமாக கிண்டல் செய்யவும், எதிர்ப்புணர்வை வெளிக்காட்டவும் செய்ய நிகழ் கலைகளை ஒடுக்கப்பட்ட மக்கள் கைக்கொள்கின்றனர். காட்டாக — செட்டியார் செட்டிச்சி பொம்மை நடனம் எனும் முகமூடிக்கலை ஆட்டத்தில் பணமும், ஆதிக்கமும் வணிகம் செய்வதன் வழி அதிக லாப கொள்ளையடிப்பதிலும், வட்டிக்குப் பணம் கொடுத்து அதிக லாபம் கொள்வதிலும், வயது முதிர்ந்த காலத்திலும் பணம், உல்லாச வாழ்க்கை குறித்து இளம் பெண்ணைத் திருமணம் செய்து கொள்ளும் தன்மை ஆகியவை குறித்த எரிச்சலை வெளிப்படுத்தும் வகையில் செட்டியார் — செட்டிச்சி பொம்மை நடனம் தஞ்சை, புதுக்கோட்டை, மதுரைப் பகுதிகளில் பறையர் இனத்தாரின் கரகாட்ட கலையின் துணைநிலை ஆட்டங்களில் ஒன்றாக இது அமைகிறது.

புலி வேடம் புனைந்து ஆடுவதன் வழியே ஆதிக்கம் செய்வோருக்கு எதிரான ஆவேசம், கோபம், எச்சரிக்கை ஆகிய உணர்வுகளை வெளிப்படுத்த தக்கதாக உள்ளது. இந்துத்வ ஆதிக்கம் உள்ள நாகர்கோயில், கேரளா தமிழக எல்லை ஓரங்களில் வாழும் இசுலாமியர்கள் கடுவாய் ஆட்டம் எனும் பெயரில் புலிபோல வரிக்கோட்டு ஒப்பனை செய்து ஊர்வலமாக பிற மதத்தார் பார்வையில் ஆட்டமாடி வருவதை உணர்ந்தறியலாம்.

தமிழகத்தின் நாட்டார் நிகழ்கலைகளில் மலையின மக்கள் நிகழ்கலைகளில் ஆண் பெண் தனித்த நிலையில் ஆடுகின்றனர். தொடக்க காலத்தில் பெண்கள் நிகழ்கலைகளில் பங்கேற்க முன் வருவதில்லை. இன்றைக்கும் கூத்துகளில் பெண்கள் நடிப்பதில்லை. உழைப்புடன் தொடர்புடைய கலை வளர்ச்சி, கோயில் சார்பு, சமயம், பெருந்தெய்வ கோயில் விழா பங்கேற்பு நிலை ஏற்பட்ட பிறகு பெண்களை (தீட்டு) கூத்துகளில் பங்கேற்க அனுமதிக்கவில்லை எனத் தோன்றுகின்றது. கூத்துகளில்

ஆண்களுக்கான பாத்திர அடவுகள் வேறு பெண்களுக்கான பாத்திர அடவுகள் வேறு ஆகும். கருப்பாயி கூத்து, வண்ணாத்தி கூத்து, குறத்தி கூத்து (ஆட்டம்), வெள்ளையம்மா (தெற்கத்தி) கூத்து போன்ற தலித் மக்கள் பங்கேற்கும் கூத்துகளில் பெண்களின் சமூக மதிப்புக் குறைவதில்லை. மாறாக — ஆண்களை வாடா, போடா என்று சொல்லாடல் கொள்வதும் ஆன வேறுபட்ட பெண்ணடிமைக்கான எதிர்ப்புக் கூறுகள் கூடி அமைந்துள்ளன. எனினும் பெண்ணடிமைத்தன மிச்ச சொச்சங்களும் உள்ளடங்கி யிருப்பது அறியத்தக்கது.

'அருப்புக் கோட்டையிலே நொப்பன்
செருப்புத் தக்கையிலே
நானுமில் லாட்டா நொப்பன்
நாறிப் போயிருப்பான்'

வண்ணான் வாரானே
வண்ணாரச் சின்னான் வாரானே!
ஏலமலைச் சாரலிலே சோ - ஏ! சோ
எவரு வெச்ச தீவினையோ சோ- ஏ! சோ

வண்ணான் - கத்தரித் தோட்டத்திலே வண்ணாத்தி கழுதை மேயுதடி
வண்ணாத்தி - கழுதை மேஞ்சா மசுரு போச்சி கஞ்சியக் கொண்டாடி

குறவன் குறத்தி ஆட்டப்பாடல்

எத்தனையோ புத்திகள் எடுத்துரைச்சு சொன்னாலுமே
நித்தம் போயிக் குடிக்கிறியே
நீயும் ஒரு ஆம்பிளையா - அட
ஒன்னோட என்னடா பேச்சு - சும்மா
ஒதுங்கிப் போடா சீச்சி...

'எடுத்தாடி வெளக்க மாத்த
இவன் கணக்கத் தீர்த்துவிட'

என்றவாறான பல பாடல்கள் பெண்கள் பங்கேற்கும் நிகழ்கலைகளில் ஆணாதிக்க எதிர்ப்புக் குரல்களாக அமைகின்றன.

தோலிசைக் கருவிகள், துளையிசைக் கருவிகள், தமிழக மண்ணின் கலைகளில் எண்ணிறைந்துள்ளன. ஒருபுற முழவு இருபுற முழவு குச்சிகளால் இயக்கப்படுகிறது. செய்முறை, செப்பனிடும் முறை, இயக்கும் முறை, சுற்றளிக்கும் முறை பெரும்பாலும் பஞ் சமர்களே செய்தளிக்கின்றனர். செத்தமாடு, விலங்குகள் உண்ணும் பழக்கம் இவர்களிடம் உள்ளமை அடிநிலையாக உள்ளது. மண்சட்டி, மரத்தால் உலோகத்தால் என இசைக் கருவிகளின் செய்முறை வளர்ந்துள்ளது. இன்று பல சாதியினரும், இசைக் கருவிகள் செய்வோராக உள்ளனர். கரகாட்டம், குறவன் குறத்தி ஆட்டத்திற்கு வாசிக்கும் நையாண்டி மேளக் கலைஞர்கள் பறையர், சக்கிலியர்கள்

'ஏழு கண்ணுக் கோருவையாம்
இன்பமுள்ள உறுமிக்கட்டை'

என உறுமி செய்யும் சூத்திரம் கொண்டுள்ளனர்.

'கண்டு நுப்பது கயிறு நுப்பது
ஆயிறு கட்டுற துப்பு நுப்பது'

என தோலிசைக் கருவி வாசிக்கும் கற்பிப்பு முறையை தலித் மக்கள் கொண்டுள்ளனர்.

கூத்துகள்

கூத்துகள் நம் மரபில் சில நோக்கங்களுக்காக நிகழ்த்தப்படுகின்றன.

திருமணம்	- வில் வளைப்பு
நீர்த்தார் நினைவு, இறப்பு	- கர்ணமோட்சம், வாலிமோட்சம்
மழை வேண்டுதல்	- கீசக வதம்

கூத்துகள் நிகழ்வின் தேவை வாழ்வியலோடு தொடர்பு கொண்டுள்ளன. உற்பத்தி உறவுகளோடு தொடர்பு கொண்டுள்ளன கூத்து நிகழ்வுகள். அறுவடைக்காலங்களில் மட்டும் கூத்து நிகழ்வுகள் கிராமங்களில் நிகழ்கின்றன. அறுவடைக்காலப் பொருள்களை ஊர்ப் பொது இடங்களில், நிலங்களில், வீட்டு முற்றங்களில் ஒப்படி செய்யப்படாமல், விற்காமல், பாதுகாக்கப்படாத நிலையில் வைக்கப் பட்டுள்ளவற்றைக் காவல் செய்யும் பொருட்டு கூத்து நிகழ்வுகள்

தொடர் இரவுகளில் நிகழ்த்தகாணமுடிகிறது. இரவு முழுவதும் ஊரில் (18 நாள், 1 மாதம்) தெருக்கூத்து அல்லது நிகழ்கலைகள் நடைபெறுகின்றமையால் ஊர்மக்கள் விழிப்புடன் இருப்புக் கொள்வதால் கள்வர்களால் உற்பத்திப் பொருட்கள் (அறுவடை செய்யப்பட்ட காலத்தில்) களவு செய்யப்பட வாய்ப்பில்லை.

வெயிலுக்கு உகந்த அம்மனை தணிக்கும் பொருட்டு கூத்து நிகழ்வு, மழை வேண்டி கூத்து நிகழ்வு எனும் கருத்தடிப்படையில் கிராம மக்கள் பழமையான நம்பிக்கைகளை மேலும் வளர்க்கும் பொறுப்புகளைச் செய்யும் கலைஞர்களாகத் திகழ்கின்றனர்.

ஓராண்டுவரை மக்களிடையே வெவ்வேறு சூழல்களில் ஏற்பட்டுள்ள காழ்ப்புணர்ச்சிகளை மறந்து ஒருமித்த நிலையில் ஒரு இடத்தில் கலை நிகழ்ச்சிகளை நடத்தும்போது பார்வையாளர்களாகின்றனர். ஊர் பொது வரிவிதிப்பில் பங்குகொண்டு கூத்து நிகழ்த்தும் பொறுப்பும், பார்வையாளர் எனும் பொறுப்பும் ஏற்றும், ஊர் பொது உறவு வளர்க்கும் களமாக கூத்துக்கலை நிகழ்வு அமைகிறது.

காளி வழிபாட்டுக் கூத்து

கொற்றவை (நெடுநல்வாடை 168) வழிபாடு குறித்து பழந்தமிழ் பேசும் இப்பெண் தெய்வம் காளி எனப் பின்னர் மேல் நிலையாக்கச் சடங்குடன் போற்றுதலுக்கானது.

தாராசுரனை வெல்ல சிவன் சக்திக்குக் கட்டளையிட்டான். அப்போது தேவியின் ஒரு கலை சிவமூர்த்தியின் விடக்கறை படிந்து கனற் கண்ணில் பிறந்து வெளிப்பட்டது. அவ்வுரு காளமாகிய விடக்கறைப் படிந்து வந்ததால் காளி எனப் பெயர் கிடைத்தது. இவ்வாறு பிறந்த காளி தனது சினத் தீயால் தாருகனை நீராக்கினாள் என்பது காளியைப் பற்றிய புராணச்செய்தி. (தமிழக நாட்டுப்புற வழிபாட்டுக் கூத்துகள், அரு. மருத்துரை, ப. 125).

நாட்டுப்புறத் தெய்வம் பெருந் தெய்வ நிலைக்கு உயர்த்தப்பட்டு திருச்சி மாவட்டத்தில் மாசி மாதம் தொடங்கி வைகாசி மாதம் முடிய ஏதேனும் ஒரு நாளில் இக்காளி வழிபாட்டுக் கூத்து நிகழும். முசிறி, லால்குடி, பெரம்பலூர் ஆகிய வட்டங்களில் இக்கூத்து நடைபெறுகிறது.

குறும்பர் கூத்து அல்லது சேர்வை ஆட்டம்

குறும்பக் கவுண்டர்களின் கலை நிகழ்வு இது. மலையடிவார முல்லை நில வாழ்க்கையினர் இவர்கள். ஆந்திரம், கருநாடகம் மாநிலங்களில் இருந்து குடிபெயர்ந்தோராக உள்ளனர். திருச்சி, கோவை, சேலம் பகுதியில் உள்ளனர். வீரபத்திரன், மகாலட்சுமி, வெள்ளாளப்பன், ஊரக்கரை ஒட்டப்பன், கனகப்பன், வாழையூர் வள்ளாளப்பன், ஆண்டியப்பன், மல்லம்மாள், கொண்டமல்லிச் சிற்றண்ணன், செல்லப்பன், முத்துக்கவசன் போன்ற கடவுளர்களை இவர்கள் கொண்டுள்ளனர். பறை போன்ற ஒரு தோற் கருவியைப் புனிதம் நிறைந்ததாக கொள்கின்றனர். வாத்தியார் உள்ளார் —அவர் கற்பிக்கிறார். கூத்துகள் யாவும், வாத்தியார்களைக் கொண்டுள்ளன. மஞ்சள் நீர், குங்குடி திலகம், இடுப்பில் சிவப்பு, பச்சை, மஞ்சள் ஆடைகள். கருப்பு வண்ணத்தை இவர்கள் பயன்படுத்துவதில்லை. சிவபெருமானுக்குகந்தது இந்த ஆட்டம் என்கின்றனர். கோமாளி இடம்பெறுகிறார். கூத்துகளில் கோமாளியே கதைக் கூற்று செய்வோராக பெரும்பாலும் அமைவார். 6 பேர் முதல் 12 பேர்வரை பங்கேற்கும் இது வட்டமான சுழன்றாடும் தன்மை கொண்டது. இந்த ஆட்டம் பத்து அடவுகளைக் கொண்டுள்ளது. இருவர் எதிரெதிராகப் பிரிந்து நின்று ஒருவர் நடுவில் நிற்க சுற்றியும் சுழன்று ஆடுவர். உயர்நிலைக் கூறாக ஆட்டத்தில் ஆட்டுக்கடாய் சண்டை எனும் ஆட்டம் ஆடுகின்றனர். வீரபத்ரசாமியைத் துதித்து ஆட்டம் — கூத்து இறுதி பெறுகிறது.

இருளர்கள் தம் ஆடலை 'ஆட்ட' என்கின்றனர். இழவுச் சடங்கு, திருமணச் சடங்கு போன்ற மங்கல துக்க நிகழ்வுகளிலும் கூட்டமாகச் சேர்ந்து ஆடுவர். இருளர் ஆடல் ஆடுவதில் மட்டற்ற மகிழ்ச்சி கொள்கின்றனர். இருளர்களின் ஆட்டம் தனித்தன்மை வாய்ந்தது. ஆடல் ஆடும்போது யாரும் பாடுவதில்லை. ஆடும்போது இசைக்கருவிகள் இசைக்கப்படுகின்றன. இசைக்கப்படுகின்ற மத்தள ஓசைக்கும் குழலிசைக்கும் ஏற்ப இருளர்கள் ஆடல் ஆடுவர். ஆடவர் பெண்டிர் மற்றும் சிறார் ஆகியோர் தனித்தனி வட்டங்களாகக் குழுமி இசைக் கருவிகள் இசைத்து — சூழ்ந்து நின்றாடுவர் (இருளர் வாழ்வியல், ஆர்.பெரியாழ்வார், ப. 69).

நாகர்கோயில் பகுதி, திருநெல்வேலிப் பகுதிகளில் மலைகளில் வாழும் காணிக்காரர் சாதி மக்கள் வட்டக் கும்மி (கேரள எல்லையோரம் என்பதால் வட்டக்களரி) ஆட்டம் ஆடுகின்றனர்.

பேயாட்டம், சாமியாட்டம் ஆடுகின்றனர். குழுமநிலை ஆட்டத்தைவிட தனிநிலை ஆட்டம் என்பது அதிகமாகக் காணிக்காரர்களிடம் விளங்குகின்றன. விளைநிலங்கள் உள்ளமையாலும், போருக்குப் பயந்து மலைக்குக் குடியேறிய மலைவாழ் மக்கள் எனும் வரலாற்றுத் தன்மையாலும் தொன்மநிலை ஆட்டக்கலையான குழும நிலை ஆட்டங்கள் குறைவாக உள்ளன.

கொடைக்கானல் மலைப்பகுதிகளிலும் திண்டுக்கல் சிறுமலைப் பகுதிகளிலும் வாழும் புலையர், பளியர் இனமக்கள் கும்மி ஆட்டம், பெண்களின் கைக்கோர்த்தாடும் ஆட்டம், புலையர் சாமியாட்டம் (தனிநபர் ஆட்டம்), ஆண்கள் பெண்கள் தனித்த நிலை, குழும நிலை கொண்ட மத்தாவி ஆட்டம் ஆகிய ஆட்டவகைகள் ஆடுகின்றனர்.

பளியர் — புலையர் இவ்விரு மலையின மக்களும் அருகருகே வாழ்வதால் ஆட்டக் கலைக் கூறுகள் ஒருங்கிணைந்து காணப்படுகின்றன.

பளியர் (கொடைக்கானல்)

1. மத்தாவித்தாளம்

   பச் டிமண்டிம்

   பச் டிமண்டிம்

2. பெண் அழைப்புத்தாளம் திருமணத்தாளம்

   டொண் டமடம டொம்

   டொண் டமடம டொம்

3. வேட்டைத்தாளம் காடு கலைப்புத்தாளம்

   டொண்டம் டொம்பு ட்ட

   டொண்டம் டொம்பு ட்ட

4. சாதாளம்

   டொண்டம் டொண்டம் பீக்

   டொண்டம் டொண்டம் பீக்

5. சாமி அழைப்புத்தாளம்

டொண்டம் டொம் பீக் பீக்

டொண்டம் டொம் பீக் பீக்

புலையர் (கொடைக்கானல்)

1. மத்தாவித் தாளம்

பக் டிமண் டம்

பக் டிமண் டம்

2. பெண் அழைப்புத்தாளம் திருமணத்தாளம்

டிண் டிம டிம டிம் பட்டிம

டிண் டிம டிம டிம் பட்டிம

3. வேட்டைத் தாளம் காடு கலைப்புத்தாளம்

ரொட்டிண்டிம் ரொட்டொம்ப

ரொட்டிண்டிம் ரொட்டொம்ப

4. சாதாளம்

பீத் டொம டொம டொட்டொம்பு

பீத் டொம டொம் டொட்டொம்பு

5. சாமி அழைப்புத் தாளம்

டிண்டிம் டிம டிம் பட்டிம்

டிண்டிம டிம டிம் பட்டிம்

பளியர், புலையர் இவ்விரு இனத்தாரிடமும் உள்ள இசைக் கருவிகளும், இசைக் கருவி வாசிப்பு முறைகளும், உடை, ஒப்பனை முறைகளும் வாழ்வியல் முறைகளும் ஒருங்கிணைந்து காணப் படுகின்றன. திருமணம், சாவு, சாமி, குறித்த தாளம் வாசிப்பு முறை நடை, மலைக்காடுகளில் வேட்டையாடும் காடுகலைப்புத்தாள நடை, மகிழ்ச்சிக்கான மத்தாவித்தாள நடை வாழ்வியலோடு இயைந்து பிரிக்க இயலாதுள்ளது.

கோத்தர் ஆட்ட அசைவுக் கூறுகள்

கோத்தர் இனமக்கள் ஆடும் ஆட்டத்தில் பலவகைகள் உள்ளன.

1. கால் கூஸ் ஆட்டம் (காலடித் துள்ளல் ஆட்டம்)
2. திருகனாட் (திருகல் ஆட்டம்)
3. பிப்பலாட் (முன்பின் வந்தாடும் ஆட்டம்)
4. கொய்னாட் (குனிந்து சுழன்றாடும் ஆட்டம்)

குழும நிலையில் நின்றாடும் நிலையிலிருந்து குனிந்தாடும் முறைக்கோ, குனிந்தாடும் நிலையிலிருந்து நின்றாடும் நிலைக்கோ சுழன்று திரும்புவதற்கு முன் ஓகோ, ஓகோ, எனக் கூட்டுக் குரலில் ஓசையிடுகின்றனர். இவ்வோசை இவர்களது ஆட்ட வகைகளில் ஒரு குறியீடாக அமைகிறது. இவ்வோசை எழுப்பும்போது வலம், இடம், குனிதல், நிமிர்தல், சுழல்தல் எனும் தயார் நிலையுணர்வு உண்டாக்கப்பட்டு ஒற்றுமை குலையாமல் அனைவராலும் ஆட்ட அசைவுகள் கடைப்பிடிக்கப்படுகின்றன. (நீலகிரி மலையின மக்கள் ஆட்டங்கள் — தோடர், கோத்தர், இருளர், கே.ஏ.குணசேகரன் —தமிழ்ப் பல்கலைக்கழகம், தஞ்சாவூர், 1989)

தோடர்

1. கும்மி ஆட்டம்
2. கைகோர்த்தாடும் ஆட்டம்
3. கைத்தடி ஆட்டம்

தோடர்கள் இசைக் கருவிகளைச் செய்வதோ, இயக்குவதோ கிடையாது. இசைக்கருவிகள் பற்றிய அறிவு இவர்களிடம் இல்லையெனினும், ஏனைய கோத்தர்கள், இருளர்கள் ஆகியோரிடம் இல்லாத ஆட்டப்பாடல்களை, வகை வகையான மெட்டுகளில் பாடும் திறன் தோடர்களிடையே வளர்ந்த நிலையில் காணப்படுகின்றது.

ஆஹ் / ஆஹ்

ஆஹ் / ஆஹ்

தோடுவார் / போத்தி

ஹிடுவோல் / ஹோத்தி

சல்லிலோ / இஸ்தி

ச்சிடுத்தார் / நாட்தி*
நல்ல இடம் / போகணும்
நல்ல உடை / உடுத்தணும்
நாகரிகம் / படைக்கணும்
நல்ல வாழ்க்கை / வாழணும்

என்றவாறு பாடப்படும் பாடல் முறையில் இடம்பெறும் இடைவெளிப் பாடுகளின் வழியே தாளக் கூறுகளை உணர முடியும்.

முள்ளுக் குறும்பர்

தீ வளர்த்து வட்ட வடிவில் ஆண் பெண் குழுமநிலையில் இரு கைகளையும் பின்னித் தோளில் வைத்து வட்டவலம் வந்தாடுவர். கைகளில் எண்ணிறைந்த வளையல்களைப் பெண்கள் அணிந்தாடுவர். குரங்குத் தோலில் செய்த உடுக்கு வடிவில் அமைந்த துடியைக் குச்சிகொண்டு ஒரு கையில் அடித்தும் மறு கையில் துடி இடையில் இணைத்துள்ள தோல் கயிற்றினை இழுத்தும் விடுத்தும் வாசிப்பதற்கேற்ப ஆடுகின்றனர். இடுப்பு வேட்டி, சட்டையில்லாத மேனி, இடுப்பு வேட்டி மேல் துணிக்கட்டு அணிந்தாடும் ஆண்கள் தனித்தும், பெண்கள் தனித்தும் ஆடுகின்றனர்.

இடுப்புப் பிடிக்கோர்வை - ஆட்டம்
முதுகுப்பிடிக் கோர்வை - ஆட்டம்
உள் வட்டம் (பெண்கள் அல்லது ஆண்கள்) 1 தடவை
வெளி வட்டம் (பெண்கள் அல்லது ஆண்கள்) 2 தடவை
வலப்புறம், இடப்புறம் முறையே சுற்றி ஆடுதல்.

டண்டக்கு, டண்டக்கு

என்றும்,

தோல்களி எனும் தோலிசைக் கருவி வழியே,

தை தை தரிகிட தை தை தா
தை தை தரிகிட தை தை தா

எனும்படி தாள வாசிப்பு வாசிக்கப்படுகிறது.

---

* போதாஸ் குட்டன் சாளுதல் மந்து. வயது 25, 8-11-86.

இன்றைய நிலை மாற்றங்கள் (நாட்டார் நிகழ்கலைகள்)

அண்ணாவி அல்லது வாத்தியார் என்போர் நிகழ் கலைகளில் பங்கேற்க தொடங்கிய காலம் முதல் கலையில் சுதந்திரத் தன்மை குறைந்துள்ளது. கட்டுப்பாடுகள் நிறைந்துள்ளன. அண்ணாவி பங்கேற்கும் ஒயிலாட்டம், கூத்து போன்றவற்றில் புராண இதிகாசப் பெருந்தெய்வ கலாசாரக் கூறுகள் மிகுந்துள்ளன.

இவை இல்லாத பிற சிறு சிறு வடிவங்கள் தமது வட்டாரத் தன்மையிலிருந்து மாறி வேறு சூழ்நிலையில் நிகழ்த்தப்படும் நிலையை அடைந்துள்ளன. சடங்குகள், வழிபாடுகளின் பகுதியாக இருந்த நிகழ்கலைகள் பல தொழில் கலைகளாக மாற்றமடைந்துள்ளன. இதன் மூலம் இவை நகர்ப்புறங்களில் விழாக்கள், கலை நிகழ்ச்சிகளின் அங்கங்களாக மாற்றமடைந்துள்ளன.

இப்படி இவை இடம் மற்றும் நிகழ்த்தப்படும் தேவைகளில் மாற்றம் அடைந்த பின் வடிவங்களிலும் அமைப்பு முறைகளிலும் மாற்றமடைய வேண்டிய கட்டாயம் நேர்ந்துள்ளது. ராசா ராணி ஆட்டத்தில் தலித் மக்களின் பங்கெடுப்பு இருந்ததால் கள்ளர் சமூகத்தினர் பற்றிய கிண்டல்கள் ஒரு காலத்தில் இடம்பெற்றிருந்தன. தேவர் சமூகம் அரசியலிலும் கல்வியிலும் மேலெழுந்து வந்த பின் அவர்களுக்கு எதிரான அல்லது அவர்களை மலிவுப்படுத்தும் பகுதிகளை இவ்வகை ஆட்டங்களிலிருந்து நீக்க செய்துள்ளனர்.

இதேபோல் தலித் சமூக விழிப்பும் — அரசியல் எழுச்சிகளும் வட்டாரக்கலைகளிலும் பல மாற்றங்களைக்கொண்டு வந்திருக்கின்றன. சங்கரதாஸ் சுவாமிகள் நாடகங்களில் இடம்பெற்ற மூளிப்பறச்சி கதை அல்லது கருப்பாயி கூத்து கொஞ்சம் கொஞ்சமாகக் குறைந்து முற்றிலுமாக நீக்கப்பட்டுவிட்டது. அவருடைய அரிச்சந்திரன் நாடகத்தில் இடம்பெற்று ‘ஆதியிலும் பறையனல்ல சாதியிலும் பறையனல்ல பாதியிலே பறையனானே’ என்ற பாடல், வழக்கு வரைச் சென்று பின் மாற்றியமைக்கப்பட்டது. தலித் மக்களின் எதிர்ப்பு இதை நிகழ்த்தியது.

பெண்களும் குறிப்பாக தலித் பெண்கள் நேரடியாக பங்குபெறத் தொடங்கிய பின் குறவன் குறத்தி, ராஜா ராணி ஆட்டம் போன்றவற்றில் பெண்களை மிகவும் இழிவாகப் பேசும் போக்கு மாறி கிண்டல் என்ற நிலையுடன் நிற்கிறது.

சில கலைகள், நிகழ்த்தப்படும் சூழலுக்கு ஏற்ப—அதை நிகழ்த்தும் சமூகப் பிரிவிற்கு ஏற்ப வடிவ மாற்றமும், அர்த்த மாற்றமும்

அடைந்துள்ளன. கட்டபொம்மன் நாடகம் அல்லது கூத்து நாயக்கர் சமூகத்தால் பார்க்கப்படும் பொழுது கட்டபொம்மனே தனிப்பெரும் நாயகனாக தோன்றும்படி நிகழ்த்தப்படுவதும் — தேவர் இன மக்களால் நிகழ்த்தப்படும் பொழுது வெள்ளையத் தேவன் அதிகமாக முக்கியத்துவம் பெறுவதும் நேர்கிறது. அதே சமயம் இவற்றில் சுந்தரலிங்கம் பற்றி (தலித்) குறிப்பிடப்படுவதே இல்லை.

சில இடங்களில் உயர்வாக கருதப்படுவது வேறு சில இடங்களில் விலக்கப்படுவதாக மாறுவது தலித் கலைகளில் காண முடிகிறது. தப்பு அல்லது பறை யென்பதை அடிக்க கூடாது என்று தென்னாற்காடு சிதம்பரம் பகுதிகளில் தலித் இயக்கங்கள் முடிவு செய்துள்ளன. அதே சமயம் தஞ்சைப் பகுதியில் 'தப்பாட்டம்'— பரவலான கவர்ச்சியுடன் ஒரு தனித்த ஆட்டக்கலையாக வளர்ந்து — தமிழகத்தில் அரசியல் எழுச்சி மேடைகளில் இடம்பிடித்துக் கொண்டிருக்கிறது.

தமிழகத்தில் பல்வேறு ஆட்டக்கலைகள் ஒன்றிலிருந்து ஒன்று ஊக்கமும் தாக்கமும் பெற்றிருப்பதையும் நாம் காண முடியும். நையாண்டி மேளத்தை அடிப்படையாகக்கொண்டு வடிவமாற்றம் அடைந்த 'தப்பாட்டம்' என்பது சிலம்பம், கரகம் இவற்றின் அடவுகளையும் ஆட்ட அசைவு முறைகளையும் தேவையான வழிகளிலும் பொருத்தமாகப் பயன்படுத்திக்கொண்டிருக்கிறது.

தமிழகத்தில் திரைப்படமும் மற்ற ஊடகங்களும் நாட்டுப்புற ஆட்டக் கலைஞனிடமிருந்து நிறையவே பெற்றுக் கொண்டன. ஆனால் இன்று திரைப்படம் இந்த ஆட்டங்களின் வடிவத்தையும், வேகத்தையும் முற்றிலும் மாற்றி அமைத்துவிட்டது. பல நாட்டுப்புற ஆட்டக்குழுக்கள், திரைப்பாடல், ஆட்டம் இவற்றை தம்மையறியாமலேயே பின்பற்றும் நிலைக்கு ஆளாகி இருக்கிறார்கள்.

அதே சமயம் சமூக இயக்கங்கள், தலித் இயக்கங்கள் சில அரசியல் கட்சிகள் நாட்டுப்புற கலைகளை மக்களுக்கான செய்திகளைக் கொண்டு செல்ல பயன்படுத்திக் கொண்டிருக்கின்றன. இவை நடத்தும் பயிற்சிப் பட்டறைகள் புதிய ஆர்வமுள்ள இளையோரை இக்கலைகளில் ஈடுபட வைக்கின்றன. சில சமூகத் தொண்டு நிறுவனங்களின் தலித் ஈடுபாடு பெண்களை ஒயிலாட்டம்,

* 14-2-87 பேட்டி: பா. கோண்டடன், முதுமலை உதகை முள்ளக்குறும்பர் குடியிருப்பு.

தேவராட்டம், தப்பாட்டம் போன்ற ஆட்டக்கலைகளில் ஈடுபடுத்தி இருக்கிறது.

இவ்வகை கலைகள் பிற ஊடகங்களுக்குச் செல்லும் பொழுது அவற்றின் நேரக்கட்டுப்பாட்டிற்கும், வடிவமாற்றங்களுக்கும் உட்பட்டு தமது இயல்பான நிலையை இழந்து போவது நேர்கிறது. ஆனால் தலித் மக்களின் சில கலை வடிவங்கள் இயல்பாகவே எதிர்ப்புக் கூறுகளைக் கொண்டிருப்பதால் அவ்வளவு இலகுவாக ஊடகங்களின் சந்தைக்கு உட்படாததாகவே இருக்கின்றன. இதனாலேயே அரசியல் மேடைகள் சமூக மாற்றத்திற்கான களங்கள் அதிகமாக தலித் இசை மற்றும் ஆட்டங்களையே அதிகம் பயன்படுத்த வேண்டியிருக்கிறது. மலையின மக்கள் நிகழ்கலைகளில் பெரிய அளவில் மாற்றங்கள் நிகழவில்லை.

தலித் கலைகள் மத நிறுவனங்கள், பொழுதுபோக்கு சாதனங்களால் ஒதுக்கப்பட்டு இருப்பதாலேயே அவை தமக்குள்ளான ஒரு எதிர்ப்பு கலாசார அரசியல் தன்மையைக் கொண்டிருக்கின்றன. இவற்றைச் சரியாக அடையாளம் கண்டு அந்த அந்த பகுதி மக்களுக்கான பிரச்சனைகளுடன் அவற்றை தொடர்புபடுத்தி வடிவங்களை மாற்றி அமைக்கும் பொழுது இவை இயல்பாகவே அரசியல் தன்மை பெற்றுவிடும். மறைந்து கொண்டிருக்கும் சில ஆட்டங்களை வகைகளை அடையாளம் கண்டு சமூக இயக்கங்கள் கையிலெடுக்கும் பொழுது அவை நேரடியாக எதிர்ப்பு வடிவத்துடன் மக்களையும் சென்றடையும் தன்மையுடன் இருக்க நிறைய வாய்ப்புகள் உள்ளன.

ஒரு கலை வடிவம் பாதுகாக்கப்படுவது என்பது அது சார்ந்த வாழ்க்கை மற்றும் பண்பாட்டு வடிவத்தையும் பாதுகாப்பதாகவே இருக்கும் என்பதை நினைவில்கொண்டு நாம் இந்நிகழ்த்துகலைகளை அணுகவேண்டிய அதே சமயத்தில்—

> "மக்கள் தமது குரலை-பேசும் சக்தியை இழந்து விட்டார்கள். ஒரு மௌனப் பண்பாட்டில் கிடந்து வருந்துகிறார்கள். எமது நியாயமான கல்வி முறையும், ஒடுக்குமுறைச் சூழலும் அவர்களை இத்தகைய முடமான நிலைக்குத் தள்ளிவிட்டது" எனும் தமிழ் அரங்கியல் அறிஞர் க.சிதம்பரநாதன் கூறும் சமூக மாற்றத்திற்கான அரங்குக்கு முன் வைக்கும் (சமூக மாற்றத்துக்கான அரங்கு, சவுத் ஏசியன் புக்ஸ், தேசிய கலை இலக்கியப் பேரவை, ப.141) கருத்தோடு சேர்த்து சாதிய

ஆதிக்கத்துக்கு எதிரான போர்க்கருவிகளான மண்ணின் கலைகள் அமைய வேண்டும். நாட்டார் மற்றும் மலையின மக்களின் நிகழ்கலைகளின் தனித்த அடையாளங்களை அவதானிக்க வேண்டும். இதுகாறும் அறியப்பட்டுள்ள செவ்வியல் கலைகளுக்கு எதிரான தனித்த நிலை அரசியல் தன்மை கொண்ட மண்ணின் நிகழ்கலைகளைச் சமூக மாற்றத்துக்கு உகந்ததாக முன்னிறுத்த வேண்டும். ஊடகங்களின் ராட்சச வாய்களுக்குள் புகவிடாது ஊடக வாய்களைக் கிழித்தெறிந்து புதிய வீச்சினைப் படைக்க துணை நிற்க வேண்டும்.

துணை நின்ற நூல்கள்:

1. தமிழரின் ஒப்பனைக் கலைத்திறன், வெ. வரதராசன், தமிழ்ப் பல்கலைக்கழகம், தஞ்சாவூர் — 613001. வெளியீடு: 50, மார்ச் 1986.

2. நாட்டுப்புற இயல் — சு. சண்முக சுந்தரம், மணிவாசகர் பதிப்பகம்.

3. சமூக மாற்றத்துக்கான அரங்கு. க. சிதம்பரநாதன், சவுத் ஏசியன் புக்ஸ் — தேசிய கலை இலக்கியப் பேரவை, இரண்டாம் பதிப்பு, 1995.

4. நாட்டுப்புற நடனங்களும், பாடல்களும், டாக்டர் கே.ஏ. குணசேகரன், நியூ செஞ்சுரி புக் ஹவுஸ், சென்னை, 1992.

5. இருளர் வாழ்வியல், ஆர். பெரியாழ்வார், தமிழ் நூலகம், சென்னை — 18, 1976.

6. தமிழக நாட்டுப்புற வழிபாட்டுக் கூத்துக்கள், அரு. மருத்துரை, அருணா வெளியீடு. முசிறி, 1993.

7. ஆட்டமும் அமைப்பும் ஒரு நாட்டுப்புற நிகழ்கலை பற்றிய ஆய்வு, சுதானந்தா, பதிப்புத்துறை — மதுரை காமராசர் பல்கலைக்கழகம், மதுரை — 21, 1991.

8. நாட்டுப்புற மண்ணும் மக்களும், டாக்டர் கே.ஏ. குணசேகரன், முதற்பதிப்பு 1988, என்.சி.பி.எச். சென்னை.

9. தமிழக நாட்டுப்புற ஆட்டக்கலைகள், டாக்டர் கு. முருகேசன், 1989, தேவி பதிப்பகம், 95 ஏ, எல்லையம்மன் கோயில் தெரு, சென்னை — 79, என்சிபிஎச். 19.

10. தமிழக மலையின மக்கள், என்சிபிஎச்—19

11. கே.ஏ.குணசேகரன், ஆய்வேடு பதிப்பிக்கப்படாதது.

12. தமிழக நாட்டுப்புற நிகழ் கலைகள், பல்கலைக்கழக மான்யக் குழுவின் நூலாக்கத்திட்டம், 1994 — 96, புதுவைப் பல்கலைக்கழகம், புதுவை — 14.

13. இதழ் — "இனவிடுதலை — சாதி விடுதலை" திரு. அழ. குணசேகரன் கோடாங்கி — தலித் இலக்கிய காலாண்டிதழ், ஜனவரி, சூன் 1996, சென்னை — 39.

14. மலர் — தினமணி தீபாவளி மலர், நவம்பர், 1996. (டாக்டர் கே.ஏ.குணசேகரன், நாட்டுப்புறமும், ஏட்டுப்புறமும், ப. 62—63.)

15. ஆங்கில நூல்கள்.

•●•

சடங்கியல் நிகழ்த்துதல்

முனைவர் நா. இராமச்சந்திரன்

அரசியல் அதிகார வரம்புகளால் தீர்மானிக்கப்பட்டுள்ள தமிழகம் தனது நிலவியல் எல்லைகளுக்குள் பல்வேறு பண்பாட்டு நிலைக் களங்களைக் கொண்டுள்ளது. ஒவ்வொரு நிலைக்களங்களும் தத்தமக்கென்று தெய்வ மரபுகள், சாதியக் குழுக்கள், திருத்தலங்கள், நாட்டார் வழக்காறுகள் ஆகியவற்றைக் கொண்டுள்ளன. இக்கூறுகளெல்லாம் அந்தந்தப் பண்பாட்டு நிலைக்களங்களின் அடையாளத்தைத் தாங்கி நிற்பவை. ஒவ்வொரு நிலைக்களனுக்குள்ளும் பல்வேறு சிறுசிறு பண்பாட்டுக் குழுக்கள் உள்ளன என்பதையும் கவனத்தில் கொள்ள வேண்டும்.

"இன்றைய சமூகச் சூழலில் குழுக்களின் நிலவியல் எல்லைகளை வரையறுப்பது கடினம். ஏனெனில் கல்வி, அலுவலகங்கள், தொழிற்சாலைகள், நகரங்கள் போன்றவை வாழ்விடங்களை நிர்ணயிக்கும் சக்திகளாக மாறியுள்ளன. இருப்பினும் தெய்வ மரபுகள் நாட்டார் வழக்காறுகள் ஆகியவற்றின் அடிப்படையில் தமிழகப் பண்பாட்டு நிலைக்களங்களை ஓரளவிற்கு இனங்காணலாம். பெருவாரியாக வழக்கிலிருக்கும் மரபுகளின் அடிப்படையிலேயே பண்பாட்டு நிலைக்களங்களை வரையறுக்க இயலும். ஆயின் சிறுபான்மை ஒன்றோடு ஒன்று மேவி வர வாய்ப்புண்டு" (ஞா. ஸ்டீபன், தமிழகப் பண்பாட்டு நிலைக்களங்கள், ப. 3).

கோவை, சேலம், திருச்சி போன்ற மாவட்டங்களில் உள்ள நாட்டார் தெய்வ வழிபாட்டிடங்களில் 'உடுக்கடிப் பாட்டு'

எனப்படும் சடங்கியல் நிகழ்த்துதல் வழக்கிலுள்ளது. கோவை, சேலம் போன்ற மாவட்டங்களில் 'பொன்னர் சங்கர் கதை', 'அண்ணன்மார் சுவாமி கதை', 'குன்னுடையாக் கவுண்டன் கதை' என்ற பல்வேறு பெயர்களில் குறிப்பிடப்படும் உடுக்கைப்பாட்டு சடங்கியலாக நிகழ்த்தப்படுகிறது. இக்கலையை நிகழ்த்துவோர் பொள்ளாச்சி, உடுமலை, திருப்பூர், கோவை, ஈரோடு, கரூர், சேலம், சத்தியமங்கலம் போன்ற பகுதிகளில் அதிகமாக வாழ்கிறார்கள் என்று டி.கே. பத்திரன் குறிப்பிட்டுள்ளார்.

திருச்சி மாவட்டத்தில் 'காத்தவராயன் கதை' நாட்டார் தெய்வ வழிபாட்டிடங்களில் உடுக்கைப்பாட்டாக நிகழ்த்தப்படுகிறது. வட தமிழ்நாட்டில் தெருக்கூத்துகள் சடங்கியலாக நிகழ்த்தப் படுகின்றன.

தென்தமிழ்நாட்டு மாவட்டங்களான திருநெல்வேலி, தூத்துக்குடி, கன்னியாகுமரி ஆகிய மூன்று மாவட்டங்களில் பரவலாகக் காணப்படும் நாட்டார் தெய்வ வழிபாட்டு மரபில் இடம்பெறும் சடங்கியல் நிகழ்த்துதல்கள் இந்தக் கட்டுரையின் மையப் பொருளாகின்றன. தமிழகத்திலுள்ள எல்லாச் சடங்கியல் நிகழ்த்துதல்களையும் ஒரே கட்டுரையில் விளக்குதல் இயலாதென்பதால் இம்மூன்று மாவட்டங்களிலுள்ள சடங்கியல் நிகழ்த்துதல்களில் ஒன்றாகிய கணியான் கூத்து பற்றியே இக்கட்டுரை அதிகம் பேசுகிறது.

இந்நிகழ்த்து கலை "கணியான்" என்னும் குறிப்பிட்ட சாதியினரால் நிகழ்த்தப்படுகின்றது. இச்சாதியாரின் தோற்றம் பற்றிய புராணக்கதை, இம் மூன்று மாவட்டங்களிலும் பரவலாகக் காணப்படும் சுடலை மாடசாமி வழிபாட்டோடு தொடர்புறுத்தப்படுவதால் சடங்கியல் நிகழ்த்துதலை விளக்குதற்கு வகை மாதிரியாகக் கணியான் கூத்து தேர்ந்தெடுக்கப்பட்டுள்ளது.

கணியான் கூத்தின் சடங்கியல் கூறுகளைத் தெரிந்துகொள்வதற்கு முன் இம்மாவட்டத்திலுள்ள நாட்டார் தெய்வவழிபாட்டு முறை பற்றியும், தெய்வங்கள் பற்றியும், தெய்வங்களின் பரவல் பற்றியும் தெரிந்துகொள்வது அவசியம்.

மேற்குறிப்பிட்ட மூன்று மாவட்டங்களிலுமுள்ள பெரும்பாலான நாட்டார் தெய்வக் கோவில்களில் வில்லுப்பாட்டும், கணியான் ஆட்டமும் சடங்கியல் நிகழ்த்துகலைகளாக இடம்பெறுகின்றன.

இந்த இரண்டு சடங்கியல் நிகழ்த்து கலைகளும் பாட்டு வடிவிலான கதையாடல் தன்மை (verse narratives) கொண்டவை. கணியான் கூத்தில் ஆட்டம் இடம்பெற்றாலும் கதையாடலுக்கேற்ற உடற்செயல்கள் ஆட்டத்தில் இடம்பெறுவதில்லை.

இக்கதையாடல்களில் எடுத்துரைக்கப்படும் கதை முக்கியமான தென்றாலும் அவை எவ்வாறு எடுத்துரைக்கப்படுகின்றது என்பதும் முக்கியமானது. அவற்றோடு மக்களின் நம்பிக்கை, வழிபாட்டு முறை, சமூகப் பின்புலம், சமூகவயப்படுத்தல் போன்றவையும் சம அளவு முக்கியத்துவமுடையவை.

வில்லுப்பாட்டும், கணியான் கூத்தும் சடங்குத் தன்மையுடன் நிகழ்த்தப்படும் நாட்டார் தெய்வ விழாவினைக் 'கொடை' என்று அம்மூன்று மாவட்டங்களிலும் அழைக்கின்றனர்.

இக்கொடைவிழா ஆண்டுக்கு ஒரு முறையோ, சில ஆண்டுக்கால இடைவெளிவிட்டோ பொருளாதார வசதிக்கேற்ப நடைபெறும். பெண் தெய்வக் கோயில்களில் நடைபெறும் விழா அம்மன் கொடை என்றும் ஆண்தெய்வக் கோவில்களில் நடைபெறும் விழா மாடன் கொடை என்றும் பெரும்பாலும் அழைக்கப்படுகின்றன. சில கோவில்களில் — குறிப்பாக குமரிமாவட்டத்திலுள்ள சில கோவில்களில் — 'ஊட்டு' என்ற பெயரில் இவ்விழா அழைக்கப்படுகின்றது. காளி கோவிலில் நடைபெறும் விழாவினைக் கோவை, 'காளிவூட்டு' என்றும் தம்பிரான் கோவிலில் நடைபெறும் விழாவினைத் 'தம்பிரான் ஊட்டு' என்றும் அழைக்கின்றனர். இப்பெயர் நாஞ்சில் நாட்டுப் பிள்ளைமார் வாழும் பகுதியில் இடம் பெற்றுள்ளது.

பார்ப்பனர் பூசை செய்யும் கோவில்களில் நடைபெறும் திருவிழாவினின்றும் கொடைவிழா பல்வேறு வகைகளில் வேறுபடுகின்றது. வில்லுப்பாட்டும் கணியான்கூத்தும் நிகழுதற்குரிய சூழலைக் கொடைவிழா ஏற்படுத்தித் தருகின்றது. பெரும்பாலும் இவ்விரு நிகழ்த்துதல்களும் கொடை விழாவின் மைய நிகழ்ச்சிகளாக இடம்பெறுகின்றன. எல்லாக் கொடை விழாவிலும் கணியான் கூத்து இடம் பெற வேண்டுமென்ற கட்டாயம் இல்லை. ஆனால் சுடலைமாடன் கோவில் கொடை விழாவில் குறிப்பாகச் சுடுகாட்டில் அமைக்கப்பட்டிருக்கும் சுடலைமாடன் கோவிலில் — கணியான் கூத்து கட்டாயமாக இடம்பெறும். இக்கோவில்களில் வில்லுப்பாட்டும் இடம்பெறும். பொருளாதார நிலைக்கேற்ப

சில இடங்களில் இவ்விரு கலைகளுமே இடம்பெறாமல் சிறிய அளவில் கொடை நிகழ்வதுமுண்டு.

கொடைக் கோவில்களில் இரத்தப்பலி கொடுப்பது பெரும்பாலும் வழக்கமாக உள்ளது. ஆடு, கோழி, பன்றி போன்றவை தெய்வத்தின் முன்னால் பலியிடப்படுகின்றன. உயிர்ப்பலி கொடுப்பது சட்டத்திற்குப் புறம்பாக இருந்தாலும் பல கோவில்களில் இவ்வழக்கம் இன்றும் நடைமுறையிலுள்ளது. கொடை விழாவில் அக்கோவிலோடு தொடர்புடைய சமூகத்தினர் மட்டுமே பங்கு கொள்வர். வேற்றுச் சமூகத்தினர் கொடைவிழாவினைப் பார்ப்பதற்கு வந்தாலும் அவர்கள் விழா தொடர்பான சடங்குகளில் பார்வையாளர்களாக மட்டும் அனுமதிக்கப்படுவர். கோவிலோடு தொடர்புடைய சமூகத்தினர் கொடை விழாவினை 'வரி வசூல்' செய்து நடத்துவர். தை, மாசி, பங்குனி, சித்திரை, வைகாசி, ஆனி, ஆடி, ஆவணி ஆகிய மாதங்களில் பெரும்பாலும் கொடை விழாக்கள் நடைபெறுகின்றன.

நாட்டார் தெய்வக் கோவில்களெல்லாம் தனியொரு குடும்பத்தார் அல்லது சில குடும்பத்தினரால் வழிபடப்பட்டு வருவன. சில வேளைகளில் ஒரே தெய்வம் வெவ்வேறு சாதியாரால் ஒரே ஊரில் வெவ்வேறு இடங்களில் வழிபடப்படுவதும் உண்டு. ஒரு தெய்வத்திற்கு ஓர் ஊரில் ஒன்றுக்கு மேற்பட்ட பல பீடங்கள் காணப்படுவதற்கு இதுவே காரணமாகும். மேலும், ஒரு தெய்வத்திற்குப் பீடமமைக்கும் பொழுது பிற தெய்வங்களையும் சேர்த்து இருபத்தொரு பீடங்கள் அமைப்பதால் பெரும்பாலும் எல்லாத் தெய்வங்களும் எல்லா இடங்களிலும் காணப்படுகின்றன.

நாட்டார் தெய்வங்களுக்கு பல்வேறு ஊர்களிலும் பல்வேறு வழிபாட்டிடங்கள் அமைக்கப்பட்டமைக்கு மூன்று காரணங்களைக் கூறலாம். முதலாவதாக ஓர் ஊரிலிருந்து மற்றோர் ஊருக்குக் குடிபெயர்ந்து செல்பவர்கள் தாம் வழிபட்டு வந்த தெய்வத்தைத் தாம் வாழப்போகும் இடத்திற்குக்கொண்டு செல்லுகின்ற வழக்கம் இருந்து வந்துள்ளது. அவ்வாறு செல்லும்பொழுது தாம் வாழ்ந்த இடத்திலுள்ள தெய்வம் உறைந்த பீடத்திலிருந்து பிடிமண் எடுத்து சென்று ஊரின் ஓரிடத்தில் அப்பிடி மண்ணை இட்டு அத் தெய்வத்திற்கு பீடமமைப்பது மரபு. இதன் மூலம் தங்களுடைய மண்ணில் தெய்வம் இருப்பதாக நம்புகின்றனர். அதன்மூலம் தாங்களும் அந்த மண்ணில் வசிப்பதாகக் கருதுகின்றனர். இவ்வாறு உருவாக்கப்பட்ட தெய்வத்தை

'போட்டுக் கொடுத்த சாமி' என்று நெல்லை, குமரி, தூத்துக்குடி மாவட்டங்களில் அழைக்கின்றனர். இரண்டாவதாக, மக்கள் வணிகம் செய்வதற்காகவும் பருவகாலத் தொழில் புரிவதற்காகவும், உறவினரின் சடங்குகளில் பங்கேற்கவும் பல்வேறு ஊர்களுக்குச் செல்கின்றனர். அவ்வாறு சென்று பின்னர் ஏதேனும் துன்ப துயரங்கள், கொள்ளை நோய் முதலியவை ஏற்பட்டால் அவற்றிற்குக் காரணம் 'தெய்வக்கோளாறு' என்று சொல்லுவதும் மரபாக உள்ளது. குறி சொல்பவர்களையோ மந்திரவாதிகளையோ அழைத்து கேட்கும் பொழுது குறிப்பிட்ட ஒரு தெய்வம், குறிப்பிட்ட ஓர் ஊரிலிருந்து அவர்களைத் தொற்றிக்கொண்டு வந்து அவர்களுக்குத் தொல்லை கொடுப்பதாகக் கூறி அத்தெய்வத்தை அமைதிப்படுத்த பீடமமைத்து வழிபாடு நிகழ்த்துமாறு கூறுவர். மூன்றாவதாக, குடும்பத்துள் ஒருவருக்கு ஒரு நோய் அல்லது விபத்து ஏற்பட, அதன் பின்னர் அக்குடும்பத்தார் ஒருவருக்குக் குறிப்பிட்ட தெய்வம் கனவில் தோன்றி தனக்குப் பீடமமைத்து, கொடை கொடுத்து, வழிபாடு செய்து, நிகழ்த்துதல்களையும் ஏற்பாடு செய்யுமாறு கட்டளையிட்டமையால் அவ்வாறு அவர்கள் செய்வதுமுண்டு. ஒரே தெய்வங்கூட இம்மூன்று காரணங்களின் அடிப்படையில் வெவ்வேறு ஊர்களில் பீடமமைக்கப்பட்டு வழிபடப்படலாம்.

கணியான் பிறப்புடன் தொடர்புடைய சுடலை மாடசாமி மேற்கூறிய இக்காரணங்களால் நெல்லை, குமரி, தூத்துக்குடி மாவட்டங்களில் வழிபடப்படுகிறது. மேலும், எல்லா ஊர்களிலும், சுடுகாட்டில் இத்தெய்வம் பெரும்பாலும் இடம்பெற்றிருக்கும். முத்தாரம்மன் கோவில், முப்பிடாரி அம்மன் கோவில், இசக்கியம்மன் கோவில் போன்ற பிற தெய்வக் கோவில்களில் சுடலை மாடனுக்கென்று தனியாக பீடம் அமைக்கப்பட்டுள்ளது.

சுடலை மாடன் வழிபாட்டிடங்களில் பெரும்பாலும் பீடங்களே அமைக்கப்பட்டுள்ளன. இப்பீடங்கள் குறிப்பிட்ட அளவில்தான் இருக்க வேண்டும் என்ற விதி இல்லை. செங்கல்லாலோ மண்ணாலோ செவ்வக வடிவில் உயரமாகக் கட்டி, தலைப்பகுதியை மட்டும் பெரும்பாலும் அரைவட்ட வடிவில் தனியாகக் காட்டியிருப்பர். இதனைப் 'பூடம்' என்று அழைப்பர். சில பீடங்களில் முகத்தை மட்டும் கருங்கல் அல்லது மண்ணால் செய்து வைப்பர். சிலைகள் உள்ள சுடலைமாடன் கோவில்களும் இப்பகுதிகளில் காணப்படுகின்றன. அவை அருகியே காணப்படுகின்றன. பல இடங்களில் திறந்த வெளியிலேயே பீடம்

அமைக்கப்பட்டுள்ளது. கட்டட அமைப்புடைய வழிபாட்டிடங்களும் உள்ளன. சுடலை மாடனின் அருகில் அதனை ஒட்டி சுடலையின் பீடத்தைப் போன்று அதனைவிட உயரம் குறைந்த இன்னொரு பீடம் பெரும்பாலும் காணப்படுகின்றன. அத்தெய்வத்தைப் 'பிரம்மராக்கு சக்தி' என்று அழைக்கின்றனர். சுடலை மாடன் பீடத்தின் எதிரில் ஏறக்குறைய 30 அடி முதல் 50 அடிவரை இடைவெளி விட்டுச் சுடலை மாடன் பீடத்தை நோக்கி ஒரு பீடம் அமைக்கப்பட்டுள்ளது. அத்தெய்வத்தை முண்டன் என்று குறிப்பிடுகின்றனர். ஒரு வழிபாட்டிடத்தில் பீடங்கள் இருபத்தொன்று என்பதே கணக்கு. சில வழிபாட்டிடங்களில் இருபத்தொரு பீடங்களும் ஒரு மைதானத்தில் அமைக்கப்பட்டிருக்கும். ஒரு சில பீடங்களே காணப்படும் வழிபாட்டிடங்களில் கொடை விழாவின் பொழுது பிற பீடங்களைத் தற்காலிகமாக அமைத்துக்கொள்வர். இருபத்தொரு பீடங்கள் என்பது நாட்டார் தெய்வ வழிபாட்டில் காணப்படும் ஓர் எண்ணிக்கையாகும்.

சுடலை மாடன் கதைக்குப் பல்வேறு வடிவங்கள் உள்ளன. அ.கா.பெருமாள், இரா. பாலசுப்பிரமணியன், ராமி, அனந்தசயனம், கன்னிகா விஜயசிம்மன், சு. சண்முகசுந்தரம் போன்ற ஆய்வாளர்கள் இக்கதை வடிவங்களைக் குறிப்பிடுகின்றனர். சிவபெருமானே சுடலை மாடனாகப் பிறவியெடுத்ததாகச் சில வடிவங்கள் கூறுகின்றன.

சிவனை மதிக்காமல் தட்சன் யாகம் செய்தபோது சிவனால் எரிக்கப்படுகிறான். அவன்தான் தன் தவறை உணர்ந்து சிவனை வேண்டுகிறான். சுடலை மாடனையும், பிரம்மராக்கு சக்தியையும் பிறவி செய்வதற்காக யாகம் நடத்தும்படி தட்சனிடம் சிவன் கட்டளையிடுகிறார். யாகத் தீயிலிருந்து பிரம்மராக்கு பிறந்தாள். அவனைத் தொடர்ந்து சுடலை மாடன் பிறந்தான்.யாக குண்டத்திலிருந்து சுடலை மாடன் வெளிவர மறுக்கிறான். தனக்கு மகுடம் தட்டிப் பூசை செய்ய வேண்டுமென்றும் அம் மகுடம் தட்டுவது கணியானாகத்தான் இருக்கவேண்டும் என்றும் சுடலை மாடன் கூறுகிறான். தட்சன் இதுபற்றி சிவனிடம் சொல்ல இந்திராணி தலைமையில் தெய்வப் பெண்கள் சிவனின் முன்னே நாட்டியமாடுகின்றனர். இந்திராணியின் கால் சிலம்பிலிருந்து ஒரு பரல் சிதறியது. அதிலிருந்து கணியான் தோன்றினார். சிவபெருமான் அவரிடம் "குட்டி ஆட்டின் இரத்தத்தை உடலில் பூசி அதன் முட்டெலும்பையும் மூளையையும் மிளகுடன் கலந்து படைப்புப்

போடு; கருவாடு வை; தோண்டியிலே கள் நிறைத்து வை; ஆட்டின் இரத்தத்தைப் பொட்டாக வைத்துக்கொள்; மத்தளத்தையும் மகுடத்தையும் கொட்டியாடு" என்று கட்டளையிடுகிறார்.

இன்னொரு கதை வடிவம் பின்வருமாறு கூறுகிறது: "பிரம்மனின் ஒரு தலையைக் கிள்ளியதால் சிவனுக்குப் பிரம்மகத்தி தோசம் பிடித்ததால் பிரம்மனின் தலை சிவனின் கையில் ஒட்டிக்கொண்டது. பெருமாளின் அறிவுரைப்படி சிவன் திருநீறு பூசி சுடுகாட்டில் ஆடிக்கொண்டிருக்க, பார்வதியின் கால் சிலம்பிலிருந்து கணியான் தோன்றினார். அவர் தன் கையை அறுத்து இரத்தத்தைச் சிவனின் கையில் ஒட்டிக்கொண்டிருந்த பிரம்மனின் தலையில்விட அத்தலை கீழே விழுந்தது. சிவன், பிரம்மனின் துண்டிக்கப்பட்ட தலையிலுள்ள கிரீடத்தை எடுத்து மணியாகவும் மகுடமாகவும் செய்து கணியானுக்கு வழங்கினார். அதன்படி கணியான் ஆட்டம் சுடலை மாடன் வழிபாட்டில் இன்றியமையாத கூறாக உள்ளது."

இன்னொரு கதையும் சொல்லப்படுகிறது: "கைலாயத்தில் எரிந்து கொண்டிருந்த ஒரு விளக்கிலிருந்து பொறி ஒன்று தெறித்து விழ அது குழந்தையாயிற்று. அக்குழந்தை முண்டமாக இருந்ததால் பார்வதி சிவனை வேண்ட அக்குழந்தை கைகால்களைப் பெற்றது. அக்குழந்தை தொட்டில் பிள்ளையாக இருக்கும்போதே பிணம் தின்ன சுடுகாட்டுக்குப் போய் வந்தான். இதனால் பார்வதி குழந்தையை வெறுத்தாள். எனவே சிவன் அவனிடம் பூமியில் சென்று பிறவியெடுக்கக் கூறினார். அவன் மகுடச் சத்தமும், கணியான் ஆட்டமும், இரத்தப் பலியும் கேட்டான். எனவே சிவபெருமான் கணியானை உருவாக்க இந்திராணி முதலான ஏழு பெண்களை ஆடச்சொன்னார். இந்திராணியின் கால் சிலம்புப் பரலிலிருந்து கணியான் தோன்றினார். சுடலைக்காகவே மகுடந்தட்டி ஆடி தமது நாக்கையும், கையையும் வெட்டி இரத்தம் கொடுத்து சுடலை மாடனை மகிழ்வித்தார். பின் பூமியில் சுடலை மாடன் கணியானுடன் வந்து பிறந்தான்.

கணியான் சாதியின் தோற்றம் பற்றிய புராணக்கதை கைலாயத்தில் சுடலை மாடனோடு இணைந்துள்ளதால் கணியான் சாதியினர் தங்களைத் 'தெய்வக் கணியான்' என்று கூறுகின்றனர்.

சுடலை மாடன் கோயிலில் பெரும்பாலும் வெள்ளிக்கிழமைகளில் கொடை நிகழும், வியாழக்கிழமை பிற்பகல் தொடங்கி சனிக்கிழமை பிற்பகல் கொடை விழா நிறைவுறும். வியாழக்கிழமை மாலையில்

குடியழைப்பு நடைபெறும். குடியழைப்பின்போது கொடை விழாவிற்காக வரவழைக்கப்பட்ட நிகழ்த்து கலை வடிவங்கள் (நையாண்டி மேளம், வில்லுப்பாட்டு, கணியான் கூத்து) சிறிது நேரம் நிகழ்த்தப்படும். வில்லுப்பாட்டிலும், கணியான் கூத்திலும் அய்யன் கதை எனப்படும் வல்லரக்கன் கதை பெரும்பாலும் பாடப்படும். சில கோவில்களில் காப்பு அணியும் சடங்கு நடைபெறும். நிகழ்த்துதலுக்காக வரவழைக்கப்பட்ட தலைமைக் கணியான் இச்சடங்கினைச் செய்வார். காப்புகள் இரும்பினால் செய்யப்பட்டவை. கோவிலில் சாமியாடுபவர்களுக்கு இக்காப்புகள் அணிவிக்கப்படும். தெய்வத்தின் முன் — கோவிலுக்கு வெளியே — வெற்றிலை, பாக்கு, பழம் வைத்துப் பூசை செய்து அக்காப்புகளைத் தலைமைக் கணியான் சாமியாடிகளுக்கு அணிவிப்பார். இவ்வழக்கம் எல்லாச் சுடலைமாடன் கோவில்களிலும் வழக்கிலில்லை. வில்லுப்பாட்டு அல்லது கணியான் கூத்து நிகழ்ந்து கொண்டிருக்கும்போது கோவிலில் நிற்கும் சாமியாடிகள் தெய்வமுற்று ஆடத் தொடங்குவர். சிலருக்கு வில்லுப்பாட்டின்போது அல்லது நையாண்டி மேளத்தின்போது தெய்வமுறுதல் நிகழவில்லையெனில் கணியான் பாடி தெய்வத்தை வரவழைப்பார்.

கணியான் ஆட்டக் குழுவில் பெரும்பாலும் எழுவர் இடம் பெறுவர். தலைமைப் பாடகர் ஒருவர் — அவர் புலவர் அல்லது அண்ணாவி என்றழைக்கப்படுவார்; மகுடமடிப்பவர் இருவர் (உச்சம், மந்தம்); பின்பாட்டுக்காரர் ஒருவர்; ஜால்ரா போடுபவர் ஒருவர்; ஆட்டக்காரர் இருவர் பெண் வேடமிட்டு ஆடுவர்.

தலைமைப் பாடகர், தலைமைத் தெய்வத்தின் எதிரில் அரங்கின் இறுதிப் பகுதியில் முண்டன் தெய்வத்திற்கு அருகில் நின்றுகொண்டு பாடுவார். நிகழ்த்துநர்கள் நின்றுகொண்டுதான் பாடவேண்டும். தலைமைப் பாடகர் நிற்குமிடத்துக்கும் தலைமைத் தெய்வத்திற்கும் இடையிலுள்ள பகுதி ஆடுகளமாகும். பார்வையாளர்கள் ஆடுகளத்தின் இருபகுதியிலும் அமர்ந்திருப்பர். ஆடுகளத்தில் பெண்வேடதாரிகள் ஆடுவார்கள். தலைமைப் பாடகர் கதையிலுள்ள ஒவ்வொரு பாடலையும் பாடி முடித்தவுடன் துணைப் பாடகர்கள் அவர் பாடிவிட்ட வரிகளை மீண்டும் பாடுவர். அப்போது மகுடம் ஓங்கி ஒலிக்கப்படும். அப்போது பெண்வேடதாரிகள் ஆடுகளத்தில் கிறுக்கி சுற்றுவது போலவும், குதித்துக்கொண்டும், கைகளை அசைத்துக் கொண்டும் ஆடிவருவர்.

ஆட்டக்காரர்களின் கால்களில் கட்டப்பட்டுள்ள சலங்கைகளின் ஒலி, மகுட இசைக்குத் தகுந்தவாறு இணைந்து செல்லும்.

அண்ணாவி வசனமாகக் கதைப் பகுதியைச் சொல்லும்போது ஆட்டக்காரர்கள் ஆடுவதில்லை. கோவிலில் தெய்வத்திற்குச் சடங்குகள் செய்யவேண்டிய நேரம் நெருங்க நெருங்க அண்ணாவி வசனத்தைக் குறைத்துக்கொண்டே வருவார். சடங்கு நிகழத் தொடங்கியதும் பாட்டு மட்டுமே பாடப்படும். மகுடத்தின் ஒலி ஓங்கி ஒலிக்கும். அந்த ஓசையில் கோமரத்தாடிக்கும் பிற சாமியாடிகளுக்கும் தெய்வமுறல் நடைபெறும். அப்போது பார்வையாளர்கள் இயல் கடந்த நிலைக்குக்கொண்டு செல்லப்படுவர். சோற்றுப் படைப்பு போடப்பட்டு ஆட்டம் துரித கதியில் நடைபெறும். நையாண்டி மேளமும் இசைக்கப்படும். கோமரத்தாடி கணியான் கூத்தையும் நையாண்டி மேளத்தையும் வில்லுப்பாட்டையும் மாறி மாறி நிகழ்த்த சொல்வார். சுடலைமாடன் கதையில் வரும் நிகழ்ச்சிகள் கோமரத்தாடியால் பாவனை செய்யப்படும். (கணியான் கூத்து நடைபெறாத கோவில்களில் வில்லுப்பாட்டின் குறிப்பிட்ட பகுதிகள் பாடும்போது கோமரத்தாடி இதனைச் செய்வார்).

பொதுவாகக் கணியான் கூத்து இவ்வாறுதான் நடைபெறுகின்றது. வெள்ளிக்கிழமை அதாவது கொடைவிழாவின் இரண்டாம் நாள் நண்பகல் 12 மணிக்கும் இரவு 12 மணிக்கும் கொடைவிழாவின் சடங்குகள் உச்ச நிலையை அடைகின்றன. நண்பகல் நடைபெறும் சடங்கில் கணியான் கை வெட்டு என்னும் சடங்கு நடைபெறும். கணியான் கூத்தில் ஈடுபட்டுள்ள கணியான் சாதியினர் கைவெட்டு நிகழ்த்துவதில்லை. கைவெட்டு நிகழ்த்துவதற்காகவே தனியாகக் கணியான்கள் உள்ளனர். நெல்லை மாவட்டத்தில் மட்டும் 12 கை வெட்டுக் கணியான்கள் உள்ளனர். கை வெட்டுதலில் ஈடுபடுவோர் விரதமிருக்க வேண்டும். எனவே மனைவியை இழந்தோரே கை வெட்டில் ஈடுபடுவதாகத் தகவலாளி ஒருவர் கூறினார். ஆனால் இந்தக் கூற்று சரியில்லை என்பதைக் கள ஆய்வின் மூலம் அறிய முடிந்தது.

தென்மாவட்டங்களில் வில்லுப்பாட்டும் கணியான் கூத்தும் கதையாடல் நிகழ்த்துதல்கள். கணியான் கூத்தில் ஆட்டம் இடம் பெற்றிருந்தாலும் கதை சம்பவங்களை நிகழ்த்துநர்கள் போன்மை செய்வதில்லை. கோமரத்தாடியையும் சாமியாடிகளையும் இயல் கடந்த நிலைக்கு அழைத்து செல்லும் பணியினை நிகழ்த்துநர்கள்

செய்கின்றனர். குறிப்பிட்ட நேரம் அதாவது ஏறக்குறைய அரை மணி நேரம் அவர்கள் இந்நிலையிலிருக்கின்றனர். அப்போது மக்கள் கோமரத்தாடியையும் சாமியாடிகளையும் தெய்வங்களாகவே கருதுகின்றனர். அப்போது கோவிலின் முக்கியமான சடங்குகளும், தெய்வமுற்றோர் குறிசொல்லுதலும் நடைபெறுகின்றன. ஆனால் தெருக்கூத்தில் அர்ச்சுனன் தபசு போன்ற சடங்கியல் நிகழ்வில் மக்கள் அர்ச்சுனன் வேடம் தரித்தவரையே அர்ச்சுனனாகப் பார்க்கின்றனர். அவரால் வீசப்படும் பொருட்களை மடியேந்திப் பெறுகின்றனர்.

இந்த அடிப்படையில் நாட்டார் வழக்காற்று வகைமைகளுள் ஒன்றான சடங்கியல் நிகழ்த்துதல்கள் வெவ்வேறு நிலைக்களங்களில் வெவ்வேறான முறைகளில் நிகழ்த்தப்படுகின்றன.

• • •

கணியான் ஆட்டம் - நிகழ்த்துகலை ஆய்வு

முனைவர் சு.சண்முகசுந்தரம்

கணியான் ஆட்டம் தமிழகத்தின் தென் மாவட்டங்களில் இன்றும் உயிர்ப்போடு உள்ள ஒரு நிகழ்த்துகலை. இன்னும் இது நாட்டுப்புறக் கலைதான். வெங்கட்சாமிநாதன் கூறுவது போல, "நாட்டுப்புற மக்களின் ஆதரவிலேயே அவர்களின் நுகர்வுக்கென்றே வாழ்ந்துகொண்டிருக்கும் கலை. சங்கீதம், கதாகாலட்சேபம், நாட்டியம் எல்லாம் கலந்த ஒன்று இந்தக் கலை. ஒரு விசித்திரமான கலவை."[1]

இது தென் மாவட்டங்களை விட்டு வெளியே பரவவில்லை. எனினும் சிறு தெய்வ வழிபாட்டைச் சேர்ந்து, நாட்டுப்புற மக்களை ஆதரவாளர்களாகக்கொண்டு இன்னமும் தன் புனிதத்துவம் கெடாது உயிர்வாழ்கிறது. பாவைக்கூத்திற்கும், தெருக்கூத்திற்கும் நேர்ந்த ஆபாச அவலம் இதற்கு நேரவில்லை என்பதும் குறிப்பிடத்தக்கது.

ஸ்டுவர்ட் பிளாக்பர்ன் தனது கட்டுரையொன்றில் உருவாக்கியுள்ள நிகழ்கலை ஒருமுகத் தோற்ற வரைபடத்தை (Performance Profile) அடிப்படையாகக்கொண்டு[2] கணியான் ஆட்டக்கலையின் பெயர், நிகழும் பகுதி, சூழல், பயன்பாடு, நிகழ்த்துநர்கள்,

---

1. யாத்ரா, 50-51, ரசனைகள் மதிப்புகள் மாற்றங்களில் சமூகவியல் ஆய்வு, ப-1.

2. Stuart Blackborn, Indian Performance Traditions, Indian Folklore I, LIIL, Mysore, 1981, P.41

பார்வையாளர்களின் பங்கு, ஊடகம், புதியன புகுவதற்கான வழிமுறைகள், உள்ளடக்கம், பிரதியின் வடிவங்கள் எனும் பத்துக் கூறுகளாகப் பகுத்துப் பார்ப்பதுதான் இக்கட்டுரையின் நோக்கம்.

நாட்டுப்புறக்கலைகளை நிகழ்த்துகலைகள் என்றும் கைவினைக் கலைகள் என்றும் இரண்டு வகைகளாகப் பகுக்கலாம். நாட்டுப்புறவியலில் நிகழ்த்துதல் என்பதும் கூட இரண்டு கருத்தாக்கங்களாக உள்ளன. பாட்டுப் பாடுதல், கதை சொல்லல், புதிர் போடுதல் போன்றவை ஒருவகையான நிகழ்த்துதல். கதைப்பாட்டு, ஆட்டம், கூத்து, சடங்கு போன்றவை இன்னொரு வகையான நிகழ்த்துதல்.

குறிப்பிட்டதொரு காலத்தில் நிகழ்த்தப்படும் பருண்மையானதொரு சம்பவம் நிகழ்த்துதலாகும். அதாவது நிகழ்த்துதல் என்பது ஒரு கருத்துப் புலப்படுத்தும் சம்பவமாகும்.[3]

நிகழ்த்துதலில்தான் ஒரு கலையின் அர்த்தமும் கலைத்திறமும் வெளிப்படும். வெறும் சொற்களுக்கு மட்டும் இங்கு முக்கியத்துவம் அளிக்கப்படுவதில்லை. அவை எவ்வாறு மக்கள் முன் வழங்கப் படுகின்றன என்ற வினைத் திறத்திலும் கவனம் செலுத்தப்படும். இன்னிசை, வேகம், சந்தம், குரல், நாடகப் பண்பு, புலப்படுத்தும் வழிமுறைகள், நிகழ்த்தும் உத்திகள் நிகழ்த்து கலைகளை அறிய உதவும்.

நிகழ்த்துதல் கோட்பாடானது பனுவல்களைவிட பனுவல்களை நிகழ்த்துநர்களைப் பற்றியும் நிகழ்கலைகளைப் பற்றியும் மிகுதியாகக் கவனம் செலுத்துகிறது.

நிகழ்த்துதல்கள் பற்றி உண்மையாக ஆய்வு செய்ய வேண்டுமானால், நிகழ்த்துதல்கள் நடைபெறும் சமூகச் சூழ்நிலைகளும் சம்பவங்களும் பின்புலங்களும் பார்வையாளர்களின் பங்கேற்பும் ஆய்வு செய்யப்பட வேண்டும். இத்தகைய நிகழ்த்துதல்களைச் சமூக நாடகங்கள் என்றும் கொள்ளலாம்.

நாட்டுப்புறக் கலைகளைக் கட்புலன் மிகுந்தவை, செவிப்புலன் மிகுந்தவை, கட்புலனும் செவிப்புலனும் இணைந்தவை என்று மூன்று வகையாகப் பகுக்கலாம். இதில் கணியான் ஆட்டத்தை மூன்றாவது வகையாகக் கொள்ளலாம்.

---

3. டாக்டர் தே.லூர்து, நாட்டார் வழக்காற்றியல்: சில அடிப்படைகள், நாட்டார் வழக்காற்றியல் ஆய்வு மையம், பாளையங்கோட்டை, 1997, ப. 343.

கதை சொல்லலோடு இசையும் இசைக்கருவிகளும் சேர்ந்து கலையாகப் பரிணமித்தது. கதை பாட்டாகி, பாட்டுடன் ஆடலும் சேரும்போது கூத்துக்கலையாகப் பரிமாணம் பெறுகிறது. இது பொழுதுபோக்கு, அறிவூட்டல், சடங்கு எனும் முத்தளங்களிலும் விரிந்தது. எனினும் சிறு தெய்வக் கோயில்களில் வில்லுப்பாட்டு, உடுக்கடிப் பாட்டு, லாவணி போன்று கதை சொல்வதிலும் கணியான் ஆட்டம் கவனம் செலுத்தியது.

இது ஒரு தொன்மையான கலை. இதன் வரலாற்றை எளிதாக வரையறுக்க முடியவில்லை. சுடலைமாடன் வழிபாடு தோன்றி வளர்ந்தபோதே இக்கலையும் தோன்றி வளர்ந்திருக்க வேண்டும். பதினாறாம் நூற்றாண்டில் பாடப்பட்ட விறலிவிடு தூது "வில்லாம் முரசாம் கை வெட்டுக் கணியானாம்" என்றும், பதினேழாம் நூற்றாண்டில் பாடப்பட்ட முக்கூடற் பள்ளு, "ஆருக்கும் பணியான் சீவலபேரிக்குள் கணியான்" என்றும் குறிப்பிடுகின்றன. எனவே *350 ஆண்டு தொன்மைதான் நமக்குத் தெளிவாக உள்ளது.*

நாட்டுப்புற நிகழ்த்து கலைகளில் வழிபாட்டுச் சடங்குக் கலைகள் என்பது ஒருவகை. இதிலும் கதைத் தொடர்பு உடையவை கதைத் தொடர்பு இல்லாதவை என்று இருவகைகள் உள்ளன. கணியான் ஆட்டம் கதைத் தொடர்புடைய வழிபாட்டு சடங்குக் கலை.

கலையின் பெயர்

கணியான் என்னும் சாதியினரால் நிகழ்த்தப்படுவதால் இது கணியான் ஆட்டம் என்று அழைக்கப்படுகிறது. மாலைப் பள்ளு எனும் நூலும் கணியான் ஆட்டம் என்றே[1] குறிப்பிடுகிறது. விறலிவிடு தூது மூலம் 'கணியான் பாட்டு' எனும் பெயரும்[2] இருந்ததாக அறிய முடிகின்றது. எழுபது ஆண்டுகளுக்கு முன் இதனைக் கணியான் கூத்து என்று அழைத்ததனையும் அறிந்து கொள்ள முடிகிறது.[3]

நிகழ்கலைகளில் நாட்டுப்புற நிகழ்கலைகள், செவ்வியல் நிகழ் கலைகள் எனும் இரட்டை வழக்கு (Diglossia) இருக்கின்றது. அத்துடன் நாட்டுப்புற நிகழ்கலைகள் செம்மை பெற்று செவ்வியல் நிகழ்கலைகளாகும் போக்கினையும் அவை பெற்றுள்ளன. அவ்வாறு ஆனவற்றை நாட்டுப்புறச் செவ்வியல் நிகழ்கலைகள் (Clafolk performing arts) என அழைக்கலாம். வில்லுப்பாட்டு இத்தகையது.[4]

---

1. மாலைப் பள்ளு, ப. 30 2. விறலிவிடு தூது 3. இராமசுப்பு பேட்டி.

கணியான் ஆட்டம் சாதி, சமயம், பால், இடம் முதலிய எல்லைக் கோடுகளை தாண்ட தயங்கும் கலையாக இருப்பதால் இதனை நாட்டுப்புற நிகழ்கலை என்றே கூறவேண்டும். எனினும் பெயரில் ஒரு செவ்வியல் போக்கை காணமுடியும். கணியான் என்பது தாழ்த்தப்பட்ட சாதியைக் குறிக்கும் என்பதால் இவர்கள் பயன்படுத்தும் இசைக் கருவியான மகுடத்தை முன்னிலைப்படுத்தி மகுடாட்டம், மகுட இசை, மகுடக் கச்சேரி என்று மாற்றிக் கொண்டனர். இக்கலைஞர்களும் தாம் கணியான் என்று அழைக்கப்படுவதைவிட 'புலவர்' என்று அழைக்கப்படுவதை, விளம்பரப்படுத்தப்படுவதையே விரும்புகின்றனர்.

வட்டாரம் அல்லது கலை நிகழும் பகுதி

தமிழ்நாட்டின் தென் மாவட்டங்களான குமரி, நெல்லை மாவட்டங்களில் மட்டுமே இந்த ஆட்டம் இன்றுவரை நிகழ்த்தப்பட்டு வருகின்றது.

காரணங்கள் பல. (1) கணியான் இனத்தவர்கள் இக்குறிப்பிட்ட மாவட்டங்களில் மட்டுமே வாழ்கின்றனர். (2) சுடலைமாடன், இசக்கியம்மன் என்னும் இவ்வாட்டம் தொடர்பான சிறு தெய்வங்கள் மேற்கண்ட மாவட்டங்களில் மட்டுமே வழிபடப்படுகின்றன.

இந்த ஆட்டம் குமரி மாவட்டத்திலும் திருநெல்வேலி மாவட்டத்திலும் நடைபெற்றாலும் கணியான்கள் வசிப்பது நெல்லை மாவட்டத்தில் மட்டும்தான்.

சூழல்

இப்பகுதியில் கலை நிகழிடம், காலம், பார்வையாளர்கள், கலைஞர்களின் தொண்டு, நிதி உதவி போன்றவற்றைக் காணலாம். இவையே ஒரு கலை நிகழ்வதற்கான சரியான சூழலாகும்.

சூழல் பற்றிய தகவல்களும் இன்றியமையாதவை. கலைஞர்கள் தங்களை அல்லது சமூகத்தில் உள்ள தனியார்களை அல்லது பார்வையாளர்களைக் கதையில் வரும் ஆட்களோடு இணைத்து அடையாளப்படுத்தி புதிய நாடகக் கூறுகளையும் பொருண்மைக் கூறுகளையும் கதையாடலுக்குள் திணித்துப் படைப்பும் மறுபடைப்புமாகச் செய்யும் கலவையாக அமைப்பர்.

---

4. முனைவர் முத்து சண்முகம், நாட்டுப்புறவியல் செவ்வியல் நாட்டுப்புற நாட்டுப்புறவியல் ஆய்வாளர் மன்றம், தஞ்சாவூர். ப-111.

நிகழ்த்துநர்களின் மனதில் கட்டாயமாகச் சில மாதிரிகள் இருக்கும். ஒரே மாதிரியான நிகழ்த்துதல் பற்றிய நினைவுகள், அமைப்பு சார்ந்ததும் வழக்காற்று வகைமைக்கே உரியதுமான குறிப்பிட்டுச் சுட்டிக்காட்டிய விதிகள், நினைவில் நிறுத்துவதற்குரிய வழிமுறை உத்திகள், நடையியல் நெறிமுறைகள் மற்றும் கதையை வளர்த்து செல்லும் மாற்று வழிமுறைகள் போன்றவை அந்த மாதிரிகள்.

ஒரு நிகழ்த்துதலில் பயன்படுத்துவதற்கு மேற்பட்டும் பல்வேறு கூறுகள் இருக்கக் கூடும். பல்வேறுபட்டவற்றுள் சிலவற்றைத் தேர்ந்தெடுத்து இணைத்து நிகழ்த்துவதற்கு வாய்ப்புகள் உள்ளன. மனப்பாடம் செய்யப்பட்ட பனுவலைச் சொல்லுக்குச் சொல் திரும்பச் சொல்வதில்லை. கதையாடல், பாடல், கூத்து போன்ற பல வடிவங்கள் ஒவ்வொரு நிகழ்த்துதலிலும் மறுபிறப்பெடுக்கின்றன. அதாவது ஒரு குறிப்பிட்ட சந்தர்ப்பத்திற்கு ஏற்றவாறு பிறப்பெடுக்கின்றன. இது மனம் போனபடி நிகழ்வதில்லை. ஆனால் பதிலீடு செய்யக் கூடியவற்றின் எல்லை குறுகுகிறது. ஒன்று மட்டுமே பொருத்தமானது என்று தேர்ந்தெடுக்கக் கூடிய அளவிற்குச் சந்தர்ப்ப சூழ்நிலைகளால் அந்தத் தேர்வு தீர்மானிக்கப்படுகிறது.

நிகழிடம்

இக்கலை சிறு தெய்வக் கோவில்களிலேயே பெரும்பாலும் நிகழ்த்தப்படுகின்றது. இதில் கிராமம், நகரம் என்ற பேதமில்லை. அதிகபட்சமாக இது சுடலை மாடன் கோவில்களில் நிகழும். இதைத்தவிர மாடசாமி, முண்டன், புலமாடன், கருப்பசாமி, முத்துப்பட்டன், வல்லாள கண்டன் எனும் ஆண் தெய்வக் கோவில்களும் காளியம்மன், இசக்கியம்மன், மாரியம்மன், முத்தாரம்மன், பொம்மி, தீப்பாய்ச்சி அம்மன், புட்டாரத்தி அம்மன் எனும் பெண் தெய்வக் கோவில்களும் இக்கலை நிகழ்வுக்குரிய இடங்கள் ஆகும். ஆனால் இவை குறைந்தபட்சமே.

இவற்றை நிலைத்த கோவில்கள் என்றும் சொல்ல முடியாது. கொடை விழாவுக்காக பச்சை மண்ணாலோ செங்கற்களாலோ உருவம் செய்து வெள்ளையடித்து வண்ணம் பூசிப் பந்தலிட்டு, தெய்வங்களின் எதிர்த்திசையில் அவற்றின் பார்வையில் புதிதாகப் பரப்பப்பட்டுள்ள மணல் மீது ஆட்டம் நிகழும்.

அண்ணாவி, உதவிப் பாடகர், மகுடக்காரர்கள் ஒரு அரைவட்ட மாகவும், பெண் வேடதாரிகள் இயங்கும் விதம் அடுத்த அரைவட்ட மாகவும் அமைந்து ஏறக்குறைய ஒரு வட்ட அமைப்பு நிலையில் ஆட்டம் நிகழும். பந்தலுக்குள் இடம் இல்லாவிட்டால் வெளியே பரந்த இடத்தில் அதே நேரத்தில் தெய்வத்திற்கு நேர் எதிரில் நிகழ்த்துவர்.

தற்போது பொழுது போக்கு நிலையில் இயல் இசை நாடக மன்றங்கள், பண்பாட்டு கலாசார மையங்கள், பல்கலைக்கழக ஆய்வு மையங்கள், வானொலி, தொலைக்காட்சி போன்றவற்றிலும் நிகழ்த்தும் வாய்ப்பைப் பெற்று வருகின்றன.

காலச்சார்பு

ஆண்டு தோறும் பங்குனி முதல் புரட்டாசிவரை கொடைவிழா நிகழும். அப்போதுதான் கணியான் ஆட்டமும் நிகழும். சாமி கோவில் கொடை என்றால் வெள்ளிக்கிழமைகளிலும் அம்மன் கோவில் என்றால் செவ்வாய்க்கிழமைகளிலும் நடைபெறும். சில சாமி கோவில்களில் வியாழனும் சனியும் விழா விரியும். சில அம்மன் கோவில்களில் திங்களும் புதனும் விழா விரியும்.

ஒரு பொழுது கொடையில் இரவு 9 முதல் காலை 5 மணிவரை அத்தெய்வத்தை மட்டும் விரிவாகப் பாடுவர். இதன் தொடக்கமும் முடிவும் இயல்பாக அமைய கோமரத்தாடிமேல் சாமி வரவும் வழிபாடும் சடங்கியல் ஆழத்தைக் காட்டும்.

இரு பொழுது கொடையில் ஒரு பகலிலும் ஒரு இரவிலும் நிகழும். பகலில் சாஸ்தா கதை காலை 10 முதல் நண்பகல் 2 மணிவரை தொடரும். பகல் 12 மணிக்குத் தெய்வத்துக்குக் கற்பூரம் காட்டி வணங்கும்போது சாமி அருள் வரவேண்டும். பகலைவிட இரவில் இதன் சிறப்பு அதிகம்.

மூன்று நாள் கொடையில் இந்த ஆட்டம் நான்கு பொழுதுகள் நிகழும். அப்போது சாஸ்தா, சுடலை, சமூகக் கதைகள் எனப் பாடுவர்.

நிகழ்த்துவோன்

நாட்டுப்புற நிகழ்த்து கலைகள் தேங்கியவையல்ல. இலக்கண வரையறைக்குள் அடங்கியவை அல்ல. ஒவ்வொரு கலைஞனும்

தன் திறமைக்கேற்ப படைப்புத்திறன் கொண்டவன். மரபுக்கும் கட்டுப்பட்டவன். என்றாலும் புதியன புனைபவன்.

கணியான் ஆட்டத்தில் ஏழுபேர் ஒரு குழுவில் இருப்பர். அண்ணாவி ஒருவர். இவர்தான் கதை பாடுபவர். இவருக்குத் துணையாக ஒருவர் பாடுவார். மூன்று பேர் மகுடம் வாசிப்பர். இரண்டு பேர் பெண் வேடம் போட்டு ஆடுவர்.

கலைஞர்கள்

ஒரு குழுவிலே உள்ளவர்கள் எல்லோரும் ஒரே ஊரில் இருக்க மாட்டார்கள். வேறு வேறு ஊரிலுள்ள இவர்கள் அண்ணாவி தகவல் சொன்னதும் ஒன்றாகக் கூடுவர். குழு தலைவர்தான் தலைமைப் பாடகர். ஆட்டத்துக்கு அவர்தான் முன்பணம் வாங்குவார்.

அண்ணாவி, உதவிப் பாடகர், இரு மகுடக்காரர்கள், இரு பெண்வேடக்காரர்கள், ஜால்ராக்காரர் என்று ஏழுபேர் ஒரு குழுவில் பெரும்பாலும் இருப்பர். சில குழுவில் மூன்று மகுடக்காரர்கள் இருப்பின் எட்டு பேர்களாவதும் உண்டு. இதோடு குறைந்த எண்ணிக்கை. ஐந்தாக இருக்கும்.

கூத்தைக் கற்பவர்களும் கூடப் போய் இடைஇடையே அண்ணாவி ஓய்வெடுக்கும்போது பாடுவர். பிறகு உதவிப் பாடகர்களாகக் கொஞ்சநாள் இருந்துவிட்டுப் பிறகு தனித்துப் பாடத் தொடங்கிவிடுவர்.

இவர்களின் கலை நசிந்து வருகிறது. எனவே இவர்களது பிள்ளைகளில் படித்தவர்கள் வேறு வேலைக்குப் போகின்றனர். இப்புராதனக் கலையின் பெருமையைத் தெரிந்த ஒரு சிலரே இதனை உயிராக மதித்துப் போற்றுகின்றனர்.

இவர்கள் 30 வயதுக்கு மேல்தான் திருமணம் செய்து கொள்வர். குரல் எடுத்துப் பாட சக்தி வேண்டும் என்பதால் இல்லற வாழ்வை அதுவரைத் தள்ளிப் போடுகின்றனர்.

தலைமைப் பாடகர் (அண்ணாவி)

இவர் கதைக் கூற்று, பாத்திரக் கூற்று, பின் பாட்டுக்காரர் கூற்று என மூன்றிலும் ஈடுபடுகிறார். இவர் பாடும்போது மகுட ஓசை

ஓங்கி வெளிப்படாது. இவர் பாட்டு முடிந்ததும் பெண் வேட ஆட்டக்காரர்களின் சலங்கை ஒலிக்கும். பாத்திரத்திற்கேற்றபடி இவர் பாட்டிலும் உரைநடையிலும் குரல் மாற்றம் செய்வார். கதை கூறலில் வினாவும் விடையும் கலந்து ஆட்டத்துக்குச் சிறப்புச் சேர்ப்பார். அத்துடன் பெயர்களை அடுக்கல், திரும்பக் கூறல், உலக உண்மைகளைச் சொல்லல், வருணனை செய்தல், இலக்கிய மேற்கோள் காட்டடல், கிளைக்கதை கூறல், பேச்சு வழக்கைப் பயன்படுத்துதல் போன்று பல உத்திகளைப் பயன்படுத்துவார்.

இவர் நின்ற வண்ணம் பெருங்குரலில் பாடுவார். பாடும்போது தனது இடது கையை இடது காதருகில் வைத்துக் கொள்வார். இதனால் பிற ஓசைகளில் இருந்து காதை காத்து உரத்துப் பாட முடியும். அதோடு வலது கையால் இசைக்கேற்ப மேலும் கீழுமாக அல்லது இடதும் வலதுமாக அசைத்த வண்ணம் பாடுவார்.

பெண் வேடக்காரர்களே பெரும்பாலும் அண்ணாவி ஆகின்றனர். அப்போது நீளமான தலைமுடியை வெட்டிக் கொள்ளுகின்றனர். இவர்களில் சி. தங்கவேலு, எஸ். திருமலைக்குமார், டேப் முருகன், வானமாமலை, இராமசுப்பு, என்.நடராஜன், டி.கணபதி, பி.முருகன், வி.கே.செல்லப்பா, எஸ்.உச்சினமாகாளி, எஸ்.சங்கர நாராயணன் போன்றோர் குறிப்பிடத்தக்கவர்கள்.

பின்பாட்டுக்காரர்

இவர் அண்ணாவியிடம் கேள்விகளைக் கேட்பார். அண்ணாவி பாடும் ஒரு வரியையோ, வார்த்தைகளையோ, சொற்றொடர்களையோ திரும்பப் பாடுவார். பொருத்தமான இடங்களில் ‘ஆமா’ போடுவார். அடுத்து வரும் கதை நிகழ்ச்சிகளை ஆர்வத்துடன் கேட்பார். அண்ணாவி பாடி முடித்த வரிகளுக்கு உணர்ச்சி அழுத்தமும் இரசிப்புத் தன்மையும் கொடுப்பார். விட்ட இடத்திலிருந்து கதையை நினைவூட்டுவார். நல்ல கருத்துகளைத் திரும்பச் சொல்லுவார்; பாத்திரங்கள் மீது பரிவு தோன்றச் செய்வார்; அவையோர் நிலையிலிருந்து அவர்களுக்காகவே கதை கேட்பார்.

இவரது பின்பாட்டை சொல் நிரப்பல், வரி நிரப்பல் என இருவகையாகக் காணலாம். அண்ணாவி முழுமையாகப் பாடாத சொல்லை அப்படியே வாங்கி சொல் முழுவதையும் தெளிவாகக் கேட்கும்படி பாடுவார்.

எடுத்துக்காட்டாக அண்ணாவி "எண்ணாத எண்ணமெல்லாம் எண்ணுகிறான் சு..." என்று பாடலை இழுத்தால் இவர் சுடலை மாடன்' என்று முடிப்பார். இதனால் அண்ணாவிக்குக் கொஞ்சம் ஓய்வும் அடுத்த அடியைப் பாடக் கொஞ்சம் நேரமும் கிடைக்கிறது.

அண்ணாவி பாடும் வரிகளை இவர் அப்படியே வாங்கி தெளிவாகப் பாடுவதும் உண்டு. அண்ணாவி இழுத்துப் பாடும்போது இசையானது முழு ஆதிக்கத்துடன் சொற்களை அமிழ்ந்து விடச் செய்கிறது. பாடல் வரிகளும் மக்களுக்குப் புரியாமல் போகிறது. இதனைச் சரிசெய்வது பின் பாட்டுக்காரர் வேலை.

மகுடக்காரர்கள்

மகுடத்தை அடிப்பவர்கள் மகுடக்காரர்கள். மகுடத்தை உள்ளங் கைகளாலும், விரல்களாலும் தாளமிட்டவாறு இசை எழுப்புவர். அண்ணாவி பாடும்போது மென்மையாகத் தாளமிட்டும் பின் பாட்டுக்காரர்கள் பாடவும் பெண் வேடக்காரர்கள் ஆடவும் தாளமிட்டும் இக்கூத்தின் முழுவீச்சும் மகுடக்காரர்களின் இசையால் நிகழுமாறு அமைந்து விடுகிறது. இவர்களுக்கு மட்டும் ஓய்வே இருப்பதில்லை.

பொதுவாக ஒரு குழுவில் உச்சகட்ட மகுடம் அடிக்க ஒருவரும் மந்தக் கட்ட மகுடம் அடிக்க ஒருவரும் என இருவர் இருப்பர்.

சிவபெருமானின் கையில் ஒட்டியிருந்த பிரம்மனின் தலையில் உள்ள மகுடத்தை எடுத்து கணியானுக்கு மகுடமாகக் கொடுத்தார் என்பது ஒரு கதை. கணியான் பிறக்கும்போதே இடது தோளில் மணிமகுடத்தோடு பிறந்தான் என்பது இன்னொரு கதை. எனவே மகுடம் இவர்களுக்கே உரித்தாயிற்று என நம்புகின்றனர்.

மகுடம்

இது எருமைத் தோலால் கட்டப்படுவது. மகிஷத்தின் தோலால் ஆனபடியால் இதற்கு மகிஷம், மகிடம் என வந்ததாகக் கூறுவர். எருமையின் கழுத்துப் பக்கமுள்ள தோலால் உச்சகட்ட மகுடம் செய்வர். இது 112 அடி விட்டம் உடையதாக இருக்கும். கணீர் என்ற ஓசை வரும். எருமையின் ஏனைய பகுதியிலுள்ள தோலால் மந்தக்கட்ட மகுடம் செய்வர். இது 1 அடி விட்டம் உடையது. 'தொம் தொம்' என்ற ஓசை உடையதாக இருக்கும்.

வேம்பு அல்லது பூவரசு மரக் கட்டைகளை வட்டமாக அமைத்து பித்தளைப் பூண்களால் பொருத்தி இறுக்குவர். மஞ் சணத்தி கட்டையையும் பயன்படுத்துவதுண்டு. இதில் எருமைத் தோலைப் புளியங்கொட்டை பசையால் ஒட்டுவர். இதனைச் சிலர் தாமாகச் செய்துகொள்வதும் உண்டு. ஏரல் என்ற ஊரில் இதனைச் செய்து விற்பவர்களும் இருக்கிறார்கள்.

இதனை அடிக்கும்போது தீயில் வாட்டிக் கொள்வர். இதற்கு 'காய்ச்சுதல்' என்று பெயர். இதனால் தோலுக்கு விறைப்பு கூடும். இதற்கு 'கெதி' கூட்டுதல் என்று பெயர். ஒருமுறை கூட்டினால் இரண்டு அல்லது மூன்று மணி நேரம் தாங்கும்.

மகுடத்தை ஊர்தோறும் எடுத்துச் செல்லும்போது வேட்டியில் சுற்றிக் கொள்வர். சிலர் இதற்குத் துணியால் பைபோல தைத்துக் கொள்கின்றனர். மற்ற நேரங்களில் இதனை வீட்டுச் சுவரில் தொங்க விட்டுவிடுவர்.

பெண் வேடக்காரர்கள்

கணியான் ஆட்டத்தில் ஆட்டக்காரர்கள் இவர்களே. இருவர் பெண்வேடம் இட்டு ஆடுவார்கள். 'கம்பனும் கணியானும் சகோதரர்கள். அவர்கள் பிறந்ததும் தேவலோகத்துப் பெண்களான ரம்பை ஊர்வசியால் வளர்க்கப்பட்டனர். அவர்களின் ஆட்டத்தைப் பார்த்து இவர்களும் ஆடப் பழகினர். கூத்தில் இடம்பெறும் இருபெண் வேடக்காரர்களும் ரம்பை மற்றும் ஊர்வசியைக் குறிக்கும்' என்பர்.

திருமலை குமாரிடம் பேசும்போது அவரோ, "கைலாசத்தில் சுடலைக்குச் சிவன் ஊட்டுக் கொடுத்தார். அப்போது ரெண்டு தெய்வக் கன்னிகள் கால்களில் சிலம்பு கட்டி ஆடினர். அதன் நினைவாகவே இரண்டு பேர் பெண் வேடம் கட்டி ஆடுகின்றனர்" என்றார்.

ஒப்பனை

தலைமைப் பாடகர் பெரும்பாலும் நீளமான சட்டையும் வெள்ளை வேட்டியும் அணிவார். பரிசு பதக்கங்களை கழுத்தில் அணிந்திருப்பார். துண்டை இடுப்பில் கட்டி நெற்றியில் குங்குமமும்

திருநீறும் வைத்திருப்பார். சிறிய கழுத்துப் பட்டை உள்ள ஜிப்பாவும் இடுப்பில் சில்க் துணியுடனும் சிலர் பாடுகின்றனர்.

பின்பாட்டுக்காரர் வெள்ளை வேட்டியும் அதன் மேல் இடுப்பில் துண்டும் கட்டியிருப்பார். சில வேளைகளில் நீளமான சட்டை அணிவதும் உண்டு.

மகுடக்காரர்கள் வேட்டி கட்டி இடுப்பில் துண்டை இறுக்கிக் கட்டியிருப்பர். நெற்றியில் குங்குமம் திருநீறு சந்தனம் ஆகியவற்றுடன் இருப்பார்கள்.

பெண்வேடம் போடுகின்ற ஆண்கள் எப்பொழுதும் கழுத்துவரை நீண்ட முடியுடன் இருப்பர். அதனை வட்டக் கொண்டை போட்டு அதில் பூவைச் சுற்றிக் கொள்வார்கள். மல்லிகை, கனகாம்பரம் போன்றவை கிடைக்காவிட்டால் பிளாஸ்டிக் பூவை வைத்துக் கொள்வர். முகத்தில் இளஞ்சிவப்பு கலவையைப் பூசி அது உலர்ந்ததும் நறுமணப் பொடியை அதற்கு மேல் பூசி நெற்றியில் வட்டமான குங்குமப் பொட்டும் சந்தன திருநீற்றுக் கீற்றும் இடுவர். காதில் தொங்கல், மூக்கில் மூக்குத்தி, கண்களில் மை, இதழ்களில் சாயம், கைகளில் ஒன்றில் இரப்பர் வளையல், இன்னொன்றில் கைக்கடிகாரமும், விரல்களில் மோதிரம், நகங்களில் வண்ணப் பூச்சு, கழுத்தில் அட்டிகை மணிமாலை, காலில் சிறு சலங்கை ஆகியவற்றை அணிவர். நூல் புடவை அல்லது பட்டுப் புடவைகளை அணிந்து கொள்வர்.

பெண் வேடக்காரர்களும் மற்றவர்களும் தம் ஒப்பனையைத்தாமே செய்து கொள்வர். இவர்கள் தாம் தங்கியிருக்கும் வீடுகளிலேயே ஒப்பனையைப் பெரும்பாலும் முடித்து விடுவர். ஒருவேளை கோவிலானது காட்டில் இருந்தால் கோவிலுக்குப் பின்புறத்தில் மரத்தடியிலோ வேறு மறைவுகளிலோ ஒப்பனையை செய்து கொள்கின்றனர்.

நிதிநிலை

இவர்களது நிதிநிலை கொஞ்சம் சிரமமானதுதான். ஆறு மாதங்கள் மட்டுமே நிகழ்ச்சிகள் இருக்கும். இதன்மூலம் கிடைக்கும் வருமானம் ஏனைய ஆறு மாதங்களுக்காக வாங்கிய கடனைத் தீர்க்கவே சரியாக இருக்கும்.

மூன்று நேர கொடை விழா என்றால் 1500 ரூபாய் முதல் 2000 ரூபாய்வரை சம்பளம். ஒரு நேரக் கொடையாக இருந்தால்

ரூ.500 முதல் ரூ.600 வரைதான். இதனை ஏழுபேர் உள்ள ஒரு குழு பகிர்ந்து கொள்ள வேண்டும். அதற்கு முன் போக்குவரத்து, உணவு, ஒப்பனை, போதை போன்றவற்றுக்கான செலவை கழித்துவிட வேண்டும். பின் அண்ணாவிக்கு 72 பங்கு, கலைஞர்களுக்கு 1 பங்கு, இளம் கலைஞர்களுக்கு 1 பங்கு எனப் பகுத்துக் கொள்வார்கள். ஆக ஒருவருக்கு ரூ.200/— அதிகபட்சமாக வரும். கைவெட்டுக்காரருக்கு தனியாக ரூ.50/— முதல் ரூ.100/—வரை கொடுப்பர். இவர்கள் குழுவோடு சேராதவர்கள்.

அன்பளிப்புகளையும் இவ்வாறே பகிர்ந்து கொள்வர். சில சமயம் அம்மனுக்கான சேலை இவர்களுக்குத் தரப்படும். அப்போது அவர்கள் அதனை ஏலம் போட்டு விடுவர்.

பயன்பாடு

கணியான் ஆட்டத்தில் இரு தளங்கள் உள்ளன. ஒன்று கதை யாடல்; இன்னொன்று சடங்கு. இந்த இரு தளங்களும் நிகழ்த்துதலில் இடம்பெறும். இந்த ஆட்டத்தில் பொழுது போக்கு அம்சங்களைவிட சடங்கியல் முக்கியத்துவம் மிகுதியாகக் கொண்டது. சுடலைமாடன் கோவிலுக்கு இந்த ஆட்டம் இல்லாமல் கொடை விழாவே நடைபெறாது.

காப்புக்கட்டல், அருள் வரவழைத்தல், கை வெட்டு, நாக்கு வெட்டு, அம்மன் கூத்து எனப் பல்வேறு சடங்குகளுக்கு இக்கலை பயன்படுகிறது. ஒரு இனக்குழு கலை தன்னை வழிபாட்டோடு இணைத்துக் கொண்ட நிலையையும் அதற்கு ஏற்றவாறு ரத்தப்பலி தொடர்பும் இதனால் வெளிப்படுகிறது என்பர்.

காப்புக்கட்டல்

விழாவின் ஆரம்ப நிகழ்ச்சி இது. பொதுவாக திங்கள் அல்லது வியாழனன்று இது நடைபெறும். நையாண்டி மேளம், கரகாட்டம், கருங்கொம்பு போன்ற நிகழ்ச்சிகளோடு இதுவும் கலந்து கொள்ளும்.

கணியான் ஒருவர் காப்புக் கட்டுவதற்கென்றே இருப்பார். பெரும்பாலும் இவரே கைவெட்டுக்காரராகவும் இருப்பார். விழா தொடங்கு முன்னரே அவர் விரதம் இருப்பார். அவரோடு சாமியாடியும் காப்புக் கட்டிக்கொள்வார். முக்கிய தெய்வத்தை வணங்கி மஞ்சள் நூலைத் தன் கையில் கட்டிக்கொள்வதுதான்

காப்புக்கட்டல். அப்போது நையாண்டி மேளம், தப்பட்டை முதலியன ஒலிக்கும்.

அருள் வரவழைத்தல்

இரவு வழிபாட்டிற்குரிய படையல்கள் எல்லாம் முடிந்து கற்பூரம் காட்டி கோமரத்தாடியை வரவழைக்கும் முயற்சியில் ஈடுபடும்போது தெய்வம் கால் கொண்ட நிகழ்ச்சியைப் பாடுவர். மகுடம் உரத்து ஒலிக்க, ஆட்டக்காரர்களும் விரைவாக ஆட கோமரத்தாடிக்கு அருள் வரும். வராவிட்டால் வழிபாட்டில் குறை இருப்பதாகப் பொருள். அதனால் மகுடக்காரர்கள் உச்சகட்ட மகுடத்தை அடித்து அருளை வரவழைப்பர். இதில் இக்கலையின் தனித்தன்மை விளங்கும்.

இச்சடங்கில் மந்திர நோக்கம் காலப்போக்கில் மறைந்து இன்று சடங்காக மட்டுமே உள்ளது. பெண் வேடம் அணிந்த ஒருவர் இதனை ஆடுவதால், மந்திர ஆற்றல் உள்ள பெண்கள் ஆடிய ஆட்டம் போர் தொழிலோடு தொடர்புடைய சடங்காக இருந்து இன்று சமயத் தொடர்புகொண்டு கோமரத்தாடிக்கு அருள் வரவழைக்க, சாமி இறங்குவதற்கான ஆட்டமாகிவிட்டது என்பர்.

> "பரணுட மகனே சுடலையில் வாடா
> பார்வதியாளுட மகனே வாடா"

என்று பாடுவர்.

சாமியாடிகள் களைப்படைந்ததும் கணியானை கும்மிப்பாட்டு பாடச் சொல்வதுண்டு. அப்பாட்டுக்கு ஏற்றவாறு அவர்கள் ஆட்டக்காரர்களோடு சேர்ந்து ஆடிப்பாடுவர். (யாத்ரா, 1982)

இயல்பாகச் செல்லும் கதை, சாமியின் பிறப்பு அல்லது கோயிலில் நிலையம் வாங்கிய தன்மை ஆகியவற்றைப் பாடும்போது கலை நிகழ்வின் ஆழம் வெளிப்படும். மகுட இசைக்கேற்ப கோமரத்தாடியின் ஆட்டமும் ஆட்டத்திற்கேற்ப இசையும் எனப் போட்டி போடும். பாட்டும் ஆட்டமும் இரவு ஒரு மணிவரை நீளும். இவ்விடத்தில் கலை நிகழ்வின் ஆழமும் சடங்கியல் ஆழமும் ஒன்றுபடும். சுடுகாட்டு சடங்குகள் முடிந்து இயல்பாக பாடுவர். சடங்கியல் ஆழத்தை (Ritual depth) ஒரு பொழுது, இருபொழுது, மூன்று பொழுதுகள் நிகழ்வு எனப் பகுப்பர்.

வேதாள ஆட்டம்

கைவெட்டு நிகழ்ச்சி முடிந்ததும் சாமியாட்டம் தொடங்கும். சுடலைமாடனுக்கு ஆடுபவர் மெதுவாகத் தொடங்கி ஆவேசமாக ஆட ஆரம்பிப்பார். அப்போது ஒரு கணியானும் அவரோடு ஆடுவதுண்டு. இவர் அதற்கென்றே வந்தவராக இருப்பார். வேதாள தோற்றமுடைய முகமூடி அணிந்திருப்பார். அது காகிதம் அல்லது துணியால் செய்யப்பட்டிருக்கும். இப்போது பிளாஸ்டிக் முகமூடியையும் பயன்படுத்துகின்றனராம். உடலெங்கும் திருநீற்றுப் பூச்சு — இடுப்பில் காவி வேட்டி. இவரது ஆட்டம் சாமியாடியின் வேகத்தைக் கூட்டும். அப்போது அண்ணாவியும் திகில் ஊட்டும் வரிகளைப் பாடுவார். பெண் ஆட்டக்காரர்களும் ஆடுவர். இதுவும் வழிபாட்டின் கூறாக அமையும். இது சாமி கோவில்களில் மட்டுமே நடைபெறும்.

கணியான் பேய் முகத்தோடு பிறந்தான் என்றும் ஒரு கதை உண்டு. அதை மெய்ப்பிப்பதுபோல் இந்தச் சடங்கு நிகழும். இது வேதாளம் ஆட்டம் என்று அழைக்கப்படும். சிலர் பேயாட்டம் என்பர்.

கைவெட்டு

புராணக் கதைப்படி சிவனுக்குப் பிரம்மதோஷம் ஏற்பட்டபோது கணியான் கையை வெட்டி இரத்தம் கொடுத்தான். அதன்படி சுடலை கோவில் கொடையில் இவர் இரத்தம் காட்டி வருவதாகக் கூறுவர்.

கொடையின் தொடக்கமாக முடி அழைத்தலில் கணியான் கூத்து ஆரம்பம் ஆகும். அப்போது கைவெட்டுக்காரர் காப்பு கட்டிக்கொள்வார். கொடைக்குக் கால் நாட்டியதிலிருந்தே இவர் விரதம் இருப்பார். அசைவ உணவு, போதைப் பொருள், உடலுறவு போன்றவற்றைத் தவிர்ப்பார். சுடுகாட்டில் தான் செல்ல வேண்டிய எல்லையையும் முதலில் இவர் வரையறுத்துக் கொள்வார்.

உச்சிக் காலத்தில் இவர் நல்லெண்ணெய் தேய்த்துக் குளித்து புதுவேட்டி கட்டி, பூணூல் போட்டு நெற்றியில் திருநீறு பூசி நிகழ்ச்சியைத் தொடங்குவார். முறத்தில் 5 தேங்காய்கள், நிறை நாழி, மஞ்சள் துண்டு, பழம், மூன்று இரும்புத் துண்டுகள் இருக்கும்.

புதிய உலைமூடிச் சட்டியில் அரளிப் பூக்களுடன் தண்ணீரும் இருக்கும். கவிழ்த்துப் போடப்பட்ட உரலின் மீது நின்று தனது இடது கையின் முழங்கைப் பகுதியை நூல்கயிற்றால் கட்டுகிறார். 3 தேங்காய்களை ஒவ்வொன்றாக உரலின் மீது உருட்டி மீண்டும் முறத்திலேயே வைக்கிறார். மீதி இரண்டை வழிபாட்டுக்காக உடைக்கிறார்.

உரலைச்சுற்றி இலை போட்டு தேங்காய் பழம் வைத்து கத்தியோடு உரல் மீது ஏறி நின்று 'அம்மையே நீங்கள் அப்பாவும் நீங்கள்' என்று பாடுவார். அருள்வரும். பின் உரலை விட்டு இறங்கி சாம்பிராணி புகை காட்டி கற்பூரம் ஏற்றுவார். பின்னர் மூன்று முறை தெய்வத்தைப் பார்த்து உரக்க கூச்சலிட்டுக்கொண்டு உரல் மீது அமர்ந்து, கத்தியால் இடது முழங்கையைக் கீறி இரத்தத்தை நீரில் மிதக்கும் அரளிப்பூவால் ஒற்றி எடுத்து ஆகாயத்தை நோக்கி 'ஓம் சிவன் சக்தி, சிவாயநம' என்று கூறி மூன்று முறை வீசுகிறார். பின்னர் இலைகள் ஒவ்வொன்றிலும் மூன்று சொட்டு இரத்தம் வீதம் விடுகிறார். கோமரத்தாடி அருள்வந்து ஆடி கணியான் கொடுக்கும் இரத்தத்தை இலைகள் ஒவ்வொன்றிலும் வாங்கி நாவால் சுவைத்து விடுகிறார். திரளைக்கொண்டு செல்லும் கோவில்களில் இது நிகழ்வதில்லை என்பர்.

திரளைக்கொண்டு செல்லும் கோவில்களில் பச்சரிசி சோற்றுடனும் பன்றி இரத்தத்துடனும் கணியான் இரத்தமும் கலந்து திரளையாகும். திரளை வீச வெள்ளி இரவு 12 மணிக்குச் செல்லும்போது கை வெட்டுக்காரரோடு இன்னொரு கணியானும் செல்வதுண்டு. சுடுகாட்டில் கைவெட்டு நிகழ்த்தி திரளையை மேற்கு திசையைத் தவிர்த்து மற்ற திசைகளில் வீசுவர். அவற்றைப் பேய்கள் உண்ணும் என்று நம்புகின்றனர்.

கைவெட்டு முடிந்ததும் உலை மூடியிலுள்ள நீரை தேங்காய் பழம் முதலியவற்றின் மீது தெளித்து முழங்கையிலுள்ள நூல்கயிற்றை அவிழ்த்து விடுகிறார். பின் தெய்வத்தை வணங்கிவிட்டு விலகி மறுநாள் கொடை முடிந்ததும் காப்புக் கயிறை அறுத்துக் கொள்கிறார். ஒரு நாள் கொடையாக இருந்தால் கை வெட்டு முடிந்ததும் காப்புக் கயிற்றை நீக்கி விடுவார்.

"குருதி கொடுத்த மாடனுக்கு
உறுதியாக உதவும் களரியின்

பகுதி இருக்கும் காலம் வரை
இறுதியின்றி வாழ்வானே"

என்று கை வெட்டு முடிந்ததும் பாடுவார்.

நாக்குவெட்டு

சில கோவில்களில் கை வெட்டுக்குப் பின் நாக்கு வெட்டு என்ற சடங்கும் நிகழ்வதுண்டு. சவரக்கத்தியால் நாக்கைச் சிறிது கீறி இரத்தத்தை அரளிப்பூவால் ஒற்றியெடுத்து தெய்வச்சிலையை நோக்கி மூன்று முறை வீசுகிறார்கள். அப்போது,

"நாக்கு வெட்டினைக் கண்டால் ஒழிய
நானோ பூசை கொள்வது"

என்றும் பாடுவர்.

அம்மன் கூத்துகள்

சில இடங்களில் கோமரத்தாடி வேட்டையிலிருந்து திரும்பியதும் எல்லா பீடங்களுக்கும் படையல் போடுவர். அப்போது பேச்சிக்கு பீடத்தின் முன்னால் குழி தோண்டி தீ வளர்த்து ஒரு கோழியைக் கை வெட்டுக்காரர் சுடுவார். பின்னர் குழியை மூடி இலை போட்டு சுட்டக் கோழியை பேச்சிக்குப் படைக்கின்றனர். கொடை முடிந்ததும் இப்படைப்பு கணியானுக்குக் கொடுக்கப்படும்.

வேறு சில அம்மன் கோவில்களில் அம்மன் கூத்து என்ற பெயரில் தனி ஆட்டம் ஆடுவர். உடம்பு முழுவதும் திருநீற்றைப் பூசிக்கொண்டு உடலில் ஆங்காங்கு வேப்ப இலை தழைகளைக் கட்டிக்கொண்டு கையில் இலையுடன் ஆடுவார். இதனால் தெய்வமேறி ஆடுவது விரைவுப்படும். இவ்வாறு ஆடுகின்ற கணியானைப் 'பவுன்காரன்' என்று அழைப்பர்.

அண்ணாவிக்கு அம்மனைப் பரிகசித்தும் கிண்டல் செய்தும் பாடும் உரிமை உண்டு. கணியானுக்கும் அம்மனுக்கும் உள்ள உறவு தாய் சேய் உறவாகும். இதுவும் பேயாட்டம்போல் நிகழும். ஒப்பனை வேறுபாடு உண்டு. இது பெரும்பாலும் செவ்வாய்க்கிழமை பகலில் கைவெட்டு நிகழ்ச்சி முடிந்ததும் நடைபெறும்.

நிகழ்த்துபவர்களின் தன்மைகள்

இவர்கள் தொடக்கத்தில் போருக்கு நரபலி கொடுக்கும் இனத்தாராக இருந்திருக்க வேண்டும். இது போர் வெற்றி குறித்த நரபலியின் எச்சம். முன்பு அம்மன் கோவிலில் மட்டும் நிகழ்ந்தது. இப்போது சுடலைமாடன் கோவிலிலும் நிகழ்கிறது. போர் தெய்வமாக முன்பு கொற்றவை இருந்தது.

கணியான்

கணியான் ஆட்டம் கணியான் சாதிக்கே உரிய கலை. பிற சாதியினர் இதில் பங்கெடுப்பதில்லை. இவர்கள் கொடையில் நிகழ்த்தும் வழிபாட்டு முறையும் இவர்களது பிறப்புப் பற்றிய கதையும் இந்த ஆட்டத்தை இவர்களுக்கே உரியதாக்கியுள்ளன. 'தெய்வக்கணியான்' என்று தம்மை உயர்வாக எண்ணிக் கொள்கின்றனர். தாழ்த்தப்பட்ட இனமாகக் கருதப்படும் இவர்கள் திருநெல்வேலி, பழையபேட்டை, ஸ்ரீவைகுண்டம், நாங்குநேரி, குறும்பூர், வடக்கன்குளம், பணகுடி, மூன்றடைப்பு, தென்காசி, தச்சநல்லூர், மண்பட்டை, காரியாண்டி, கல்லிடைக்குறிச்சி போன்ற 27 ஊர்களில் வாழ்ந்து வருகின்றனர். இவர்களது மக்கள் தொகை 300 பேர்கள் மட்டுமே.

இவர்களில் சிலர் கிறித்தவராக மாறியுள்ளனர். சுடலைமாடனோடு பிணைக்கப்பட்ட இவர்கள் மதம் மாறியது வியப்புக்குரியதே. எனினும் இசையை விலக்க முடியாமல் பேண்டு வாத்தியம் வாசிப்பதும் உண்டு. இவர்களில் சிலர் படித்து பட்டம் பெற்று வேறு தொழில்களுக்குப் போகின்றனர். பெண்கள் பாடலை அறிந்திருந்தாலும் நிகழ்ச்சியில் பங்கெடுப்பதில்லை. பாய்முடைதல், கூடை பின்னுதல் போன்ற தொழில்களை ஓய்வு நேரங்களில் செய்து வருகின்றனர்.

கணிசர், காணிக்காரன் என்பன போன்ற பெயர்களால் இவர்கள் அழைக்கப்படுவதாகவும் தெரிகிறது. பழங்குடி இனமக்கள் பட்டியலில் உள்ளனர். குமரி மாவட்டத்தில் பேச்சிப்பாறை, பெருஞ் சாணி, வெள்ளாம்பி, முடிப்பரம்பு போன்ற மலைப்பகுதிகளில் வாழ்பவரும் இவர்களே என்பாரும் உளர். ஜோதிடக் கலையில் வல்லவர்களாக விளங்கும் இவர்கள் தம் முன்னோர்களாகத் தலக்குளத்து பட்டதாரி எனும் பிராமணச் சோதிடரையும் கணியான் இனப் பெண்ணையும் குறிப்பிடுகின்றனர். இவர்

நான்காம் நூற்றாண்டில் வாழ்ந்தவர். இக்குறிப்புகளை தர்ஸ்டனின் தென்னிந்திய குலங்களும் குடிகளும் கூறும்.

கணியான் சுடலையின் அடிமைத் தொண்டுக்காக மகுடம், உச்சிக் குடுமி, பூணூல் ஆகியவற்றோடு பிறக்கிறான். இவன் மகுடம் கட்டி ஆடிப் பாடிய பிறகே சுடலை யாகக் குண்டத்தை விட்டு வெளியே வருகிறான். சுடலையோடு கணியான் பிறந்து அவனது கொடுமைகளுக்கு உதவியாக இருக்கிறான் என்றும் கதை உண்டு.

காளி தினந்தோறும் சிறுவர்களைப் பலியுண்டு வந்ததாகவும் கணியச் சிறுவன் வந்தபோது அவனைப் பலிகொள்ளாமல் தனது மகனாக வைத்துக்கொண்டாள் என்றும் கதை உண்டு.

இவற்றால் இவர்களின் கலைத்தொடர்பும் (சிலம்பு, பரல், இந்திராணி, கந்தர்வர்) மேனிலையாக்க ஆசையும் (சிவன், காளி, சக்தி, பிராமண ரிஷி), வெளிப்படுகிறது. கைலாசத்திலிருந்து சுடலை மாடனோடு பூலோகத்துக்கு வந்த கதை கூட மலைப்பகுதியிலிருந்து இவர்கள் தரைப்பகுதிக்கு வந்ததைக் கூறும் குறியீடாக இருக்க வேண்டும்.

இவர்கள் மேல் மருத்துவர், சோதிடர், மந்திரவாதி, பூசாரி, இசைக்கலைஞர், ஆட்டக்காரர் எனும் அடையாளங்கள் இருப்பினும் இன்று எல்லாம் உதிர்ந்து கலைஞர்களாகவும் வாழ்க்கை வசதிக்குக் கஷ்டப்படுகிறவர்களாகவுமே இருக்கிறார்கள்.

இவர்களுள் டேப் போன்ற பறை அடித்து தொழில் புரிபவர்கள் பறைக் கணியான் என்று அழைக்கப்படுகின்றனர். தீண்டத்தகாதவர்களாகக் கருதப்படும் இவர்கள் மந்திரங்கள் உச்சரித்து பேயோட்டுகின்றனர் என்பார் பெ.அனந்தசயனம். இது, பேயாண்டியான சுடலை மாடனுக்குப் பாடும் மகுடக்கணியார்களோடு ஒப்பிட உதவும்.

கணியான்களில் ஆசான் என்ற பிரிவும் உண்டு என்பர். சிலர் சித்த மருத்துவர்களாகவும் இருக்கின்றனராம். சிலர் சோதிடக்கலையில் வல்லவராயினர். கணித்துக் கூறுகின்றவர்கள் கணியன் என்று அழைக்கப்பட்டனர். கணியன் பூங்குன்றனாரும் ஆய்வுக்குரியவர் ஆகலாம். கணியன்களும் தம்மைப் புலவர் என்பதுண்டு.

சிலர் கிராமக் கோவில்களில் பூசாரிகளாக இருந்தனர். கொடை நாட்களில் சாமியாடி குறி சொன்னார்கள்.

தர்ஸ்டன் இவர்களைப் போர்ப்பயிற்சி கொடுப்பவர்கள், களரி பயிற்றுநர்கள் என்றும் கூறுகிறார்.

கந்தர்வப் பெண்ணுக்கும் பிராமண ரிஷிக்கும் பிறந்தவனின் வாரிசுகள் என்றும் கதை உண்டு. பார்வதியின் இடது காலின் சிலம்பிலிருந்து தெறித்த பரலில் கணியான் தோன்றினான் என்றும் இந்திராணியின் கால் சிலம்பின் பரலில் இருந்து பிறந்தவன் என்றும் தொன்மக்கதைகள் கூறும். கணீர் என்று ஒலிக்கும்படி பரலில் பிறந்ததால் கணீயாராகி கணியன் ஆனதாகவும் விளக்கம் தருவர்.

பார்வையாளர்களின் பங்கு

பார்வையாளர்களும் அவர்தம் எதிர்பார்ப்புகளும் உள்ளிட்ட எல்லாப் பங்கேற்பாளர்களின் நடத்தைகளும் ஊட்டமும் நிகழ்த்து தலைப் புரிந்துகொள்ள துணைபுரியும்.

இதன் பார்வையாளர்கள் கதம்பப் பண்புடையவர்கள். உள்ளூர்க்காரர்களோடு வெளி ஊர்க்காரர்களும் நகரத்துக்காரர்களும் பார்வையாளர்களாக விளங்குவர்.

ஆடுகின்ற களத்தைச் சூழ்ந்து ஆண்கள் ஒரு பகுதியிலும் பெண்கள் ஒரு பகுதியிலுமாக முன்புற வரிசைகளில் அமர்ந்து கொண்டிருப்பர். பின்புற வரிசைகளில் நின்று கொண்டிருப்பர். முன்வரிசையில் பெரும்பாலும் சிறுவர்களே இடம்பெறுவர்.

வழிபாடு நிகழும்வரை வழிபடுபவர்கள் நிரந்தரப் பார்வையாளர்களாக இருப்பார்கள். அந்நேரத்தில் இக்கலை சமூக மதிப்பைப் பெறுகிறது. பிறகு கதை நடத்தும்போது ஆர்வம் உள்ள பெரியவர்கள் மட்டுமே உள்ளனர். வழிப் போக்கர்களும் சிறிது நேரம் பார்வையாளர்களாக இருப்பர். கோவிலானது சாலையோரத்தில் இருந்தால் இத்தகையவர்களின் எண்ணிக்கை அதிகமாகும்.

கொடை என்பது ஒரு சமுதாய உறவுக்கான — உறவுகளைப் புதுப்பித்தலுக்கான களமாகவும் திகழ்கின்றது. எனவே சுத்துப் பட்டிகளில் உள்ள உறவினர்களை அழைத்து கொண்டான் குடுத்தான்களுக்கு விருந்து வைத்தும் மகிழ்வதுண்டு. இத்தகைய உறவினர்களும் கணியான் ஆட்டத்தின் பார்வையாளர்களாக இருப்பர். இதோடு கிராமங்களில் கொடை பார்ப்பதற்கென்றே சில ‘செட்டுகள்’ உண்டு. அவர்கள் சுற்று வட்டாரத்தில் எங்கே கொடை விழா என்றாலும் வந்து பார்வையாளராவர். ஐஸ், ஜவ்வு மிட்டாய், பலூன், சுக்கு காப்பி, வளையல் விற்பனையாளர்களாலும் பார்வையாளர்கள் கூடுவதுண்டு.

சிறுவர்கள் விரைவில் கலைவதும் தூங்கிவிடுவதும் உண்டு. இளைஞர்கள் நின்றுகொண்டு அடிக்கடி விமர்சனம் செய்துகொண்டு இருப்பர். விரும்பும்போது விலகுவதும் சேர்ந்து கொள்வதும் உண்டு. முதியவர்கள் கடைசிவரை கவனிப்பர். நிகழ்ச்சியின் உச்ச நேரத்தில் மூவகையினரும் கவனிப்பர். மற்ற நேரத்தில் கவனம் குறைந்தும் தூங்கிவிடுவதும் உண்டு.

பார்வையாளர்கள் நிகழ்ச்சியால் ஈர்க்கப்பட்டும் ஊர் மெச்சவும் சிலர் கலைஞர்களுக்கு ரூபாய் நோட்டு, மாலை, துண்டு போன்றவற்றை அன்பளிப்பாகத் தருவர்.

சிலர் பாட்டில் கதை விடுபட்டுப் போனால் அதனை நினைவூட்டிப் பாடச்சொல்லி கேட்கின்றவர்களும் உண்டு.

ஊடகம்

இந்த நிகழ்கலையின் ஊடகமாக கதை, பாட்டு, ஆட்டம் ஆகிய மூன்றும் விளங்குகின்றன.

இசை

அண்ணாவியின் பாட்டு உச்சஸ்தாயிக்குச் செல்லும். பாடும் தொனியின் ஏற்ற இறக்கங்கள், வேகமாக தார ஸ்தாயி ஷட்க ஸ்வரத்திலோ மத்திய ஸ்தாயி பஞ்ச ஸ்வரத்திலோ வருகின்றது. பாடலுக்கு நடுவே விளக்க உரை வரும்போது ஸ்வரம் மென்மையான சதுரஸ்ர கதிக்கு லகுவாக, விகாரமின்றி மாறுகின்றது. இது பேச்சுக்கு சுவை சேர்க்கிறது. கேட்பதற்கு ரம்மியமாக இருக்கிறது. அவ்வப்போது வரும் ராக ஆலாபனைகள் கதைக்கேற்றபடி சுவைக்கும் ரஸத்திற்கும் ஏற்றபடி மாறுகின்றது. அண்ணாவி சிறிது பாடியதும் ஆலாபனையைப் பின்பாடகர் வாங்கிப் பாடுவார்.

மகுட இசை விசித்திரமானது. விரல்களாலும் குச்சிகளாலும் மகுடத்தை அடித்து இசை எழுப்புகின்றனர். பெண் வேடமிட்டு ஆடுவோருக்கு ஏற்ப சதுரஸ்த நடையிலும் திஸ்ர நடையிலும் தகதிமி, திகட தாள அமைப்புகளை நான்கு நான்காகவும் மூன்று மூன்றாகவும் இசைக்கின்றனர். ஆட்டக்காரர்கள் நின்ற நிலையிலேயே கால்களின் சதங்கைகளினால் தாளமிடும் போதும் சுற்றிச் சுற்றி சுழன்று ஆடும் போதும் பம்பரமாக சுழலும்

போதும் திடீர் திடீரென்று நிற்கும்போதும் மகுடக்காரர்களின் சுதி ஏற்றங்கள் சிறப்பு சேர்க்கும்.

இது யாரிடமும் எந்த அங்கீகரிக்கப்பட்ட வித்வான்களிடமும் குருவிடமும் கற்றதல்ல. தாமாக குடும்பத்தில் குலமுறையாக வந்தடைந்த ஞானம்தான். ஆட்டத்தைப் போன்று ஏனோ தானோவென்று மனதில் தோன்றிய படி இல்லாமல் சங்கீதத்தில் நிறைய கர்நாடக ராகங்களைப் பயன்படுத்துகின்றனர்.

அண்ணாவி அதிகமும் கல்யாண ராகத்தில்தான் பாட்டைத் தொடங்குவார். சோகக் கட்டங்களில் முகாரி ராகத்தை மிகுதியாகப் பயன்படுத்துகின்றனர். கல்லிடைக் குறிச்சி ராமசுப்பு கணியானுக்கு இருபது ராகங்கள் தெரியுமாம். ஆனந்த பைரவி, பூபாளம், தோடி, நாட்டை, கானடா, அடானா, பைரவி, பிலஹரி போன்ற ராகங்களை இவர்களது பாடல்களில் காணமுடியும். ஆனால் இவை முழுமையான ராகங்களாக இல்லாமல் உடைந்தவையாக உள்ளன. இவர்கள் முறையான சங்கீதம் கல்லாதவர்கள், ராகங்களை அடையாளம் காண்பதிலும் சிரமப்படுவார்கள்.

சோகமும் கொடூரமும் இந்த ஆட்டத்தில் மிகுதி, சண்முகப் பிரியாவிலிருந்து காம்போதிக்கும் பின் முகாரிக்கும் மாறி மாறித் தாவும் வரன்முறையற்ற போக்கைக் காணலாம். உச்ச ஒலியை அசுரதேவாதி சுரம் என்பர்.

பாடல்

பாடகர் நீண்ட நேரம் பாட பல்வேறு உத்திகளைக் கையாளுகின்றனர். இழுத்துப்பாடுதல் (சொற்பூட்டுக்கு வாய்ப்பு) திரும்பப் பாடுதல் (அண்ணாவிக்கு ஓய்வு — சொல் தேர்வுக்கான நேரம்) போன்ற உத்திகள் உண்டு.

குரல் உத்தி	- உணர்ச்சி,
உரைநடை உத்தி	- கதைத் தெளிவு
கதை உத்தி	- சோர்வு நீங்க,
	1. கதை நிகழ்வுப் போக்கை நீரல்பட கூறுவது.
	2. கிளைக் கதைகள்
	3. தொகுத்துரைத்தல் - தடங்கல்கள் நீங்கும்போது முன்கதை.

4. நாடக உத்திகள் - தொடக்கம் - கயிலைக்கதை, சிக்கலும் விளைவும் - குமரி - புதையல், புலையன், இசக்கி உச்சம் - பயிரழித்தல், கற்பழித்தல், சிக்கல் விடுப்பு - புலையன் பலி முடிவு - சுடலை தெய்வம் ஆதல்.

பின்பாட்டின் உத்திகள்

1. இழுவைப் பாட்டு - ஆ... ஆ... ஓ... ஓ...
2. இசை நிரப்புச்சொல் - அப்படிப் போடு, ஆமாம்... விழுந்தன.
3. வாங்கிப் பாடும் பின்பாட்டு

   (i) சொல் நிரப்பும் பின்பாட்டு - அண்ணாவி முழுமையாகப் பாடாதவற்றைப் பாடல் பூக்கூடையை தலை... தலையில் வைத்து

   (ii) வாங்கிப்பாடி தெளிவுபடுத்துதல்
   உண்டு வாரான்
   உண்டு வாரான்

அண்ணாவி கையாளும் சொற்கூட்டு சூழலுக்கேற்றவாறு வரிசையான சொற்கோவையாக முன் வந்து நிற்கின்றன. ஒரு சொல்லுக்குப் பதிலாக இன்னொரு சொல்லை நிரப்பிப் புதுமையையும் பொருள் கெடாமலும் பாட்டுக் கட்டி பாடுகின்றனர். எண்பெயர், கிழமைப்பெயர் வரும் இடங்களில் அவற்றை வரிசைப்படுத்தி சிறிய பாடலையும் நீண்ட நேரம் பாடும் பெரிய பாடலாக்குகின்றனர்.

இழுத்துப் பாடுதல், திரும்பப் பாடுதல், குரல் உத்தி, பின் பாட்டு போன்றவற்றை அண்ணாவி பயன்படுத்துகின்றார். கதைத் தெளிவுக்காக இடையிடையே வசனத்தையும் கையாளுகிறார். இழுத்துப் பாடும்போது பாடுவோருக்கு இடைவெளி கிடைப்பதால் அச்சூழலுக்கேற்ப சொற்களைத் தேர்ந்தெடுக்க நேரமும் சொற்பூட்டுக்கு வாய்ப்பும் கிடைக்கிறது. இதனால்தான் ஒவ்வொரு முறையும் ஒரே கதையை வெவ்வேறு சொற்களால் பாடுகின்றனர். திரும்பப் பாடுதலிலும் இந்த வசதி உள்ளது.

கதைப் போக்குகளுக்கு ஏற்றவாறு மகிழ்ச்சியாகவோ சோகமாகவோ குரலை ஏற்ற இறக்கங்களுடன் மாற்றிப்பாடுவது குரல் உத்திமுறையாகும். பாடல் முடிவடையப் போகிறது என்ற அறிவிப்பையும் இக்குரல் உத்திமுறையைக்கொண்டே

செய்கிறார். பாடும்போது கதை புரியாவிட்டாலும் உரைநடை மூலம் கதையைத் தெளிவாக்குகிறார். இதில் பழமொழிகளும் நகைச்சுவை துணுக்குகளும் இடம்பெறும். தாலாட்டு, கும்மி, பிச்சைக்காரன் பாட்டு, பாம்பாட்டி பாட்டு, பந்தாட்டப் பாட்டு போன்றவற்றைப் பாடுவர்.

அன்பளிப்பு தந்தவரைப் புகழ்ந்து பாடுவதும் உண்டு. போதும் என்று சொல்கிறவரை பாடி ஆடுவர். முடியாமல் விடிய விடிய பாடுவர்.

"ஆரிய நாட்டுப் பிராமணராம்" என்று கும்மி கொட்டுவர் முத்துப்பட்டான் கதையில்,

"நிண்டோனின் தன்மகனோ" என்று தாலாட்டுவர் நீலிக்கதையில்,

"உண்ணாமுலையாள் உமையாள் பாகன்" என்று பந்து பாடுவர் முத்தாரம்மன் கதையில்.

ஆடல்

இவர்களது ஆட்டத்தில் நிருத்தம் என்ற பாத அம்சங்கள் அதிகம். அதுவும் மிக வேகமாக இருக்கும். அபிநயம் என்ற முகபாவம் குறைவு. காரணம் இவர்கள் பாட்டுக்கு ஆடாமல் தாளத்திற்கு ஆடுகின்றனர். ஆட்டத்திற்கு இலக்கண வரையறை கிடையாது. ஆனால் ஆட்டம் மரபு வழியாகப் பயிலப்படுவதால், அதற்கும் ஒரு தனித்தன்மை உண்டு.

சில நேரங்களில் பாட்டுக்கேற்ப அபிநயம் பிடிப்பர். சுடலை மாடன் பாம்பாட்டியாக வந்ததைப் பாடும்போது பாம்பாட்டி போலவும் பாம்பு போலவும் ஆட்டக்காரர்கள் அபிநயப்பதுண்டு. இவர்களுடைய ஆட்டத்தில் வேகம், துள்ளுதல், தாண்டுதல், ஓடுதல் போன்ற வன்மை மிகுதி. பெண்ணுக்குரிய நளினமும் நெளிவு அமைதியும் குறைவு.

இவர்களின் ஆட்டத்தில் ஆட்டக்காரர்கள் நின்ற இடத்திலேயே நின்றுகொண்டும் நேர்க்கோட்டில் ஆடிச்செல்வதும் உண்டு. இதனை நேர்க் கோட்டு ஆட்டமுறை எனலாம்.

நின்ற இடத்தில் காலைத் தாளம் போட்டும் கைகளை இடையிலோ அல்லது பக்கவாட்டாகவோ வைத்துக் கொண்டும் ஆடுவர். அவர் முன்னோக்கி ஆடிவருவதும் பின்னோக்கிச் சென்று பழைய இடத்தை அடைவதும் உண்டு.

இவர்கள் ஒரு காலை முன்னே வைத்து ஆடி வரும்போது அதே காலைப் பின்னால்கொண்டு போய் தரையில் தட்டி தாளம் போட்டு மீண்டும் அக்காலை முன்வைத்து ஆடுவர். அப்போது காலடி வைப்பு முறையில் கவனம் செலுத்துவர். முன்பாதங்கள், பெருவிரல்கள், குதிகால்கள், முட்டிக்கால்கள், தொடைகள் ஆகியவற்றின் அசைவு முறைகள் வேகமாகப் பின்பற்றப்படுகின்றன. கைவீச்சு முறைகளும் ஆட்டத்தின் தன்மைக்கேற்ப அமையும். கைகளை இடையில் வைத்து கால்களுக்கு வேகம் தருவர். இம்முறையில் ஆடுகளம் முழுவதையும் இரு ஆட்டக்காரர்களும் சுற்றிச் சுற்றி வருவர். பின் புற முதுகு காட்டிய வண்ணமே முன்பு நின்ற இடத்திற்குத் திரும்பிச் செல்வர்.

இரு ஆட்டக்காரர்களும் எதிரெதிராக நின்றுகொண்டு கைகோர்த்து விறைப்பாக வளைந்து ஆடுகளத்தின் நடுவில் நின்று ஆடுகின்றனர். கால்களை இயல்பாக வளைத்தும் எதிர் நிலையில் இணைத்தும் வளைந்து வருகின்றனர். இது ஆட்டத்தின் உச்சநிலை. பிறகு தனித்தனியாகச் சுழன்று வருவதும் உண்டு. சுழன்று ஆடிய வேகத்திலேயே ஓடியும் குதித்தும் பரபரப்பாக ஆடித் தங்கள் திறமைகளை வெளிக்காட்டுவதும் உண்டு.

குத்துக் காலிட்டு அமர்ந்து துள்ளித் துள்ளி ஆடுவதும் உண்டு. இரண்டு முன்பாதங்களையும் ஊன்றிக்கொண்டு பின்பாதங்களை உயர்த்தி தத்தித் தத்திச் சென்று பின்னர் எழும்புகின்றனர்.

புகுத்தும் புதுமைகளின் தன்மைகள்

ஒரு கலைக்குள் புதியன புகுந்துகொண்டே இருக்கும். அதன் வழிகளையும் வகைகளையும் ஆய்வது அவசியம். புதியன வரும்போது பழைய கலைத் துணுக்குகள் கழிவதும் உண்டு. இதில் நிகழ்த்துநர்களின் விருப்பம் மட்டுமல்லாமல் பார்வையாளர்களின் விருப்பமும் காரணமாகின்றது.

காளியம்மன் கதையில் நாக நாட்டரசனும் அரசியும் பிள்ளை இன்றி வருந்துவதைப் பாடும்போது முருகன் தசரதனின் தொடக்க கால சோகத்தை இணைத்துப் பாடினார் என்று பதிவு செய்யப்பட்டுள்ளது.

தசரா விழாக்களிலும் இவர்களது ஆட்டம் இருக்கும். அப்போது இவர்கள் நிகழ்ச்சியின் காலம் நெடிதாக இருக்கும். எனவே அதைச் சமாளிக்க நீண்ட வருணனைகளும் கிளைக்கதைகளும் பாட்டில் சேர்த்துக்கொள்வர். இராகத்திலும் மெல்லிசையைக் கலப்பர்.

சில இடங்களில் பார்வையாளர்களைக் கவர ஆட்டக்காரர்கள் பிரேக், டிஸ்கோ போன்றவற்றையும் சேர்த்துக் கொள்வர்.

கல்யாணம், சடங்கு போன்ற வீடுகளில் மீனாட்சி கல்யாணம் கதையைப் பாடுகின்றனர்.

முன்பு கோவில்களுக்கென்றே மகுடம் இருக்கும். ஆட்டத்திற்கு முன்பு கணியர்கள் அனைவரும் விரதம் இருந்தனர். கோவில் உணவை மட்டுமே உண்டனர். இப்போது மாறி வருகின்றது.

முன்பு பிள்ளையார் வேடமிட்டு ஆடினர். இதனைப் பெண் வேடமிட்டவரே பாடி ஆடினார். சிலர் நேர்த்திக் கடனுக்காக கோமாளி வேடமிட்டு ஆடினர்.

கணியான் ஆட்டம் பாட்டும் விகடக் கச்சேரியுமாகவே இருந்தது என்பர். மூன்றடைப்பு ராமசுப்புவும் ஸ்ரீ வைகுண்டம் செல்லப்பாவும் தங்களால் அந்தப் பழைய முறையில் ஆடிக்காட்ட முடியும் என்றனர். இப்பொழுதுள்ள முறையை இராமசுப்புவின் தந்தையார்தான்கொண்டு வந்ததாகக் கூறுகின்றனர்.

கொடை முடிந்த பிறகு புதன் அல்லது சனிக்கிழமைகளில் மக்கள் விருப்பத்திற்கு ஏற்ப சந்தியில் பாடுகிற வழக்கம் ஏற்பட்டுள்ளது.[1]

70 ஆண்டுகளுக்கு முன்புவரை கணியான் கூத்து என்றே இக்கலை அழைக்கப்பட்டதாகத் தெரிகிறது. ‘காளியாட்டம் கணியான்’[2] என்று ஓர் வழக்கு அக்காலத்தில் இருந்திருக்கிறது.

முன்பு பின் பாட்டுக்காரர் இல்லாமல் கதா காலட்சேபம்போல் ஒருவர் பாட இருவர் ஆடினர். மகுடம் அடிப்பவர்கள் மகுடத்தை இடுப்பில் கட்டாமல் கையில் பிடித்துக் கொண்டனர். இவர்களது பாடல் மாடா வா, இசக்கி வா என்று விளிப்பதாகவே இருந்தது. பின்னர்தான் கதை சேர்ந்து கொண்டது.

பெண் வேடக்காரர்களுக்குரிய சேலையைத் தாழ்த்தப் பட்டவர்களுக்கு சலவை செய்யும் புரத வண்ணான் மாற்றுத் துணியாகக் கொடுத்த வழக்கம் மாறிவிட்டது. தங்கள் ஆடைகளைத் தாங்களே கொண்டு வருகின்றனர்.

---

1. டாக்டர் முத்து சண்முகன், வில்லிசையும் கணியான் கூத்தும், நாட்டுப் புறவியல் 3, 4 - 1, 2, 1987 - 88, ப. 152.

2. அ.கா. பெருமாள், கணியான் ஆட்டம், யாத்ரா - 34-36, 1982. ப.2.

உள்ளடக்கம்

கதைகள்

கணியான் ஆட்டத்தில் சுடலை மாடன் கதையே பெரும்பங்கினை வகிக்கின்றது. எனினும் அவர்கள் வேண்டுகோளுக்கு இணங்க முத்தாரம்மன் கதை, முத்துப்பட்டன் கதை, நீலியம்மன் கதை, பிரம்மசக்தி அம்மன் கதை, பலவேசக்காரன் கதை, மாரியம்மன் கதை, சந்தன மாரியம்மன் கதை, மாசான சாமிக்கதை, வன்னியடி மறவன்கதை, பத்ரகாளி அம்மன் கதை, சாத்தா கதை, வெங்கலராசன் கதை, பூலங்கொண்டான் அம்மன்கதை, பொன்னிறத்தாள் அம்மன் கதை, வாதைகள் கதை போன்றவற்றை பாடுவதுண்டு.

முதல் நாள் ஐயன் கதை, இரண்டாம் நாள் உச்சிக் கொடைக்கும் இரவு உச்சிக் கொடைக்கும் கோயில் மற்றும் தெய்வ வரலாறு; மூன்றாம் நாள் கொடையிலே சமூகத்தை அல்லது அம்மன் கதையைப் பாடி மங்களத்துடன் நிறைவு செய்வர். ஒரு நாள் அல்லது ஒரு பொழுது கொடையில் அந்தத் தெய்வ வரலாறு மட்டுமே பாடப்படும்.

இவர்களது கதைகள் புராணத் தொடர்பானவை. அகால மரணமடைந்தவர் தொடர்பானவை (திருட்டு, போர், பெண், சாதி, பேய், நெருப்பு, நீர்) என இரண்டாகப் பகுக்கலாம். சிலர் புராணம், பழமரபு, சமூகம் என மூன்றாகப் பகுப்பர்.

இவர்கள் தாம் அறியாத கதைகளை ஊர்க்காரர்களிடமே வாய்மொழியாகக் கேட்டு பின் அந்தக் கதைக்குப் பொருத்தமான நாட்டுப் பாடல்களை ஏற்கெனவே அறிந்த கதைப் பாடல்களிலிருந்து எடுத்து இட்டுக்கட்டிப் பாடுவர். இவர்கள் புராணங்கள் காவியங்கள் நாட்டுப்புறக் கதைத் துணுக்குகள் ஆகியவற்றைக் காதால் கேட்டு மறுபடைப்பு செய்வர். மரபு வழி புராணங்களுக்குச் சிறிதும் தொடர்பு அற்ற புதிய புராணங்களையும் இதன் வழி உருவாக்குகின்றனர். 18—2—1977இல் திரு.ராமசுப்பு எனக்கு எழுதிய கடிதத்தில், “சுடலை கதையை ஒரு நாள் இரவு 8 மணியில் இருந்து விடியற்காலம் 4 மணிவரை பாடலாம். இதே கதையை ரேடியோ நிலையத்தில் அரைமணி நேரமும் பாடலாம்” என்று குறிப்பிட்டுள்ளார்.

ஆக, கதையை விரிப்பதும் சுருக்குவதும் இவர்கள் கையில்தான் உள்ளது.

பிரதி வடிவங்கள்

கணியான் ஆட்டத்திற்கான பாடல் பிரதிகள் முன்பு ஓலைச் சுவடிகளாகவும் கையெழுத்து வடிவங்களாகவும் அச்சுப்பிரதிகளாகவும் ஆறுமுகப் பெருமாள் நாடார் முயற்சியால் இருந்தன. இப்போது ஆடியோ கேசட்டுகளாக விற்கப்படுகின்றன. இனி முழு கலை வடிவமும் வீடியோ கேசட்டுகளாகவோ சி.டி.களாகவோ வர வாய்ப்புள்ளது.

அண்ணாவி கதைப்பாட்டை வாய் மொழியாகவே கேட்டு மனப்பாடம் செய்து பாடிப் பழகி வருகின்றனர். அதில் தம் அனுபவ ஞானத்தையும் கலந்து தமக்கென ஒரு பாணியைக் கடைப்பிடித்தனர்.

இந்த ஆட்டமானது மகுட இசையோடு தொடங்குகிறது. மகுடக்காரர்கள் தெய்வ பீடத்தைப் பார்த்து வணங்கி நின்று மகுடத்தைத் தொடர்ந்து அரைமணி தொடர்ச்சியாக வாசிக்கின்றனர். அண்ணாவி வந்து விநாயகர் மேலும் சரஸ்வதி மேலும் பாடி அவையடக்கமும் குரு வணக்கமும் பாடுவார். ஆட்டக்காரர்கள் வந்து பூமியைத் தொட்டு வணங்கி தெய்வத்தை அண்ணாவியை மகுடக்காரர்களை வணங்கி ஆடத் தொடங்குவர்.

சுடுகாட்டுக்குச் சென்று கைவெட்டு முடித்து விட்டு வந்ததும் கோமரத்தாடி சாமி முன்னால் வைத்திருக்கும் சாராயத்தைக் குடித்து விட்டு கைவெட்டுக்காரருக்கும் அண்ணாவிக்கும் கொடுப்பார். கோமரத்தாடியோடு கணியான்களும் ஆடுவர். சாமி மலை ஏறியதும் மங்களம் பாடி முடிப்பர்.

கதையை இயல்பாகப் பாடி ஆட நிகழ்வுறும் ஆட்டமானது தெய்வப் பிறப்பு அல்லது நிலையம் கொள்ளல் ஆகியவற்றைப் பாடி ஆடும்போது வேகமும் விறுவிறுப்பும் பெற்று கலை சடங்காகவும் சடங்கு கலையாகவும் மாறும் ஒரு மைய நிலையை அடைகிறது.

சாமி வந்த கோமரத்தாடி தொடக்கத்தில் மிகத்துடிப்புடன் ஆடுவார். அவருக்கு ஈடுகொடுத்து மகுடம் இசைக்க வேண்டும். அண்ணாவியும் அவருக்கேற்ற வகையில் வேகமாகப் பாட வேண்டும். ஆட்டக் காரர்களும் அவரோடு சேர்ந்து வேகமாக ஆட வேண்டும். கோமரத்தாடி இரவு ஒரு மணிக்குச் சுடுகாட்டுக்குச் செல்லும்வரை இது தொடரும். இந்த இடம்தான் கலை நிகழ்வின் ஆழமும் சடங்கியில் ஆழமும் வேறுபடும் இடம் என்பர்.

"பல்வேறுபட்ட பழமையான செயற்பாடுகளை அவற்றின் இயற்கையான சூழலில் அரங்கேற்றும்போது மட்டுமே நாட்டுப்புற ஆட்டங்கள் பொலிவுறும். இவற்றைப் பொது மேடையிலோ சபையிலோ அரங்கேற்றம் செய்யும்போது அவற்றின் தனித்தன்மை கழன்று விடுவது மட்டுமின்றி பொலிவும் அழியும்" என்பர்.

கரகாட்டத்தைப்போன்று இது பாலுணர்ச்சியைத் தூண்டும் ஆட்டமன்று. புனிதத்தைக் காப்பாற்ற முயல்கின்றனர். ஆடும்போது ஆடை நெகிழாமலும் மூல ஸ்தானத்துக்குத் தம் பின்புறத்தைக் காட்டாமலும் கவனமாக இருக்கின்றனர்.

பிற கலைகளைப் போன்று சினிமாட்டிக் உத்திகள் இதில் இல்லை. மிகக் குறைவு. எங்கள் ஊரில் திருமலை குமார் பாடும்போது "கல் எல்லாம் மாணிக்கக் கல்லாகுமா?" பாடலைப் பாடியதாக ஞாபகம்.

இது இன்னும் வாழ்வதற்கு இக்கலைஞர்களுக்குக் கலையில் உள்ள பிடிப்புதான் காரணம். அவர்களின் சூழலில் ஜீவித்திருக்கும் சில மதிப்பீடுகளும் ஏதோ கொஞ்சம் நஞ்சம் ஆதரவு தரும் சுடலை மாடனும்தான்.

சடங்கியல் சார்பான நாட்டுப்புறக் கலைகள் சமூகப் பொருளாதார நெறிகள், நம்பிக்கைகள், எண்ணங்கள், பண்பாட்டுக்கூறுகள், கலையின் மேம்பாடுகள். சமூக மதிப்புகள் ஆகியவற்றைப் பிரதிபலிப்பனவாய் இருக்கின்றன. கணியான் ஆட்டமும் சடங்கியல் சார்ந்த கலை. இதனை ஆய்வதன் மூலம் நம் சமூகத்தின் பண்பாட்டுக் கூறுகளையும், சமூகப் பொருளாதார நெறிகளையும் மக்களின் எண்ணப் போக்கையும் அறியலாம்.

நானும் சிறிது முயன்றுள்ளேன். சிறு வயது முதல் இதைப் பார்த்தவன் கேட்டவன் பார்வையாளனாய் என்னை மறந்து ஈடுபட்டவன் என்ற வகையில் என்னுள் இதுவும் இதனுள் நானும் வாழ்ந்திருக்கிறோம். எனினும் இக்கட்டுரை எழுதத் தூண்டுதலாக இருந்தவர்களான அனந்தசயனம் (1887), ராமசாமி (1983), இரா.பாலசுப்பிரமணியம் (1986), ஏ.என்.பெருமாள் (1976) அ.கா.பெருமாள் (1980), திருமதி. கன்னிகா விசயசிம்மன் (1990), ஆகியோருக்கு நன்றி.

• • •

வாய் மொழி மரபு

தமிழக மக்களின் வாய்மொழி வழக்காறுகள்

முனைவர் ஆறு. இராமநாதன்

மரபுவழியாகவோ மரபுவழியைப் பின்பற்றிப் புதிதாகப் படைக்கப்பட்டோ மக்களிடையே பரவி, ஒன்றுக்கு மேற்பட்ட வடிவங்களைக் கொண்டதாக உள்ள கலைகள், இலக்கியங்கள், பழக்கவழக்கங்கள், நம்பிக்கைகள், வழிபாட்டு முறைகள் முதலானவற்றைத் தமிழக மக்களின் வாய்மொழி வழக்காறுகள் எனலாம்.

எழுத்து மொழி இல்லாத சமூக மக்களின் அறிவுத்தேடல் முடிவுகள், கற்பனை வெளிப்பாடுகள், வழிபாடுகள், நீதி முறைகள் அனைத்தும் வாய்மொழி வழக்காறுகளாகவே இருக்கும். இத்தகைய சமூகங்களின் முறையான இயக்கத்திற்கு இவையே அடிப்படையாக அமைந்திருக்கும்.

எழுத்துமொழி உருவாகியுள்ள சமூகங்களில் எழுத்தறிவு இல்லாத மக்களிடமும் எழுத்தறிவு பெற்றவர்களிடமும் கூட வாய்மொழி வழக்காறுகளின் செயல்பாடு இன்றியமையாததாக உள்ளது. மரபுவழி அறிவியல் தொழில்நுட்பம், சமூக நடைமுறைகள், நீதி முறைகள், வழிபாடுகள், கலை, இலக்கியம் முதலானவற்றை அடுத்தடுத்த தலைமுறைகளுக்கு வாய்மொழி மரபுகளே நல்குகின்றன. நவீன அறிவியல் தொழில் நுட்பத்தின் அசுர வளர்ச்சியும் எழுத்தறிவு பெறுவோரின் எண்ணிக்கை உயர்வும் வாய்மொழி வழக்காறுகளைப் பெரிதும் பாதிக்கவே செய்கின்றன. இந்தப் பாதிப்புகள் குறித்தும்

அதன் சாதக பாதகங்கள் குறித்தும் ஆழ்ந்து சிந்திக்க வேண்டிய காலகட்டமிது.

முதலில் வேளாண்மை, பொறியியல் தொழில் நுட்பம், மருத்துவம், வானியல், வானிலையியல் போன்ற மரபுவழி அறிவியல் குறித்து காணலாம்.

பன்னெடுங்காலமாகப் பட்டறிவின் அடிப்படையில் அறிந்து வந்திருந்த மரபுவழி வேளாண்மை அறிவியல் தொழில்நுட்ப முறைகளையே மக்கள் பயன்படுத்தி வந்தனர். நவீன அறிவியல் தொழில்நுட்ப வளர்ச்சி வேளாண்மை மேம்பாட்டிற்கு உதவியுள்ளது என்றாலும் அது பற்றிய மரபுவழி அறிவைப் பெருமளவில் மறக்கடித்து விட்டது. ஆடு மாடுகளை வயல்களில் கிடைகட்டுதல், தொழு உரமிடுதல், வேப்பந்தழை உள்ளிட்ட தழைகள், புண்ணாக்கு முதலான இயற்கை உரங்களைப் பயன்படுத்தும் போக்கு மிகுதியாகக் குறைந்து வருகின்றது. மரபுவழியாகப் பயிர் செய்யப்பட்டு வந்த இந்த மண்ணுக்கேயுரிய மக்களால் நன்கு அறியப்பட்ட தானிய வகைகள் பல மறைந்துவிட்டன அல்லது மறைந்து வருகின்றன. சான்றாகப் பள்ளமான நிலங்களில் பயிர் செய்யப்பட்ட நீரில் மூழ்கினாலும் மேலே வளர்ந்து கதிர்விடக் கூடிய 'மடுமுழுங்கி' என்னும் நெல் தற்போது காணப்படவில்லை என்பதைக் கூறலாம். வரகு, தினை, சாமை முதலான பல தானியங்கள் அருகி வருகின்றன. மரபுவழி தானியப் பாதுகாப்பு முறைகள், காய்களைப் பழுக்க வைக்கும் முறைகள் முதலானவை மறக்கப்பட்டு உடலுக்கு ஊறு விளைவிக்கும் இரசாயனப் பொருட்களைப் பயன்படுத்தும் முறை புழக்கத்துக்கு வந்துள்ளது

கட்டடக் கலையில் நிபுணத்துவம் பெற்றிருந்த நம் மக்கள் அதன் தொழில் நுட்பங்களை வாய்மொழிவழக்காறுகளாகவே வைத்திருந்தனர். மரபுவழிவல்லுநர்கள் மறையும்போது தொழில்நுட்ப அறிவும் மறைந்து வருகின்றன. மரபுவழி வீடுகள் அவ்வப் பகுதி தட்ப வெப்ப நிலைகளுக்கு ஏற்பக் கட்டப்படுகின்றன. தஞ்சைக்கு அருகிலுள்ள ரெட்டிப்பாளையம் என்னும் ஊரின் நூற்றுக்கு மேற்பட்ட வீடுகளைப் பார்வையிட்டபோது இதனை நன்கு உணர முடிந்தது. இவ்வூரில் நூறு ஆண்டுப் பழமையுள்ள மண்சுவர்கள் உள்ளன. சுடாத பச்சைவெட்டுக் கற்களால் கட்டப்படும் சுவர்கள் சிறப்பாகக் குறிப்பிடத்தக்கவை. மண்ணைத் தேர்ந்தெடுத்தல், பக்குவப்படுத்தல், புளிக்கவைத்தல், கட்டுதல் போன்ற மரபுவழிமுறைகள் மக்களிடையே இன்றும் வாய்மொழி

மரபுகளாகவே உள்ளன. இவை பதிவு செய்யப்பட்டு ஆராயத் தக்கவையாகும். கறையான்கள் மிகுதியாக உள்ள அந்த ஊர் மண்ணில் வீடு கட்டப் பயன்படும் மரங்கள் எவ்வாறு பாதுகாக்கப் படுகின்றன என்று கேட்டபோது முந்திரி எண்ணெய் பூசிய மரங்களைப் பயன்படுத்தினால் கறையான்களிடமிருந்து அவற்றைப் பாதுகாக்க இயலும் என்று கூறப்பட்டது. உடல் நலத்திற்குத் தீங்கு விளைவிக்காத இத்தகைய முறைகள் பயன்படுத்தத் தக்கவை. அந்தந்த வட்டாரங்களில் கிடைக்கும் மூலப்பொருட்களைக்கொண்டு மக்களின் மரபுவழித் தொழில் நுணுக்கங்களைப் பயன்படுத்தி கட்டுமானப் பணிகள் செய்வதை ஊக்குவிக்க வேண்டும்.

வானிலையியல், வானியல் பற்றிய மரபுவழி அறிவும் மங்கி வருகிறது. பறவைகள், விலங்குகளின் இயக்கங்கள், செடி கொடிகளில் ஏற்படும் மாற்றங்கள், வானில் ஏற்படும் மாற்றங்கள், மேகங்களின் நிறங்கள், காற்றின் திசைகள் முதலானவற்றை அடிப்படையாகக்கொண்டு வானிலையை முன்னறிந்து வந்தனர் மக்கள். சில சான்றுகள் வருமாறு:

> குயில், மயில் விடிகாலையில் அடர்ந்து கத்தினால் மழை வரும்.
>
> எறும்புகள் சேமித்துள்ள தானியங்களை வெளியில் எடுத்து வந்து உலர்த்தினால் வெயிலடிக்கும். உள்ளே எடுத்துச் சென்றால் மழை பெய்யும். எறும்புகள் முட்டைகளை மேட்டுக்கு எடுத்துச் சென்றாலும் மழை பெய்யும்.
>
> வெள்ளெலி மேட்டில் வளை தோண்டினால் மழை பெய்யும்.
> பள்ளத்தில் தோண்டினால் மழை இல்லை.
> கோழிக்காளான் பூத்தால் மழை இல்லை.
>
> சூரியனைச் சுற்றி கோட்டைக் கட்டினால் மழை வரும். சந்திரனைச் சுற்றி எட்டக் கோட்டை கட்டினால் கிட்ட (விரைவில்) மழை பெய்யும். கிட்டக் கோட்டை கட்டினால் எட்ட (கொஞ்சநாள் கழித்து) மழை பெய்யும்.

இத்தகைய அறிகுறிகளை அடிப்படையாகக்கொண்டு மக்கள் தங்கள் வேளாண்மை, கடலில் மீன்பிடித்தல் முதலான தொழில்களை மேற்கொள்ளும் போக்கு மறைந்து வருகின்றது. செயற்கைக் கோள் புகைப்படங்களிலிருந்து வானிலை முன்னறிவிப்பு

என்ற அறிவியல் முன்னேற்றம் இன்றைய காலத்தின் கட்டாயம். அதே நேரத்தில் அவற்றைப் பற்றிய பாரம்பரிய அறிவு பதிவு செய்யப்பட வேண்டும். மரபுவழிச் சொற்கள் வானிலையியல் நூல்களைத் தமிழில் மொழிபெயர்க்க உதவும்.

பாட்டி வைத்தியம், பரம்பரை வைத்தியம், இயற்கை மருத்துவம், சித்த மருத்துவம் என்றெல்லாம் சுட்டப்படும் பாரம்பரிய மருத்துவ முறைகள் நம்மிடையே உண்டு. முற்றிலும் நம்பிக்கை சார்ந்த மருத்துவ முறைகளை ஒதுக்கிவிட்டு மூலிகை மருத்துவத்தில் கவனம் செலுத்துவதற்கு இதுவே ஏற்ற தருணமாகும். உணவே மருந்தாகப் பயன்படுத்தும் நம் பாரம்பரிய முறைகள் குறித்த கவனம் தேவைப்படுகிறது. உண்ணத்தக்க நூற்றுக்கணக்கான கீரைகளும் அவற்றை அடையாளங் காணும் திறனும் மறைந்து வருகின்றன. ஆங்கில மருத்துவ முறைகளில் இல்லாத பல அரிய மருத்துவ முறைகள் நம்முடைய பாரம்பரிய மருத்துவத்தில் உண்டு. மூலிகைகளை அடையாளங்காண்பதில் பயிற்சியளித்தல், மூலிகைகளின் வட்டாரப் பெயர்களைப் பற்றிய விவரங்கள் சேகரித்தல், மருத்துவ முறைகளைச் சேகரித்து ஆராய்தல் முதலான பணிகள் உடனடித் தேவையாகும்.

மரபுவழி அறிவியல் தொழில் நுட்பங்கள் குறித்த வாய்மொழி வழக்காறுகள் புதிதாகத் தோன்றும் வாய்ப்புகள் உண்டா என்பது கேள்விக்குறியே. நவீன அறிவியல் வசதிகள் அவற்றை முற்றிலும் மறக்கடித்துவிடுமுன் அவற்றைப் பதிவு செய்ய வேண்டியது அவசியமாகும்.

தெய்வ வழிபாடுகள் புதிது புதிதாகத் தோற்றம் பெறுகின்றன. எத்தகைய சூழல்களில் புதிய தெய்வ வழிபாடுகள் தோற்றம் பெறுகின்றன என்பதை வாய்மொழி மரபுகள் தெளிவுபடுத்தும் திறன் வாய்ந்தவை. இத்தகைய விவரங்கள் சமய வரலாற்றை அறிந்து கொள்ள உதவும்.

நம்பிக்கைகள், பழக்கவழக்கங்கள், நீதி முறைகள் தொடர்பாகக் காலங்காலமாகப் பின்பற்றப்பட்டு வரும் பல வாய்மொழி மரபுகள் வெகுவிரைவில் மாற்றம் பெற்று வருகின்றன. இந்த மாற்றங்கள் தவிர்க்க இயலாதவை. சாதி நீதி போன்றவை விரைவில் மறைய வேண்டியது அவசியமும் கூட. அதே நேரத்தில் சமூக வரலாற்றாய்வுகளுக்குப் பயன்படக்கூடிய இத்தகைய தரவுகள் பதியப்பட வேண்டும்.

நிகழ்த்துகலை (Performing Arts), நிகழ்த்தா கலைப் (Non-Performing Arts) பயிற்சிகள் அனைத்தும் வாய்மொழியாகவே உள்ளன. ஆட்ட முறைகளும் ஒப்பனை முறைகளும் செய்முறைகளும் மரபுவழியைப் பின்பற்றுபவையே. காலச்சூழல்களுக்கேற்ப கலைகளில் ஏராளமான மாற்றங்கள் நிகழ்கின்றன. கோயிற் சடங்கு சார்ந்த காவடியாட்டம், காளி நடனம், கணியான் கூத்து, கொக்கலிக்கட்டையாட்டம், கைச்சிலம்பாட்டம் முதலான பல கலைகள் தொழில் முறைக்கலைகளாக மாறிவருகின்றன. தொழில்முறைக் கலைகளிலும் ஆட்ட அடவுகள் குறைந்து வித்தைகள் பெருகி வருவதாக சமீப கால ஆய்வுகள் தெளிவுப்படுத்துகின்றன. ஆட்டக்கலைஞர்கள் பார்வையாளர்களைக் கவருவதற்காக மேற்கொள்ளும் முயற்சிகளின் விளைவுகளே இவை. ஆட்டக்கலைகளும் விரிவடைந்துள்ளன. அரசு மற்றும் அரசு சாரா நிறுவனங்களின் ஆதரவும் செய்தித் தொடர்புச்சாதனங்களின் உதவியும் கலைகளுக்குக் கிடைத்து வருகின்றன. அதே நேரத்தில் வழிபாட்டுச் சடங்குகளின் நிகழ்த்தா கலைகளான களிமண், சுதை சிற்பங்கள், ஓவியங்கள் முதலானவை மெல்ல மறைந்து வருகின்றன. இத்தகைய பாரம்பரியக் கலைக்கூறுகள் புதிய கலைகளுக்குப் புத்துயிரூட்டப் பயன்படும் என்பதை உணர்ந்து செயல்பட வேண்டும்.

பாடல்கள், கதைப்பாடல்கள், கதைகள், பழமொழிகள் முதலான நாட்டுப்புற இலக்கியங்கள் வாய் மொழி வழக்காறுகள் குறிப்பிடத்தக்கவை. நாட்டுப்புற இலக்கியங்கள் பயன்பாட்டு இலக்கியங்களாகும். தொழில் துன்பத்தை மறப்பதற்கும் குழந்தையைத் தூங்கச் செய்வதற்கும் விளையாடுவதற்கும் விளையாட்டுக் காட்டுவதற்கும் கேலி செய்வதற்கும் அறிவுரை சொல்வதற்கும் இடித்துரைப்பதற்கும் துன்பங்களை மிகைப்படுத்துவதற்கும் இவை பயன்படுகின்றன.

பாடப்படும் சூழல்கள் மறையும்போது நாட்டுப்புறப் பாடல்கள் மறைகின்றன. அல்லது வேறு வடிவம் பெறுகின்றன. சான்றாக, கட்டடம் கட்டுவதற்காகச் சுண்ணாம்பு இடிக்கும் தொழில் தற்போது மறைந்துவிட்டது. ஆனால் அச்சூழலில் பாடப்பட்ட பாடல் ஒன்று சில மாற்றங்களுடன் வேறு சூழல்களில் பாடப்படுவதைக் குறிப்பிடலாம். முதலில் பாடப்பட்ட சூழல் மறைந்துவிட்டாலும் அப்பாடலின் பொருண்மைப் பொருத்தம் கருதி வேறு சூழல்களில் பாடப்படுகிறது. ஏற்றம் இறைக்கும்

பணி மறைந்து வருவதால் அப்போது பாடப்பட்ட பாடல்கள் மறைந்து வருகின்றன. ஒப்பாரி பாடும் பழக்கம் அருகி வருவதைப் போலவே ஒப்பாரிப் பாடல்களும் அருகி வருகின்றன.

இயற்கைப் பொருட்களை அடிப்படையாகக் கொண்ட பல விடுகதைகள் இயற்கை வாழ்விலிருந்து அந்நியப்பட்டுக் கொண்டிருக்கும் இளந் தலைமுறையினருக்குப் புரிவதில்லை. இத்தகைய விடுகதைகள் மறைந்து வருகின்றன; அல்லது அவை வழங்கி வந்த எல்லைகள் சுருங்கி வருகின்றன.

வாய்மொழி மரபாக உள்ள நாட்டுப்புறக் கதைகளுள் பல சிறுவர் இதழ்களில் வெளியிடப்படுகின்றன. பன்னாட்டு நாட்டுப்புறக் கதைகளும் வெளியிடப்படுகின்றன. அவை மக்களிடம் பரவுகின்றன. சிறிது காலத்திற்குப் பின்னர் நம்முடைய நாட்டுப்புறக் கதைமரபு என்ன என்பதை இனங் காண முடியாத நிலை ஏற்படலாம்.

வாய்மொழி மரபுகள் பல மறைந்து வரும் இக்காலச் சூழலிலும் வாய்மொழி இலக்கியங்கள் புதிது புதிதாக உருவாகிக் கொண்டிருக்கின்றன. கதைகள், துணுக்குகள், நகைச்சுவைகள், பாடல்கள், விடுகதைகள் என்று பல இலக்கிய வகைகள் புதிது புதிதாகப் படைக்கப்படுகின்றன. பிறரை முன்னேற அனுமதிக்காத இந்தியர்களின் குணத்தை வெளிப்படுத்தும் இந்தியத் தவளைக்கதை, காமராசரின் அறிவு குறித்த நகைச்சுவைத் துணுக்குகள், கட்சிக்காரர்களை கிண்டலடிக்கும் நகைச்சுவைக் கதைகள், கலைஞர் கருணாநிதி மதுவிலக்கைத் தளர்த்தியபோது அவரை விமர்சித்துப் பெண்களால் பாடப்பட்ட பாடல்கள், அமைச்சராக ஆகாத காலத்திலேயே எம்.ஜி.ஆரை. அமைச்சராக்கிப் பாடிய பாடல்கள், கொலைகள் தற்கொலைகள் விபத்துகள் இயற்கையின் சீற்றத்தால் ஏற்படும் அழிவுகள் பஞ்சங்கள் கூலிப் போராட்டங்கள் போன்ற சமீப கால நிகழ்வுகளைப் பதிவு செய்யும் பாடல்கள், கதைகள், புதுப்புதுப் பொருள் குறித்த விடுகதைகள் முதலானவை நம்மிடையே தோன்றிக்கொண்டுதான் உள்ளன. அவை வாய் மொழியாக மக்களிடையே பரவிப் பயன்பாட்டிலக்கியங்களாகத் திகழ்கின்றன. சமீப காலத்தில் தோன்றி தஞ்சை நகரப் பள்ளி மாணவிகளிடையே வாய்மொழியாக வழங்கப்படும் பாடல் ஒன்றுடன் இக்கட்டுரையை முடிக்கலாம்.

தஞ்சை தூயவளனார் மகளிர் மேநிலைப் பள்ளி மாணவியிடம் 9.3.93 அன்று சேகரிக்கப்பட்டது இப்பாடல்:

மனுஷன் சாகலன்னா நோ பிராப்ளம்
மனுஷன் செத்தா ரெண்டு பிராப்ளம்
ஒண்ணு எரிக்கிறதா பொதைக்கிறதா

எரிச்சா நோ பிராப்ளம்
பொதைச்சா ரெண்டு பிராப்ளம்
ஒண்ணு புல்லு வளருமா புல்லு வளராதா

புல்லு வளர்லன்னா நோ பிராப்ளம்
புல்லு வளர்ந்தா ரெண்டு பிராப்ளம்
ஒண்ணு மாடு திங்குமா திங்காதா

மாடு திங்கலேன்னா நோ பிராப்ளம்
மாடு தின்னா ரெண்டு பிராப்ளம்
ஒண்ணு பால் கறக்குமா பால் கறக்காதா

பால் கறக்கலன்னா நோ பிராப்ளம்
பால் கறந்தா ரெண்டு பிராப்ளம்
ஒண்ணு மனுஷன் குடிப்பானா மனுஷன் குடிக்க மாட்டானா

மனுஷன் குடிக்கலன்னா நோ பிராப்ளம்
மனுஷன் குடிச்சா ரெண்டு பிராப்ளம்
ஒண்ணு சாவானா சாவ மாட்டானா

மனுஷன் சாகலன்னா நோ பிராப்ளம்
மனுஷன் செத்தா ரெண்டு பிராப்ளம்
ஒண்ணு எரிக்கிறதா பொதைக்கிறதா

எரிச்சா நோ பிராப்ளம்
பொதைச்சா ரெண்டு பிராப்ளம்
ஒண்ணு புல்லு வளருமா புல்லு வளராதா

● ● ●

இருளர்களின் கதைப் பாடல்கள்

முனைவர் ஆ.செல்லபெருமாள்

ஆதிகுடிகளைப் படிப்பதற்கான காரணங்களாகக் கூறப்படுபவை

1. பண்பாட்டுக் கூறுகளின் மூலங்களைக் கண்டறிய உதவும். அதாவது 'விழுதுகள்', 'கிளைத்த மரம்' என்ற சிக்கலான சமூகங்களின் பண்பாட்டு மூலங்களான 'வேர்களை' ஆதி குடிகளிடம் காணலாம்.
2. சிக்கலான பண்பாடுகளைப் புரிந்துகொள்ள எளிமையான ஆதிகுடிகளின் பண்பாட்டைப் புரிந்துகொள்ளும் பயிற்சி அவசியம்.

ஆனால் இந்த இரண்டு நிலைப்பாடுகளும் எனக்கு முழுமையான உடன்பாடுடையவை அல்ல. அதாவது தமிழ்ப்பண்பாட்டு வேர்களை தமிழகத்து ஆதிகுடிகளிடம் தேட வேண்டும் என்பதோ எந்த ஆதிகுடியும் எளிமையானவை சிக்கலற்றவை என்ற அடிப்படையிலோதான் பழங்குடிகளின் பண்பாட்டை அறிய வேண்டும் என்பதோ எனது நிலைப்பாடு அல்ல. மாறாக பரந்துபட்ட தமிழகத்தின் பல்வேறு சாதிகளால் முன் வைக்கப்படும் பன்முகத்தன்மை கொண்ட தமிழ்ப் பண்பாட்டுக்கு பரஸ்பர தொடர்புகள் அற்ற சிறு சிறு இனக்குழுக்களான பழங்குடிகளும் பங்களிப்பு செய்கின்றார்கள் என்பதே எனது நிலைப்பாடு.

பொதுவாகவும் தமிழகத்திலும் காணப்படும் ஒரு நிலையை இங்குச் சுட்டிக்காட்ட வேண்டும். அதாவது நாட்டார் வழக்காற்றியலர்கள் ஆதிகுடிகளின் நாட்டார் வழக்காறுகளை ஆய்வு செய்வதில் அதிக அக்கறை காட்டுவதில்லை. அதேபோல மானிடவியலர் ஆதிகுடிகளைப் பற்றி படிப்பதில் காட்டும் பேரார்வத்தை அம்மக்களின் வழக்காறுகளைப் பற்றி படிப்பதில் காண்பிப்பதில்லை. எனவே ஆதிகுடிகளின் பண்பாட்டையும் அவர்களது வழக்காறுகளையும் சம அளவு முக்கியத்துவம் கொடுத்து ஆராயும்போதுதான் புதிய உண்மைகள் புலப்படும்.

இருளர்களின் கதைப் பாடல்கள்

இருளர்களிடம் எமக்குத் தெரிந்த வகையில் ஏழு கதைப்பாடல்கள் புழக்கத்தில் உள்ளன. அவை: 1. லியாமன் கதைப்பாடல், 2. துளசிலம்மாகதைப்பாடல், 3. ஜோதிநந்தம்மாகதைப்பாடல், 4. துண்டு மல்லிகை கதைப்பாடல், 5. ஏலாதும்பன் கதைப்பாடல், 6. அம்பா வலையன் கதைப்பாடல், 7. கொவே கோவே கோவேதே கதைப்பாடல். இந்த ஏழு கதைப்பாடல்களில் முதலில் குறிப்பிடப்பட்ட ஐந்து கதைப்பாடல்கள் மட்டும் ஆய்வுக்கு எடுத்துக்கொள்ளப்பட்டுள்ளன. ஏனெனில் அவை மிகவும் பரவலாக ஏனைய இரண்டு கதைப்பாடல்களைவிட அதிகமாக இருளர்களால் பாடப்பட்டு வருகின்றன. இருளர் கதைப்பாடல்களின் மற்றொரு சிறப்பம்சம் என்னவெனில் இவை இருளர் தவிர ஏனைய மலையின அல்லது சமவெளி மக்களிடம் காணக்கிடைக்காதவை. இருளரின் மற்ற சில வழக்காறுகள் அவற்றின் திரிபுகள் இருளர் பகுதிகளில் வாழும் மற்ற சில இனமக்களிடம் அரிதாகக் காணப்படுவதும் உண்டு. ஆனால் இருளரின் கதைப்பாடல்கள் அவர்களின் பண்பாட்டு அடையாளத்தைப் புலப்படுத்தும் தனிப்பெருங்கூறாகத் திகழ்கின்றன. இனி இருளர் கதைப்பாடல்கள் சிலவற்றின் சுருக்கத்தைக் காண்போம்.

இருளர் கதைப் பாடல்கள் சுருக்கங்கள்

1. லியாமன் கதைப் பாடல்

லியாமன் என்றால் சித்தப்பா என்று பொருள். ஒரு ஊரில் அண்ணன் — தம்பி இருந்து வந்தனர். அண்ணன் ஊர் மூப்பன்

(தலைவன்). இவருக்கு மனைவியும், ஒரு மகளும் உண்டு. ஒரு நாள் ஊரில் உள்ள அனைவரும் ஊர் மூப்பன் தலைமையில் காடு வெட்டச் சென்றனர். அப்படிச் சென்றபோது ஊர் மூப்பனின் மனைவி தனது மகளிடம் சித்தப்பா வந்தால் அவனுக்கு சோறு, சாறு, தயிர், மோர் போன்ற சட்டியில் உள்ளவற்றை எடுத்து சாப்பிடச்சொல் என்று கூறிச் சென்றுவிட்டாள். அதன்படியே சித்தப்பன் வந்தவுடன், 'அப்பா, சாப்பாடு சட்டியின் மேல் உள்ளது அதனை எடுத்து சாப்பிடுங்கள்' என்று ஊர் மூப்பனின் மகள் கூறினாள்.

ஆனால் சித்தப்பன், எனக்கு பழைய சாப்பாடு வேண்டாம், நீ எனக்கு வேறு சோறு ஆக்கி, கோழி அடித்து தர வேண்டும்' என்று கூறினான். உடனே, அதற்கு அவள் 'நான் வீட்டுக்குத் தூரமாக இருக்கிறேன். நான் வீட்டின் உள்ளே வரமுடியாது' என்று கூறினாள். 'அப்படியானால் நான் சாப்பிட மாட்டேன்' என்று சித்தப்பா கூறியதனால் ஊர் மூப்பனின் மகள் குளித்து விட்டு வந்து, கோழி, சோறு சமைத்துக் கொடுத்து சாப்பிட சொன்னாள். பிறகு, சித்தப்பன் 'நீ சாப்பிட்டால்தான் நான் சாப்பிடுவேன்' என்று கூறி அவள் ஒரு வாய் சாப்பிட, இவன் ஒரு வாய் சாப்பிட்டான்.

சித்தப்பன் சாப்பிட்டுவிட்டு தனது அண்ணன் மகளிடமே தவறான உறவு வைத்துக் கொண்டு, பின்பு காட்டுக்குச் சென்றான். அவள் சித்தப்பனிடம், அவன் காட்டுக்குச் செல்லும் முன்பாக, 'நாளைக்கு இதே நேரம் தவில், பொற, ஓசைகேட்கும்' என்று கூறியிருக்கின்றாள். உடனே சித்தப்பன், 'ஏம்மா இப்படிப் பேசுகின்றாய்' என்று கூறிவிட்டு காட்டிற்குச் சென்றான். அவன் காட்டிற்குச் சென்றவுடன், இவள் வீட்டில் உள்ள ஏழு கதவுகளையும் பூட்டிக்கொண்டு இறந்துவிட்டாள். பின்பு, காடுவெட்டுக்குச் சென்றிருந்த மூப்பனும், அம்மாவும் வந்து பார்த்தபோது தங்களது மகள் இறந்து கிடந்ததைப் பார்க்கிறார்கள். உடனே, ஊரில் இருந்த வயதான பாட்டிகளை அழைத்து கேட்டபோது, 'லியமன் (சித்தப்பன்) வந்தான். கோழி, சோறு சமைத்துத் தருமாறு கேட்டான், இல்லையெனில் சாப்பிடமாட்டேன் என்று கூறவே, அவள் சமைத்துக் கொடுத்தாள், அவ்வளவுதான் தெரியும்' என்று கூறினர்.

உடனே தனது மகளின் செத்த உடம்பினை எடுத்து வாசலில் வைத்து இருக்க, அவளுடைய சித்தப்பனுக்கும் தகவல் சொல்லி

அனுப்பினார்களாம். பின்பு, அவன் வந்து பிணத்தின் அருகே வந்து குனிந்து அழுத போது, அவனையும் வெட்டிப் புதைத்தார்களாம். அவளைப் புதைத்த இடத்தில் ஒரு வாழை மரமும், சித்தப்பனைப் புதைத்த இடத்தில் ஒரு சுண்டைக்காய் மரமும் முளைத்ததாம்.

2. துளசிலம்மா கதைப்பாடல்

இது கோடா வள்ளியன் கதைப்பாடல் என்றும் அழைக்கப்படும். கோடூர் என்ற ஊரில் இருளர் சமூகத்தைச் சேர்ந்த கோடாவள்ளியார் என்ற ஒரு இருளனின் மகனுக்கு (காவமூப்பன்) அவனது தாய் பெண் பார்க்கச் செல்கின்றாள். ஆனால் அவளது மகனுக்கு எந்தப் பெண்ணும் பிடிக்கவில்லை. பின்பு, இவன் தனது தாயிடம் உணவு சமைத்துத் தருமாறு கேட்டு அதனைக் கட்டிக்கொண்டு குதிரையில் ஏறி பெண் பார்ப்பதற்குச் சென்றான். அப்போது அவனது தாய் அவனை வழியனுப்பி வைத்தாள். இதற்கிடையில் தெற்குப் பகுதியில் உள்ள நல்லூர் நல்ல மண்ணுப்பதி என்ற ஊரில் உள்ள ஊர்மூப்பனின் மகள் துளசிலம்மா, ஆற்றில் குளிக்கச் செல்வதற்கு தனது பெற்றோரிடம் அனுமதி கேட்டாள். ஏனெனில் ஊரில் உள்ள இளைஞர்களும், யுவதிகளும் ஆற்றிற்கு குளிப்பதற்கு ஊர் மூப்பனின் பிள்ளைகளைக் கூப்பிட்டு செல்ல மறுத்துவிட்டனர். பின்பு, துளசிலம்மா பெற்றோர்களிடம் கேட்டு தனது குருட்டுக் கண்ணு தங்கையுடன் ஆற்றிற்கு குளிக்கச் சென்றாள். அப்போது, குதிரையில் வந்த கோடாவள்ளியாரின் மகன் ஆற்றின் கரையின் வழியே வந்துகொண்டு இருந்தான். அப்போது மீன் பிடிக்கக் கூடிய இருவர் ஆற்றின் அருகே நின்றுகொண்டு மீன் பிடித்துக்கொண்டு இருந்தனர். அவர்கள் மீன்பிடிக்கும் இடத்திற்குச் சற்று முன்பாக குருட்டுக் கண்ணுப் பிள்ளையும், அவளது அக்காவான துளசிலம்மாவும் குளித்துக்கொண்டு இருந்தனர். அப்போது துளசிலம்மாளின் தலைமயிர் ஒன்று ஆற்று நீரில் வந்துகொண்டு இருந்தது. அதனை ஒரு மீன் விழுங்கிவிட்டது. பின்பு, அதனை மீன் பிடிக்கக்கூடிய ஒருவர் பிடித்துவிட்டார். அப்போது, அந்த மீனின் வயிறானது மிகவும் பெருத்து காணப்பட்டது. இவை எதனையும் அறியாத அப்போது, குதிரையில் பெண் பார்க்க வந்துகொண்டிருந்த கோடாவள்ளியாரின் மகன் அந்த மீனை வெட்டிப் பார்க்க எண்ணினான். பின்பு, அந்த மீனை வெட்டிப் பார்த்தபோது, அதன் வயிற்றின் உள்ளே நீளமான தலைமுடி இருந்தது. அதனை அளந்து பார்த்தபோது, அது பன்னிரெண்டு

முழம் நீளம் இருந்தது. இது ஆணின் முடியாக இருந்தால் எனது தங்கைக்கு மணம் முடித்து வைப்பேன், பெண் முடியாக இருந்தால் நான் மணம் முடித்துக்கொள்வேன் என்று கூறிவிட்டு ஆற்றின் ஓரமாக நடந்து சென்றான். அப்போது அக்காவான துளசிலம்மாவும், குருட்டுக் கண்ணுப் பிள்ளையான தங்கையும் குளித்துக்கொண்டு இருந்ததினைப் பார்த்தான்.

அங்கு சென்றவுடன் தமக்கையின் உடையை எடுத்து மறைத்து வைத்தான். அதாவது, உடையை எடுத்துக்கொண்டு அத்திமரத்தின் மீது ஏறி, அமர்ந்து கொண்டான். பின்பு, அவர்கள் இரண்டு பேரும் குளித்து விட்டு வெளியே வந்து உடைமாற்ற வந்தனர். அப்போது, குருட்டுக் கண்ணுப் பிள்ளையான தங்கையிடம் தனது உடையை எடுத்துக் கொடுக்குமாறு துளசிலம்மா கேட்டாள். அவள் தேடிப்பார்த்துவிட்டு காணவில்லை எனக் கூறினாள். பின்பு நன்றாகத் தேடிப்பார் எனக்கூறினாள். அவள் காணவில்லை எனக்கூறியதும், தண்ணீரில் இருந்து எழுந்து வந்து, மார்பை கையை வைத்து மறைத்துக்கொண்டு நின்றாள். அப்போது துளசிலம்மா, துணியை எடுத்தவர் யார் என தெரியாமல் திட்ட ஆரம்பித்தாள். உடனே கோடாவள்ளியார் மகன் மரத்தின் மேலேயிருந்து கீழே இறங்கி வந்தான்.

அதன்பின்பு, இரண்டு பேரும் பரஸ்பரம் எந்தக் குலத்தைச் சேர்ந்தவர்கள் என விசாரித்துக் கொண்டார்கள். பின்பு, இவன் கொண்டு வந்த சோற்றினை பங்கு வைத்துக் கொடுத்தான், வெற்றிலை பாக்கினை பங்கு வைத்து வாயில் போட்டுக் கொண்டனர். அதன் பின்பு, அடுத்த வாரம் புதன்கிழமையன்று இதே நாளில் நான் பெண் கேட்டு உங்கள் ஊருக்கு வருகின்றேன், எனக்கூறிவிட்டுச் சென்றான். அதுவரையில் 'நீயும் சாப்பிட வேண்டாம், நானும் சாப்பிடப் போவதில்லை' எனக்கூறிவிட்டு கோடாவள்ளியாரின் மகன் புறப்பட்டு சென்றான்.

அவன் சென்ற நாளில் இருந்து, துளசிலம்மாவும் சாப்பிடவில்லை, துளசிலம்மாவுக்கு குளிர்காய்ச்சல் வந்துவிட்டது. பின்பு, 'நீ பார்த்த பையனுக்கே உன்னை மணம் முடித்து வைக்கிறோம்' என பெற்றோர் கூறினார்கள். அதேபோன்று அந்தப் பையன் குறிப்பிட்ட அந்நாளில் வாத்தியக் கருவிகள் முழங்க, குதிரையின் மேல் நன்றாக சோடிக்கப்பட்டு அமர்ந்து வந்தான். அப்படி வந்தவன் உடனே உள்ளே செல்லாமல் குதிரையின் மீது அமர்ந்து

இருந்தான். அப்போது, அங்கு குருட்டு கண்ணுப் பிள்ளையை அலங்காரம் செய்து அனுப்பிவைத்தனர். அப்போது, இவன் 'நான் பார்த்த பெண் இது கிடையாது' எனக் கூறினான். அதன் பின்பு காவழுப்பன்தான் பார்த்த பெண்ணான துளசிலம்மாவை அலங்காரம் செய்து மணம் முடித்துக்கொண்டு புறப்பட்டான். தனது மகனின் மணம் முடிந்து பூ பந்தல் வாடும் முன்பாக, கோடாவள்ளியார் காட்டிற்குச் சென்று தேன் உள்ள மரத்தினை வெட்டி கட்டி வைத்து இருந்தான். பின்பு தனது மகன் காவழுப்பன் வந்ததும், அவனைக் கூப்பிட்டு, 'மேற்கு பக்கம் உள்ள ராசாவுக்கும் தெற்குப் பக்கம் உள்ள ராசாவுக்கும் தேன் கொடுக்க வேண்டும் ஆதலால், உடனே புறப்பட்டு காட்டுக்கு வா' என்று கூறினான். அப்போது பொங்கல் பானையும் ஆட்டுக்கிடாய் ஒன்றும் பிடித்து சென்றனர். பிறகு பொங்கல் வைத்தனர், அது பொங்கவில்லை. கிடாய் வெட்டுவதற்கு அது 'துலுக்கு' கொடுக்கவில்லை. அப்படியும் வெட்டி பொங்கல் வைத்து விட்டு மகன் மரத்தின் மேல் சென்று தேனை எடுத்து குடத்தில் விட்டான். குடம் நிறைந்ததும் அதனை எடுத்துக்கொண்டு, மரத்தினை வெட்டி விட்டான். தகப்பனானவன் வீட்டினை நோக்கி, நடந்தான். வீட்டிற்கு வந்ததும், தனது 'இளைய பெண்டாட்டியை' வரச் சொல் என்று தனது மனைவியிடம் கூறினான். அதாவது, தனது மகனின் மனைவியை இவன் தனது மனைவியாக ஆக்கிக் கொள்ள நினைத்தான். பின்பு, அவளது மடியில் படுத்து உறங்கிக்கொண்டு இருந்தபோது, 'யார் முதலில் கொல்வது' என்று மருமகள் அத்தையிடம் கேட்டாள். 'நீயே கொன்று விடு' என மாமியார் கூறியதும் மருமகளே கோடாவள்ளியனைக் கொன்று விட்டாள். பின்பு, இருவரும் சேர்ந்து மகனைப் பார்க்க வந்தனர். அப்போது வெட்டப்பட்ட மரமானது ஆற்றில் விழுந்தது. அது ஏழு ஆனையின் அளவு ஆழமுடைய ஆறாகும். அப்போது அவன், நான் ஒரு தாய்க்கே பிறந்தேன் எனில், இந்த மரமானது ஆற்றில் மூழ்கக்கூடாது என்று வேண்டினான். அப்படி மூழ்காமல் இருந்தபோது, இவர்கள் வந்து சேர்ந்ததும், நீங்கள் கெட்டுப் போயிருந்தால் என்னிடம் வரவேண்டாம் என்று கூறினான். இவர்கள் கெட்டுப்போகவில்லை எனக்கூறியதும், மனைவியை இடது பக்கமும், தன் தாயை வலது பக்கமும் வரச் சொன்னான். அப்படியாக, அவனது தாயும், மனைவியும் அவனருகே வந்ததும் மூன்று பேரும் கல்லாக சமைந்துவிட்டனராம்.

3. ஜோகிநந்தம்மா கதைப் பாடல்

குனியா மூப்பன் என்ற ஊர்த்தலைவனுக்கு மொத்தம் ஆறு பையன்கள். அதில் ஒருவனுக்கு மட்டும் மணமாகவில்லை. மற்ற அனைவருக்கும் மணம் முடிந்து இருந்தது. ஆறு மகன்கள் இருந்தும் ஒரு மகள் தங்களுக்கு இல்லையே என்று குனியா மூப்பனின் மனைவி ஆசைப்பட்டாள். அதற்காக, அவர்களின் தெய்வமாகிய வீரமாச்சி அம்மாள் கோவிலுக்குச் சென்று வேண்டினர். அடுத்த பத்தாவது மாதத்தில் அவர்களுக்கு பெண்குழந்தை பிறந்தது. பின்பு, இந்தப் பெண் குழந்தைக்கும் பத்து வயதாகி விட்டது. ஒரு நாள், ஊரில் உள்ள மக்கள் அனைவரும் காடுவெட்டுக்குச் செல்ல நினைத்து மூப்பனின் வீட்டுக்கு வந்தனர். அதாவது, அனைவரும் உடனே மூங்கில் வெட்டி சலித்து விட்டபடியால், காடு வெட்டுக்கு செல்லலாம் என்று நினைத்தனர். உடனே ஊர் மூப்பன் அடுத்த புதன்கிழமையன்று செல்லலாம் என்று கூறினான். அதே போன்று அடுத்த புதன் கிழமையன்று ஊர்மக்கள் இசைக்கருவிகளை எடுத்து வந்தனர். குனிய முப்பனின் மனைவி, நான் எனது பத்து வயது மகளைவிட்டு வர இயலாது, நீங்கள் மட்டும் போய் வாருங்கள், நான் இங்கேயே இருக்கின்றேன் என்றாள். ஆனால் வற்புறுத்திக் கூப்பிட்டவுடன் சென்றுவிட்டாள். அப்படிச் செல்லும் முன்பு, தனது மகளிடத்தில் அண்ணன் வந்தால் அவனை மாடு மேய்க்கப் போகச்சொல் என்று கூறினாள். மகளிடம் இந்த கோட்டினைத் தாண்டிப் போகாதே என்று ஒரு கோட்டினையும் வரைந்தனர். இவர்கள் காடு வெட்டுக்குப் போகும் போது, சிறிய சோலை தாண்டி, சோப்பு தயாரிக்கப் பயன்படுகின்ற காய் உள்ள மரத்தினையும் கடந்து போகின்றனர். அப்போது ஒரு பெரிய சோலையையும் கடந்து செல்கின்றனர். இவற்றைக் கடந்து சென்று ஓரிடத்தில் தீ வைத்து அழித்து விட்டு, அந்த இடத்தில் விதைகளை விதைக்கின்றனர்.

அண்ணன் வந்தவுடன் அவனை மாடு மேய்க்கப் போகச் சொல்கின்றாள் மூப்பனின் மகள். ஆனால், அவன் தனக்கு வயிறு வலிக்கின்றது, தலை வலிக்கின்றது எனக் கூறி போக மறுத்தவுடன் ஜோகிநந்தம்மாளுக்கு என்ன செய்வதென்று தெரியவில்லை. உடனே, மாட்டுப்பட்டியில் இருந்து மாடுகளும் ஆடுகளும் வெளியே வந்துவிட்டவுடன், இவளே செருப்பினையும், குடையையும் எடுத்துக்கொண்டு வீரமாச்சியம்மனை வழிபட்டு,

கையில் திருநீற்றினை எடுத்துக்கொண்டு, கடவுளே நீதான் காப்பாற்ற வேண்டும் என்று வழிபட்டுக்கொண்டு புறப்பட்டாள். மாடுகள் இவளுக்கு முன்னே சென்றன. அவளுக்கு தண்ணீர் தாகம் எடுத்தது. அப்போது வழியில் அவளது அண்ணி தண்ணீர் எடுத்துக்கொண்டு வந்தாள். அவளிடம் குடிக்க தண்ணீர் கேட்டாள். உடனேயவள், தண்ணீர் பாதியா கொண்டு போனால் அது அலம்பும் எனக் கூறிவிட்டு, "தண்ணீர் உள்ள இடம் அருகே உள்ளது. அங்கே போய் நீர் குடி" என்றாள். வழியில் போய்க்கொண்டிருக்கும் போது, அவளது அண்ணன் வந்து கொண்டிருந்தான். தண்ணீர் குடிக்க அவளது கையைப்பிடித்து அழைத்துச் சென்றான், கெடுத்தும் விட்டான். பின்பு, இவள் தண்ணீர் குடித்துவிட்டு வந்து பார்க்கின்ற போது, மாடு, ஆடுகள் மலையில் இருந்து கீழே இறங்கிக்கொண்டு இருந்தன. பின்பு இவள் கீழே ஓடிவந்தாள். அதன் பின்பு, இவள் வயதுக்கு வந்தவுடன் அழுதுகொண்டு ஒரு கீரைச் செடியின் அருகே அமர்ந்து விட்டாள். பின்பு, அவளது பெற்றோருக்கு ஆள் அனுப்பினர். அவர்கள் வந்ததும், என்ன விவரம் என்று ஆடு, மாடு மேய்க்கின்றவர்களிடம் கேட்டனர். விஷயத்தைச் சொன்னதும், மூங்கில் வெட்டி வரச்சொன்னார்கள். இவளை ஆற்றுக்குச் சென்று குளிப்பாட்டி விட்டு வரச்சொன்னார்கள். இவள் கையில் தலை சிக்கெடுக்கும் கருவியுடன், ஆற்றுக்குச் சென்றாள். பின்பு, வெளியே வரவில்லை, மீனாக மாறிவிட்டாள். இந்த ஆடு, மாடுகள், மான்களாக மாறிவிட்டதாம். பின்பு, பெற்றோர்கள் தனது மகள் மறைந்து போகக் காரணமாயிருந்த தங்கள் மகனைத் திட்டினர்.

4. துண்டு மல்லிகை கதைப் பாடல்

குனியாமூப்பன் என்ற இருளர் சாதியைச் சேர்ந்த, ஏழு ஊர்த்தலைவனுக்கு ஆறு மகன்களும், ஒரு மகளும் இருந்து வந்தனர். மகன்கள் அனைவருக்கும் மணம் முடித்து குடும்பங்களோடு வாழ்ந்து வருகின்றனர். ஆனால் பெண்ணுக்கு மட்டும் மணமாகவில்லை.

ஒருநாள் ஏழு ஊர்க்காரர்களும் காடு வெட்டி விதைக்க வேண்டும் என்று எண்ணி குனியா மூப்பனின் வீட்டுக்கு வந்து காடு வெட்டுக்கு அவனை அழைக்கின்றனர். அப்போது, அடுத்த வாரம் செல்லலாம் என்று கூறி ஊர்மக்களை அனுப்பி விடுகின்றான். பின்பு, அதே போன்று புதன்கிழமை யன்று வந்து, ஊர் மூப்பன்

வராவிட்டாலும் நாம் செல்லவேண்டும் என்று கூறுகின்றனர். பின்பு, இசைக்கருவிகளோடு ஏழு ஊர்மக்களும் குனியா மூப்பனின் வீட்டுக்கு முன்னே வந்து ஆடிக்கொண்டிருக்கின்றனர். மூப்பனை அழைத்தனர். அப்போது அவனுடைய மனைவி 'நான் வரவில்லை. நீங்கள் போங்கள். நான் மகளிடத்தில் இருக்கிறேன்' எனக் கூறினாள். அதற்கு, நீ வரவேண்டும் என்று அவளையும் வற்புறுத்தி அழைத்து சென்றுவிட்டான்.

மூப்பனும் அவனது மனைவியும் மணம் ஆகாத தங்களது மகளுக்கு தாய் தந்தை இல்லாத பையனை மணம் முடித்து வைத்தார்கள். வீட்டில் உள்ள அனைத்து வேலைகளையும் இவளே கவனித்து வந்தாள். பின்பு ஒரு நாள், இவள் கர்ப்பமடைந்தவுடன் கணவனே தண்ணீர் எடுத்துக் கொடுக்கின்ற வேலையினையும் செய்தான். இவளுடைய அண்ணன்கள் வேட்டைக்கு புறப்பட்டனர். அப்போது அனாதையான மச்சினனையும், அவனது நாயையும் அழைத்துக்கொண்டு வரச் சொன்னார்கள். உடனே இவனும் புறப்பட்டான். பிறகு இவனது மனைவி குழந்தை பெற்று இருந்தாள். அவளை விட்டு விட்டு வருமாறு மைத்துனனை வற்புறுத்தி அழைத்துச் சென்றனர். புறப்படும் முன்பு, தங்கை தன்னுடைய அண்ணன்களிடம் 'அண்ணா இவரை இன்று மாலையிலேயே அனுப்பி விடுங்கள். ஏனெனில், குளிப்பதற்கு எனக்கு இவர்தான் தண்ணீர் எடுக்கவேண்டும் அண்ணிமார்கள் எடுத்து தரமாட்டார்கள்' எனக் கூறினாள். நான் வீட்டின் உள்ளேயும் போக முடியாது, ஆகவே இவரை கண்டிப்பாக விரைவில் திருப்பி அனுப்பிவையுங்கள் என்று கூறினாள்.

அண்ணன்மார்கள் ஆறு பேரும் அவர்களுடைய நாய்களும் மற்றும் அவர்களது தங்கையின் கணவனும், நாயும் வேட்டைக்குப் புறப்பட்டனர். தங்கை கணவனும், நாயும் ஒரு வழியாகச் சென்றனர். ஆனால் அண்ணன்மார் ஆறு பேரும், நாயும் தனி வழியே சென்றனர். அப்போது, ஒரு இடத்தில் பன்றி இருக்கின்ற இடத்தினைப் பார்த்தனர். உடனே மச்சினனை விறகுகள் எடுத்து வரச் சொன்னார்கள். இவன் கடினப்பட்டு விறகுகள் எடுத்து வந்து இளைப்பாறும் முன்பாக, பன்றி பதுங்கியுள்ள புதரில் தீ' மூட்டினார்கள். புகை புதரின் உள்ளே சென்று கொண்டிருந்தது. தங்கையின் கணவனை புதரின் உள்ளே போகச் சொன்னார்கள். அவனும், உள்ளே சென்று இரண்டு பன்றிகளை இழுத்து வந்து வெளியே போட்டான். அதன்பின்பு அவனை மறுபடியும்

உள்ளே சென்று பார்க்கச் சொன்னார்கள். உள்ளே சென்று இவன் பார்க்க போனதும் வெளியே மச்சினன் மார்களெல்லாம் சேர்ந்து புதரினை அடைத்துவிட்டனர். அதன் பின்பு இவன் வெளியே வரமுடியவில்லை. வெளியே வரமுடியாதபடியால் அப்படியே கீழே சென்றான். அங்கு காது, மூக்கு பெரிதாகி உள்ள இனத்தினர் இருந்தனர். அவர்களைக்கண்டு பயந்து அதற்கு அடுத்துள்ள உலகிற்குச் சென்றான். அங்குள்ளவர்கள் மனிதர்களைச் சாப்பிடக்கூடியவர்கள். அவர்களைக் கண்டு இவன் பயந்து நின்றுகொண்டிருந்தான். இவனைப் பிடித்துக்கொண்டு அங்குள்ளவர்கள் அங்கிருந்த ஊர்த்தலைவனிடம் காண்பித்தனர். இவன் ஊர்த்தலைவனைப் பார்க்கவே பயப்பட்டுக்கொண்டு இருந்தான். அதோடு, இவன் மேல் உடையில்லாத படியால் மற்றவர்களைப் பார்க்கவே வெட்கப்பட்டுக்கொண்டு இருந்தான். உடனே, ஊர்மூப்பன் தனது தலை வேட்டியை அவிழ்த்துக் கொடுத்தான். அதனை எடுத்து அவன் உடுத்திக் கொண்டான். பின்பு, அவன் அழவே, 'நீ பயப்படவேண்டாம். என்னுடைய உத்தரவு இல்லாமல் உன்னைச் சாப்பிட மாட்டார்கள்' என்று கூறினான். பின்பு, ஊர்த்தலைவனிடம் இவன் பட்ட கடினங்களைக் கூறினான். உடனே, ஊர்மக்கள் அனைவரும், இவனுக்கு உணவு கொடுங்கள் என்று சொன்னதும், அவனுக்கு உணவு தந்தனர். அவனும் உண்டு விட்டு இளைப்பாறிக்கொண்டு இருந்தான். அவனை இரண்டு நாட்கள் இருந்து தங்கிவிட்டுப் போகச் சொன்னான். பின்பு, போகும் நாளன்று இவனிடத்தே எல்லாவகைத் தானியங்களில் இருந்தும் ஒவ்வொரு விதைகளைக் கொடுத்து அனுப்பினார்கள். அவன் அதனை வாங்கிக்கொண்டு வேட்டியில் கட்டிக்கொண்டு புறப்பட்டான். புறப்படும் முன்பாக, ஊர்த்தலைவனின் காலைத் தொட்டு வணங்கிவிட்டு வந்தான். அப்போது, மூடியிருந்த கல்லை எட்டி உதைத்துவிட்டு வெளியே வந்துகொண்டு இருந்தான். ஆனால், மேலே இவனை அடைத்துவிட்டு இருந்தபடியால், இவனுடைய நாயின் கழுத்தில் பன்றியின் கறிகளை கட்டி வீட்டிற்கு அனுப்பிவைத்தார்கள். நாயானது அலறிக்கொண்டே வீட்டிற்குச் சென்றது. அங்கு தங்கையானவள் நாயிடம் உள்ள கறியை எடுத்துவிட்டு தனது அண்ணன்களிடம் தனது கணவன் எங்கே என்று கேட்டாள். அதற்கு அவர்கள் பின்னால் வருவதாகக் கூறினார்கள். ஆனால், நாய் பயங்கரமாக அலறிக்கொண்டிருந்தது. உடனே அதனை அழைத்துக்கொண்டு இவர்கள் வேட்டைக்குச் சென்ற பக்கம்

வந்தாள். பன்றி அடித்த புதரின் அருகே வந்து தங்கை தன் பிள்ளையுடன் அமர்ந்து இருந்தாள். நாய் மூடிவைக்கப்பட்டிருந்த கல்லை கிளைத்துக் கொண்டிருந்தது. தங்கையின் கணவனும் உள்ளே இருந்து கல்லை எட்டி உதைத்தான். பின்பு வெளியே வந்தவுடனே அவளைக்கட்டிப்பிடித்து, அழுதுகொண்டு 'நாம் இவர்களிடம் இருந்து தனியே சென்று விடலாம்' என்று எண்ணினார்கள். அதன்படியே, குழந்தை, கணவன், மனைவி, நாய் நான்கு பேரும் காட்டிற்கு வந்து விட்டனர். இவர்களுக்கு உணவாக தேனும், கிழங்கும் கிடைத்தது. பின்பு காட்டினையும் சோலைகளையும் அழித்து விவசாயம் செய்தனர். காடுகளை அழிப்பதற்குத் தீயும் கூட கீழ் உலகத்தில் இருந்தே வாங்கி வந்தான். விவசாயம் செய்வதற்கு எரிக்கப்பட்ட சாம்பலானது இடுப்பளவு இருந்தது. விவசாயம் நன்றாக விளைந்து இருந்தது.

இவளுடைய அண்ணன்கள் பஞ்சத்தால் நாட்டில் இருந்து காட்டிற்குள் வந்து, மூங்கில் வெட்டி அதனை விற்று பிழைத்து வந்தனர். பின்பு, காட்டில் கிடைத்த கிழங்கினையும், தேனையும் உண்டு வாழ்ந்து வந்தனர். இவர்கள் பழைய சாக்குகளை உடைகளாக அணிந்து இருந்தனர். ஆனால், தங்கைக்கு விவசாயத்தில் நல்ல விளைச்சல். ஆனால், அதனை வீடுகொண்டு வந்து சேர்ப்பதற்கு ஆட்கள் இல்லை. ஒரு பக்கம் அறுத்து வீடு சேர்க்கும் முன்பாக மறு பக்கம் முளைத்து விடுகின்றது. எனவே அருகில் உள்ள ஊரில் இருந்து ஆட்களை அழைத்து வர எண்ணிக்கொண்டு இருந்தனர். ஊரில் உள்ள ஆட்கள் போன்று இவளுடைய அண்ணன் குடும்பங்கள் வந்தவுடன் அவர்களை வேலைக்கு கூப்பிட்டாள். அதே போன்று அவர்களும் வந்து வேலை பார்த்துக் கொடுத்தனர்.

அடுத்த வாரம் இதே நாளன்று கிடாய் வெட்டி பொங்கலும், சாப்பாடும் போடுகின்றோம், கண்டிப்பாக அனைவரும் வரவேண்டுமென்று கூறினார்கள். அதேபோன்று அன்றைய நாளில் அனைவருக்கும் துணிகளும், பணமும் கொடுத்து அனுப்பினார்கள். பின்பு, இவளுடைய அண்ணன் குழந்தைகள் இங்கு சாப்பிட வரவேண்டுமென்று அடம்பிடித்தவுடன், அவளுடைய அண்ணன்களும் வந்தனர். வந்தவர்களை சுடுதண்ணீர் வைத்து நன்றாகக் குளிப்பாட்டிவிட்டு, புதுத்துணி கொடுத்து சாப்பாடு போட்டார்கள். நன்றாகச் சாப்பிட்டனர். இந்த முதலாளி யார் என்று பார்க்க வேண்டுமென்று நினைத்துக் கொண்டிருந்தனர். உடனே தங்கை தனது அண்ணனின் காலில்

விழுந்து வணங்கினாள். உடனே அவளது அண்ணன்கள் அவளைக் கட்டி அணைத்துக்கொண்டு அழுதனர். உடனே, தாங்கள்தான் மச்சினனுக்கு கொடுமை செய்துவிட்டதாக எண்ணி அவளிடத்தில் மன்னிப்புக் கேட்டனர். அதன்பின்பு அண்ணன்மார்களும், தங்கையும் சேர்ந்து வாழ்ந்து வந்தனர்.

5. ஏலாதும்பன் கதைப் பாடல்

ஒரு ஊரில் ஏலாதும்பன் என்ற ஒருவன் தனது மனைவி, தாய் தந்தை ஆகியோருடன் வாழ்ந்து வந்தான். ஒரு நாள் ஏலமலையில் சென்று முத்து எடுக்க வேண்டி வந்தது. மலையில் உள்ள செடியில் அது காய்க்கக்கூடிய முத்தாம். இந்த முத்தை எடுத்து வரச் செல்வதற்கு ஆறு மாதமும் திரும்பி வருவதற்கு ஆறு மாதமும் ஆகுமாம். ஆகவே அவன் தனது கர்ப்பிணி மனைவியை வேலைகள் ஏதும் செய்ய சொல்ல வேண்டாமென்று கூறிவிட்டு ஏல மலைக்குச் சென்று விட்டான். அப்படிப் போவதற்கு முன்பு தனது மனைவியின் சமையல் தேவைகளுக்காக வேண்டிய விறகுகள், தண்ணீர் போன்றவற்றை எடுத்துக் கொடுத்து விட்டுச் சென்றான். அவன் ஏல மலைக்குச் சென்றதும், அவனது மனைவியை அவனது அம்மா தண்ணீர் எடுக்கப் போகுமாறு கூறினாள். தனது மகளைச் சிறிய குடத்தினை எடுத்துக் கொள்ளுமாறும் தனது மருமகளிடம் பெரிய குடத்தினை எடுத்துக் கொடுத்து தண்ணீர் எடுத்து வரச் செல்லுமாறும் கூறினாள். பின்பு, சிறிய அண்டாவில் தண்ணீர் எடுத்து நிரப்புமாறு மகளிடம் கூறிவிட்டு, மருமகளைப் பெரிய அண்டாவில் நிறைய நீர் எடுத்து ஊற்றச் சொல் எனக்கூறினாள். பின்பு, மகளும் மருமகளும் தண்ணீர் எடுப்பதற்குக் குடத்தினை எடுத்து சென்றனர். அப்போது மருமகளுடைய குடத்தினுள் அவளுக்குத் தெரியாமல் பாம்பினைப் பிடித்துப் போட்டனர். பின்பு நீர் எடுத்து வந்து அண்டாவில் ஊற்றினர். உணவு சமைப்பதற்கு மாமியார் கேழ்வரகினை எடுத்துச் சுத்தப்படுத்திக் கொண்டிருந்தாள். பின்பு, குழம்பு வைப்பதற்கு பருப்பும் எடுத்தாள், அண்டாவில் இருந்த பாம்பினை எடுத்து அதனையும் குழம்பு வைத்தாள். பின்பு மற்ற குழந்தைகளுக்கு பருப்புக் குழம்பு ஊற்றிக் கொடுத்து சாப்பிட வைத்தாள். ஆனால் அவளது மருமகளுக்கு பாம்புக் குழம்பு ஊற்றிக் கொடுத்தாள். அதனைச் சாப்பிட்டவுடன் அவளுக்கு மயக்கம் வந்து படுத்த சிறிது நேரத்தில் இறந்துவிட்டாள். அதன் பின்பு, அதேயிடத்தில்

அவளைப் புதைத்துவிட்டனர். ஆறுமாதம் கழித்து ஏல மலையில் முத்துக்குச் சென்ற இவளது மகன் திரும்பி வந்து தனது மனைவியை எங்கே என்று கேட்டான். அதன்பின்பு எல்லா பக்கமும் சென்று தேடினான். இவனது அம்மா, வெளியே எங்காவது சென்றிருப்பாள் எனக் கூறினாள். ஆனால், அவன் தேடிப்பார்த்து காணவில்லை யென்பதனால் வீட்டிலுள்ளவர்களைக் கொன்று நான்கு பக்கமும் கட்டித் தொங்கவிட்டான். பின்பு, அவளைப் புதைத்த இடத்தில் அம்பினை ஏற்றி அதிலே ஏறி அமர்ந்து தனது உயிரை மாய்த்துக் கொண்டான்.

நிகழ்த்தப்படும் சூழல்

மேற்கூறிய கதைப் பாடல்களானது, பெண்களால் வயக்காடுகளிலும், காடுகளிலும் வேலை செய்கின்றபோது பாடப்பெறுகின்றன. அப்படி வேலை செய்கின்ற போது, நன்கு பாடத் தெரிந்த வயதானவர் முன்பாட்டுப் பாட மற்றவர் ஒருவரோ, இருவரோ தொடர்ந்து பின்பாட்டாகப் பாடுவார்கள். அதாவது, அங்கு வேலை செய்கின்ற போதும் பாடுவார்கள். முன்னாட்களில் இரவு, மாலை வேளைகளில் ஏதேனும் ஓரிடத்தில் கூடி இருந்துகொண்டு இந்தக் கதைகளை எல்லாம் பாடுவார்கள். அப்போது தீயை நடுவில் பற்ற வைத்துக்கொண்டு அதனைச் சுற்றி அமர்ந்து இருப்பார்கள். ஒருவர் இந்தக் கதைகளில் ஒன்றை நீட்டிப் பாட, மற்ற இருவர் அல்லது அதற்கு மேலானவர்கள் பின்பாட்டுப் பாடாமல் 'மாம்...' என்ற நிலையில் வாயினை இசைத்துக்கொண்டே இருப்பார்கள். அப்படி பக்கி விடுகின்றபோது ஒரு கதையானது ஏழு, எட்டு நாட்களுக்கு மேல் கூட பாடப்பெறுமாம். தினமும் இரவு இப்படி அமர்ந்து பாடுவார்கள். எந்த கதைப்பாடல் பாடப்பெறுகின்றது என்பதை அறிந்துகொள்ள எந்தச் சிரமமும் இல்லை. பின் பாட்டு அலுப்புத் தெரியாமல் இருக்க ஒரு பாடகர் (நன்றாகப் பாடத் தெரிந்தவர்) பாட, அவருக்குப் பின்பு மற்ற இரண்டு அல்லது அதற்கு மேற்பட்டோர் பின்பாட்டு பாடுவார்கள்.

கதைப்பாடலினை பாட்டாகப் படிப்பது மட்டுமின்றி மற்ற நேரங்களில் இதனைக் கதையாகவும் சொல்லுகின்றனர். அது மட்டுமில்லாமல் இசைக் கருவிகளிலும் இதனைப் பாடுகின்றனர். பக்கி எனப்படும் நீண்ட கதைப் பாடலை 'லிலிலி' என்று ஒருவன் இரவு முழுவதும், குழலில் பாட மற்றவர்கள் தங்கள் வீடுகளில்

படுத்துக்கொண்டே கேட்டு ரசிப்பார்கள். இருளர்களிடத்தே உள்ள இசைக் கருவிகளில் மிகவும் முக்கியமானது கொகலு, பொறே, தவலு, நாகிமரா போன்றவை. இந்த இசைக்கருவிகளானது இருளர்களின் முக்கிய சடங்கியல் நிகழ்வுகளில் நிகழ்த்தப்படுவன. கோவில் கொடைவிழா, இறப்பு சடங்குகள் போன்றவற்றின் போது, இந்த இசைக்கருவிகளை இசைத்துக்கொண்டு ஆட்டம் ஆடுகின்றனர். இசைக்கருவிகள் இசைக்கின்ற போது, இருளர்களில் ஆண்கள், பெண்கள், வயோதிக ஆண் — பெண், சிறுவர் — சிறுமியர் வயது, பால் வேறுபாடின்றி வட்டமாக நின்று ஆடுகின்றனர். குழலில் (கொகலு) வாசிக்கப் பெறுகின்ற பாடலுக்குத் தக்கவாறு மற்ற இரண்டு இசைக்கருவிகளான பொறெவும் தவலும் இசைக்கப்பெறும். அதற்கேற்றவாறு ஆட்டம் ஆடக் கூடியவர்கள் ஆடுகின்றனர். அதே போன்ற ஆட்டம் ஆடக்கூடியவர்கள் சலிப்படைவது போன்று இருந்தால் உடனே குழல் வாசிப்பவர்கள் பாடலினை மாற்றி வாசிக்க ஆரம்பித்துவிடுவார்கள். அப்படிப் பாடல் மாற்றிப் பாடப்படும்போது இந்தக் கதைப் பாடலின் வரிகளையும் பாடுவார்கள். அப்போது பாடல் முழுவதினையும் படிப்பதில்லை. ஆறு அல்லது பத்துவரிகள்வரை பாடி விட்டு அடுத்த பாடலைப் பாட ஆரம்பித்துவிடுவார்கள். மேலும் குழல் வாசிப்பது ஆண்கள் மட்டுமே. கோவில் திருவிழா என்றால், இரவில் மட்டுமே இப்படி ஆட்டம் ஆடிப்பாடி மகிழ்கின்றனர். இறப்புச் சடங்கு எனில், இரவு முழுவதும் இப்படி ஆடிப்பாடிவிட்டு பகலில் எப்போது பிணத்தினை எடுத்து அடக்கம் செய்வார்களோ, அதுவரை ஆடிப்பாடுகின்றனர்

செயற்கைச் சூழலில் கூறப்படுகின்ற போது, கருவிகள் ஏதும் இசைக்கப்படுவது கிடையாது. ஆனால், பின் பாட்டாகப் பாடுகின்றவர்கள் ஒரே வரியை திருப்பித் திருப்பி ஒரு இசைத் தன்மையுடன் கூறுகின்றார்கள். கருவிகள் இல்லையென்றாலும் ஒரே வரியை இசை வரியில் பாடுகின்றனர்.

கோவில் திருவிழா, இறப்புச் சடங்குகளில் இரவு நேரத்தில் குழல், தவிலு, பொற போன்ற இசைக்கருவிகளை அடித்து ஆட்டம் ஆடுகின்றனர். அப்போது குழல் (கொயில்) வாசிப்பதற்கு ஏற்றவாறு மற்ற கருவிகள் இசைக்கப்படும். மேலும், அப்படி அடிப்பதற்கு ஏற்றவாறு ஆட்டம் ஆடுவார்கள். இறப்புச் சடங்கில், பிணம் இருக்கின்ற பாடையைச் சுற்றி இசைக்கருவியை இசைத்துக்கொண்டு ஆட்டம் ஆடுவார்கள். அந்த நேரம் குழல்களில்

கும்மிப்பாடல்களும், இந்த கதைப்பாடல்களில் உள்ள முதல் நான்கு, அல்லது ஐந்து வரிகளையும் வாசிப்பார்களாம். ஆனால், எந்தக் கும்மிப் பாடலையும், கதைப் பாடலையும் முழுமையாக வாசிப்பதில்லை. ஏனெனில் முழுமையாக வாசிக்கின்ற போது, ஆடக்கூடியவர்களால் தொடர்ந்து ஆடக்கூடிய தளத்தினை உருவாக்கிக் கொடுக்காதாம். ஆகவே, குழலில் இரண்டு மூன்று வரிகளுக்குப் பின்பு மற்றப் பாடல்களைப் பாடுவார்கள்.

கதைப் பாடல்களின் மையக் கருத்தும் முடிவும்

ஆய்வுக்கு எடுத்துக் கொள்ளப்பட்டுள்ள ஐந்து கதைப் பாடல்களுள் மூன்றில் தகாப்புணர்ச்சி (incest) மையக்கருத்தாக அமைந்துள்ளது. அதாவது லியாமன், துளசிலம்மா, ஜோகிநந்தம்மா ஆகிய மூன்று கதைப்பாடல்களிலும் முறையே தகாப் புணர்ச்சியில் ஈடுபட்ட சித்தப்பா, மாமனார், அண்ணன் ஆகியோர் கொல்லப் படுகின்றனர். தகாப்புணர்ச்சி உறவுக்கு தூண்டுபவர்களாக ஆண் கதாபாத்திரங்களே மூன்று கதைப்பாடல்களிலும் அமைந்துள்ளன. மேற்கூறிய மூன்று கதைப்பாடல்களிலும் முறையே தகாப் புணர்ச்சிக்குப் பலாத்காரம் செய்யப்படுபவர்களாக மகள், மருமகள், தங்கை ஆகிய பெண் கதாபாத்திரங்கள் அமைகின்றன. ஆய்வுக்கு எடுத்துக்கொண்ட அத்தனை கதைப் பாடல்களிலும் கதாபாத்திரங்களின் கொலை அல்லது தற்கொலை (அ) குறைந்தபட்சம் தற்கொலை முயற்சி முக்கிய அடிக் கருத்தாக விளங்குகிறது.

கதைப்பாடல்களின் முடிவுகள்

ஆய்வுக்கு எடுத்துக்கொண்ட ஐந்து கதைப்பாடல்களுள் துண்டு மல்லிகை கதைப்பாடல் மட்டும் இன்பவியல் முடிவையும் ஏனைய நான்கு கதைப்பாடல்களும் துன்பியல் முடிவுகள் கொண்டதாகவும் அமைந்துள்ளன. (பார்க்க அட்டவணை 1) இவர்களிடம் உள்ள லியமன் கதைப்பாடலில் சித்தப்பன் தனது அண்ணனின் மகளையே புணருவதாக உள்ளது. அப்படி புணர்ந்தவுடன் அண்ணன் மகள் தற்கொலை செய்து இறந்துவிடுகின்றாள். எனவே லியமனை அவனது அண்ணனே வெட்டிக் கொல்வதாக உள்ளது. துளசிலம்மா கதைப் பாடலில், மருமகளை மாமனாரே புணருவதாக உள்ளது. இறுதியில் மாமனாரை மருமகளே

அவனது உறுப்பினை அறுத்துக் கொல்கின்றாள். பின்பு மகன், தாயார், மருமகள் மூன்று பேரும் சிலையாகிப் போகின்றனர். ஜோகிநந்தம்மா கதைப்பாடலில், அண்ணன் — தங்கையை புணருவதாக உள்ளது. ஆனால், இறுதியில் தங்கை தற்கொலை செய்துகொண்டு மீனாகிப் போகின்றாள். அண்ணனின் நிலை என்னவென்று குறிப்பிடப்படவில்லை. துண்டு மல்லிகை கதைப் பாடலில் தங்கையின் கணவனை அண்ணன்மார்கள் கொன்றுவிட முயலுகின்றார்கள். ஆனால் அம்முயற்சி தோல்வியடைகின்றது.

ஏலாதும்பன் கதைப் பாடலில் தாயை மகன் வெட்டிக் கொல்வதாக உள்ளது. லியாமென் கதைப்பாடலில் தனது சித்தப்பாவால் தகாப் புணர்ச்சிக்கு உட்பட்ட பின்பு அவள் மனிதம் என்ற நிலையில் அழிக்கப்பட்டு போனாலும், மற்றொரு நிலையில் அவளுடைய இருப்பு நிலை நிறுத்தப்படுகின்றது. அதாவது, லியாமன் கதைப்பாடலில் அவள் இறந்து அவளைப் புதைத்த இடத்தில் வாழை மரம் உண்டாகின்றது. துளசிலம்மா கதைப் பாடலில் அவள், அவளது கணவன் மற்றும் மாமியார் கல்லாக மாறிவிடுகின்றனர். ஆனால் பலாத்காரம் செய்த மாமனார் முற்றிலும் சுவடு தெரியாமல் கொல்லப்பட்டு விடுகின்றார். ஜோகிநந்தம்மா கதைப்பாடலில், பாலியல் பலாத்காரம் செய்த அண்ணனின் நிலையானது பின்பு குறிப்பிடப்படவேயில்லை. ஆனால் அந்தப் பெண், மனிதம் என்ற நிலையில் இருந்து மீன் என்ற நிலைக்கு மாற்றப்பட்டு விட்டாள். மேலும், அவள் கடவுளிடம் தவம் இருந்து பெற்றபடியால், அவள் மேய்த்த மாடு, ஆடுகளும் கூட மான், கடமான்களாக மாற்றம் அடைந்துள்ளன. மேற்கூறிய கதைப்பாடல்களில் இருந்து பார்க்கின்றபோது, பண்பாட்டின் ஒரு விதியை மீறாதவரின் இருப்பானது மற்றொரு நிலையிலேனும் நிலை நிறுத்தப்பட்டுள்ளது புலனாகின்றது.

முடிவுரை

ஐந்தில் மூன்று கதைப்பாடல்களில் தகாப்புணர்ச்சி — ஏன் மையக்கருத்தாக அமைந்துள்ளது என்பது ஆய்வுக்குரியது. மேலும் எல்லா கதைப்பாடல்களிலும் முக்கிய கதாபாத்திரங்கள் அனைவரும் உறவினர்கள் என்பது குறிப்பிடத்தக்கது. கதைப்பாடல்கள் மறை முகமான நியதி விதிகள், தடை விதிகள், முன்னுரிமை விதிகள் போன்றவற்றை வலியுறுத்துபவையாக உள்ளன.

ஒவ்வொரு கிளைக்கும் கதைப்பாடல் கிளை அடையாளமாகத் திகழ்கின்றது.

நெறிகளை மீறுவோர், தமிழகத்து சமவெளி மக்கள் கதைப் பாடல்களில் கொலை — பலி (அ) தியாகங்களாகக் கருதப் பட்டனர். எனவே அதன் கதாபாத்திரங்கள் தெய்வமாக்கப்பட்டு வழிபடப்பட்டனர். இருளர் கதைப்பாடல்களில் பெரும்பான்மை கதாபாத்திரங்களின் கொலை தண்டனையாகக் கருதப்படுகின்றன. கதைப்பாடல் வடிவம் பெருமளவில் ஏனைய தமிழ்க் கதைப் பாடல்களோடு ஒத்திருக்கின்றது.

பல, ஆதிகுடிகளின் வாய்மொழி வழக்காறுகள் அவற்றின் பண்பாட்டோடு பொருத்தி ஆராயப்பட வேண்டும். ஏனெனில் அவை பண்பாட்டின் அங்கமாக மட்டும் அமையாமல் கருத்தறிவிப்பனவாகவும் உள்ளன.

• • •

அட்டவணை

வ.எண்	கதைப்பாடல்	கொல்பவர்/கொலை முயற்சி செய்பவர்/தற்கொலைக்கு தூண்டுபவர்	கொல்லப்படுபவர்	கொலை / தற்கொலைக்கான காரணம்
1	லியாமென் கதைப்பாடல்	அண்ணன்	1. தம்பி 2. மகள்	கொலை (அண்ணன்) மகளுடன் தகாப்புணர்ச்சி தற்கொலை
2	துளசியம்மா கதைப்பாடல்	மருமகள்	மாமனார்	கொலை (மருமகளுடன் தகாப்புணர்ச்சி)
3	ஜோகிநந்தம்மா கதைப்பாடல்	அண்ணன்கள்	தங்கை	கொலை (தங்கையுடன் தகாப்புணர்ச்சிக்கான முயற்சி)
4	துண்டு மல்லி கதைப்பாடல்	அண்ணன்கள்	தங்கை	கொலை முயற்சி தோல்வி
5	ஏலாதும்பன் கதைப்பாடல்	1. மாமியார் 2. மகன்	மருமகள் தாய், தந்தை	கொலை கொலை

பாவைக் கூத்து நிகழ்த்துதலின் பனுவல்

முனைவர் அ. கா. பெருமாள்

தோலில் வரையப்பட்ட வண்ணப்படங்களை விளக்கின் ஒளியில் திரைச்சீலையில் பொருத்தி ஆட்டிக்காட்டுவது தோல்பாவைக் கூத்து. மிகப்பழைய கலையான தோல் பாவைக்கூத்து சீனாவில் தோன்றி மங்கோலியர் மூலம் பாரசீகம் முதலிய நாடுகளில் பரவியது என்றும், இந்தியாவின் வடபகுதியில் தோன்றி சாளுக்கியர், பல்லவர், சோழர் ஆகியோரின் படையெடுப்புகளாலும், வாணிபத் தொடர்பாலும் இந்தியாவில் பரவியது என்றும் இருவேறு கருத்துகள் உள்ளன. *(வெங்கட் சாமிநாதன், 1985, ப. 31)*

தோல் பாவைக்கூத்துக் கலை இந்தியாவில் ஒரிசா, ஆந்திரா, கர்நாடகா, கேரளம், தமிழ்நாடு ஆகிய மாநிலங்களில் நிகழ்கிறது. இந்த மாநிலங்களில் ஆந்திராவிலும், கர்நாடகாவிலும் இக்கலை செல்வாக்குடன் திகழ்கிறது.

ஆந்திர தோல்பாவைக் கூத்து குழுவில் 9 பேர்கள் உள்ளனர். இவர்களைத் தவிர பக்கபாட்டுக்காரர்களும் உண்டு. ஆந்திர தோல் பொம்மைகள் அளவில் பெரியவை. பொம்மைகளின் கை கால்களும், தலையும் அசையும் படி அமைக்கப்பட்டிருக்கும். ஆந்திர தோல் பாவைக்கூத்துக்கென்று ராமாயணம் உள்ளது. ரங்கநாத ராமாயணம் என்ற இந்த நூல் கி.பி. 16ஆம் நூற்றாண்டைச் சேர்ந்தது. *(வெங்கட்சாமிநாதன், 1985, ப. 52)*. இம்மாநிலத் தோல்பாவைக்கூத்து கலைஞர்கள் மராட்டியைத் தாய்மொழியாகக் கொண்டவர்கள்.

ஓரிசா மாநிலத்தில் தோல்பாவைக் கூத்து நலிந்த நிலையில் இருக்கிறது. கர்நாடகத்தில் இக்கலை கலை அம்சத்துடன் திகழ்கிறது. இங்கும் மராத்தியைத் தாய்மொழியாகக் கொண்டவர்களே நிகழ்த்துகின்றனர். கர்நாடக தோல் பாவைகள் அடர்த்தியான நிறம் பூசப்பட்டதாயும், ஒளி புகக்கூடியதாகவும் அமைந்திருக்கும். பாவைகளின் உறுப்புகள் தனித்தனியே இணைக்கப்பட்டு உருவாக்கப்பட்டிருப்பதால் அசைவுகள் யதார்த்தமாகவும் தத்ரூபமாகவும் இருக்கின்றன. பின்னணிப் பாடல்களும் சாஸ்திரியமாக அமைந்தவை. தென் கர்நாடக பகுதியில் யட்சகான பாதிப்பும் இருக்கிறது. அதோடு கூத்தில் மராத்தி, தெலுங்கு மொழிப் பாடல்களும் பாடப்படுகின்றன. (S.A. Krishnan, 1988, P. 86)

கேரளத் தோல் பாவைக் கூத்தை நிழல் பாவைக் கூத்து, ஓலைப்பாவைக் கூத்து என்கின்றனர். திருச்சூர், மலப்புரம், பாலக்காடு ஆகிய மாவட்டங்களில் உள்ள பகவதிக்கோவில்களில் இக்கலை நிகழ்கிறது. பூரம் விழாவில் தொடர்ந்து 25 நாட்கள்வரை இது நிகழும். கேரளத் தோல் பாவைகள் அளவில் பெரியவை. இங்கு பாவைகளின் அசைவில் நுட்பம் இல்லை. கலையம்சம் இல்லை. கேரளத் தோல்பாவைக் கூத்தை நிகழ்த்திக் காட்டுவதற்கு ஆடற்பற்று என்ற நூல் மூலமாக அமைகிறது. நங்கையார் கூத்து நிகழ்த்தப் பயன்படும் ஆட்டப்பிரகாரம் என்ற நூலைப் போன்றது இது என்று கூறலாம் (J.Nirmala Panikar, 1992, 988). இங்கு கூத்தில் கம்பராமாயணப் பாடலைப் பாடுகின்றனர்.

தமிழகத்தில் தோல் பாவைக் கூத்து கலை கி.பி. ஒன்பதாம் நூற்றாண்டில் நிகழ்ந்திருக்கிறது. இதற்கு இலக்கியச் சான்று உண்டு. (மு. ராமசாமி, 1983, ப. 18) தமிழகத்தில் தோல் பாவைக் கூத்து கலை மதுரை, தூத்துக்குடி, திருநெல்வேலி, ராமநாதபுரம், கன்னியாகுமரி ஆகிய தென்மாவட்டங்களில் மட்டுமே நிகழ்கிறது. தமிழகத்திலும் இக்கலையை மராட்டியரே நிகழ்த்துகின்றனர்.

மராட்டிய கணிகரின் 12 1/4 பிரிவுகளில் மண்டிகர் பிரிவினர் மட்டுமே தோல்பாவைக் கூத்து கலையை நிகழ்த்த உரிமை உடையவராய் உள்ளனர் (அ.கா.பெருமாள், 1997, பக் 17, 18). தோல் பாவைக்கூத்து கலை தென்மாவட்டங்களில் ஒதுங்கியதற்கு சரியான காரணங்களைச் சொல்ல முடியாவிட்டாலும் சரபோஜி காலத்தில் மராட்டியக்கலைஞர்கள் தென்பகுதிக்கு வந்தனர் என்பதற்கு சான்றுகள் உள்ளன (அ.கா.பெருமாள், 1997, ப.6). தஞ்சை மராட்டிய மன்னர்கள் வீழ்ச்சிக்குப் பிறகு கணிகர் இசுலாமியர்

மணஉறவின் மாறுபாட்டால் மராட்டியக் கலைஞர்கள் மதுரை பக்கம் ஒதுங்கி இருக்கலாம். இதே காலகட்டத்தில் திருவிதாங்கூர் அரசர்களின் தாராளம் அவர்களைத் தென்பகுதிக்கு அழைத்து வந்திருக்கலாம்.

*

ஓலை அல்லது கான்வாஸ் துணியால் வேயப்பட்ட சிறிய அறையே தோல் பாவைக்கூத்து அரங்கமாகும். இவ்வறையின் முன்பகுதியில் மெல்லிய வெள்ளைத் திரைச்சீலை கட்டப்பட்டிருக்கும். பாவைகளை இயக்கி கூத்தை நடத்துபவர் இதில் இருப்பார். தமிழகத் தோல் பாவைக் கூத்து நிகழ்ச்சிகளை ஒருவரே நடத்துகிறார். இவர் அரங்கின் உள்ளேயிருந்து பாவைகளை ஆட்டியும், கட்டை, கக்கர் (ஜால்ரா), பவுரா ஆகிய இசைக்கருவிகளை இயக்கியும், பல்வேறு குரல்களில் பேசியும் பாடியும் தொடர்ந்து நிகழ்ச்சியை நடத்துபவர்.

இன்றைய நிலையில் தோல் பாவைக்கூத்தில் மின் விளக்கைப் பயன்படுத்துகின்றனர். மின்சார வசதி இல்லாத இடங்களில் காந்த விளக்கை வைத்திருக்கின்றனர். முந்திய காலங்களில் புன்னைக்காய் எண்ணெய் விளக்கைப் பயன்படுத்தினர். அரங்கின் உட்பகுதியில் உள்ள வெண்திரையை ஒட்டி ஆட்டப்படும் பாவைகளின் மீது விளக்கின் ஒளி ஊடுருவும்போது பாவைகளின் அசைவு தெளிவாகவே இருக்கும். பார்வையாளர்கள் மண் தரையில் அமர்ந்திருப்பர். கூத்து அரங்கின் வலது புறமும் இடது புறமும் பின்னணிப்பாடுபவர்கள் அமர்ந்திருப்பர்.

தமிழகத் தோல் பாவைக்கூத்துக்குரிய பாவைகள் ஆட்டுத்தோலால் செய்யப்படுகின்றன. பாவையாட்டியே தோலைப் பதனிட்டு கதைக்கேற்ற பாவைகளைத் தயாரித்து சாயம் பூசுகிறார். முந்தையக் காலங்களில் பாவைகளுக்குரிய சாயங்களை அபூர்வமான தாவரங்களிலிருந்தும் இயற்கையாகக் கிடைத்த பிற பொருட்களிலிருந்தும் தயாரித்தனர். இன்று எல்லா நிறச் சாயங்களையும் கடையில் விலைக்கு வாங்குகின்றனர்.

தமிழகத் தோல்பாவைக் கூத்துக்குரிய பின்னணி இசைக்கருவிகள் மிருதங்கம், ஹார்மோனியம் அல்லது சுதி, கட்டை, கஞ்சிரா ஆகியன, முந்தையக் காலங்களில் இயற்கையாகவே கிடைத்த பொருட்களால் உருவாக்கப்பட்ட சம்முள், துந்தனம் ஆகிய

இசைக்கருவிகளைப் பயன்படுத்தினர். கர்நாடகத்தில் இன்றும் தோல்பாவைக் கூத்திற்கு துந்துனி பயன்படுத்தப்படுகிறது. (S.A. Krishnan, 1988, P. 36)

தோல்பாவைக் கூத்துகலை குடும்பக்கலை. எனவே ஒரு குழுவில் உள்ள அல்லது குடும்பத்தில் உள்ள எல்லோருமே இதில் பங்கு கொள்ளுகின்றனர். அரங்கின் முன்பகுதியில் இருந்து இசைக்கருவிகளை இசைப்பவர், பார்வையாளர்களிடமிருந்து காசு வாங்கிக்கொண்டு சீட்டுக்கொடுப்பவர்கள், காசு இல்லாமல் வருகிற சிறுவர்களை விரட்டுபவர்கள், பாவைக்கூத்து நிகழ்ச்சியை விளம்பரம் செய்பவர்கள், பாவைகளைத் தயாரிப்பவர்கள் ஆகிய எல்லோருமே ஒரே குடும்பத்தினராய் இருக்கின்றனர். பெண்கள் பாவையாட்டும் வழக்கம் இல்லை.

பாவையாட்டி கதை பாத்திரங்களின் தன்மைக்கு ஏற்றவாறு பேசுவார். பாவைகளின் அசைவும், நிறமும், ஒளி ஊடுருவும் அழகும். பாவையாட்டியின் குரல் வேறுபாடும் பாவைக்கூத்தின் அம்சங்கள். இராமன், இராவணன், ஜாம்பவாள், சூர்ப்பநகை ஆகிய கதை பாத்திரங்களின் குரல்களை வேறுபட்ட நிலையில் பிரித்தறியும்படி பேசுவதில் வல்லவராயும் பாவையாட்டி இருக்கிறார். குறிப்பிட்ட கதை பாத்திரங்களுக்கென்று தனித்தொனியைக் கையாளுவதில் திறமையுடையவராயும் இவர் இருக்க வேண்டும். இந்த சப்தபேதங்களை நிகழ்ச்சியின் இறுதிவரை ஒரே போக்கில் கொண்டு செல்லும் கலையை மரபு வழியே இக்கலைஞர்கள் பெற்றிருக்கின்றனர்.

*

தமிழகத் தோல்பாவைக் கூத்து கலை நிகழ்ச்சியில் பாடுபொருள்களாகப் பயன்படும் கதைகளின் பனுவல்களை இராமாயணக்கதை, இராமாயணச் சார்புக் கதைகள், பிற கதைகள் என மூன்று வகைகளாகப் பகுத்துக் கொள்ளலாம். இந்த மூன்று வகைக் கதைகளை நிகழ்த்தும் போதும் இடையிடையே தமாஷ் காட்சிகள் வருகின்றன. இன்றைய நிலையில் 134—274 மணி நேர நிகழ்ச்சியில் 50 விழுக்காடு கதையும் 50 விழுக்காடு தமாஷ் காட்சிகளும் வருகின்றன.

தோல் பாவைக்கூத்து கலை ராமாயணத்தை நிகழ்த்துவதற்கு உருவாக்கப்பட்டது என்பது பொதுவான கருத்து. இக்கலையை நிகழ்த்தும் கலைஞர்களில் ஆந்திர, கர்நாடக, தமிழகக் கலைஞர்கள் தங்களை இராமனுடன் இணைத்துப் பேசுகின்றனர். இவர்களின் குடியேற்ற காரணமும் ராமாயணம் தொடர்புடையதாக உள்ளது. (அகா. பெருமாள், 1994, ப. 28). தோல் பாவைக் கூத்து, தோல் பாவைகள் தொடர்பான இவர்களின் நம்பிக்கைகளும் ராமாயணத்திற்கும் இவர்களுக்கும் உள்ள உறவை உறுதிப்படுத்துகின்றன.

தோல் பாவைக்கூத்து ராமாயணம் பத்து நாட்களாக நிகழ்கிறது.

முதல் நாள் பாலகாண்டக்கதை நிகழும். இதில் இராமன் பிறப்பு, தாடகை வதை, மிதிலைக்குப் புறப்படுதல், அகலிகை விமோசனம் ஆகியன காட்டப்படும்.

இரண்டாம் நாள் நிகழ்ச்சி மிதிலையில் வில்லொடித்தல். இதில் இராமன் வில்லை ஒடித்து சீதையை மணம் செய்தல், பரசுராமனை வெல்லுதல் ஆகியன நிகழும்.

மூன்றாம் நாள் நிகழ்ச்சி பரதன் பட்டாபிஷேகம். இதில் இராமன் வனம் செல்லுதல், பரதன் இராமனிடம் பாதுகையைப் பெற்று செல்லுதல் ஆகிய நிகழ்ச்சிகள் நிகழும்.

நான்காம் நாள் நிகழ்ச்சி சூர்ப்பநகை கௌரவ பங்கம். இதில் சூர்ப்பநகை மூக்கறுத்தல், கர தூஷணப் போர் ஆகியன நிகழும்.

ஐந்தாம் நாள் நிகழ்ச்சி சீதை சிறைப்படல். இதில் சீதையை ராவணன் சிறையெடுத்து செல்லல், ஜடாயு போர், கவுந்தன் வதை, சபரி மோட்சம், இராமன் மூங்கப்பிதா ஆறில் அனுமனைச் சந்தித்தல் ஆகியன நிகழும்.

ஆறாம் நாள் நிகழ்ச்சி வாலி மோட்சம். இதில் வாலி சுக்கிரீவன் சண்டை, வாலியின் முந்தைய பிறவியை இராமன் அறிவித்தல், வாலியை வதை செய்தல், சுக்கிரீவன் பட்டாபிஷேகம் ஆகியன நிகழும்.

ஏழாம் நாள் நிகழ்ச்சி சுந்தரகாண்டம். அனுமன் சீதையைத் தேடுவதும், சீதையிடம் பேசுவதும் இதில் நிகழும்.

எட்டாம் நாள் நிகழ்ச்சி முதல் நாள் போர். இதில் சேது பந்தனம், விபீஷணன் அடைக்கலம், ராவணன் அநுமனுடன் போர் செய்தல், அங்கதன் தூது ஆகியன நிகழும்.

ஒன்பதாம் நாள் நிகழ்ச்சி கும்பகர்ணன் போர். இதில் அதிகாயன் வதை, கும்பகர்ணன் வதை, இந்திரஜித்து போர் ஆகியன நிகழும்.

பத்தாம் நாள் நிகழ்ச்சியில் ராவண வதையும், ராமர் பட்டாபிஷேகமும் நிகழும்.

இராமாயணம் தொடர்பான கதைகள்

மயில் ராவணன் கதை
மச்சவல்லபன் போர்
அரிச்சந்திரன் கதை
அசுவமேத யாகம்

ஆகியன. இக்கதைகளில் மயில் ராவணன் கதை, மச்சவல்லபன் போர், அரிச்சந்திரன் கதை ஆகிய மூன்றும் கும்பகர்ண யுத்தம் முடிந்ததும் நிகழ்த்தப்படுகின்றன. பின் ராமர் பட்டாபிஷேகம் நிகழும். பின்னர் ஊர்மக்கள் வேண்டினால் அசுவமேதயாகக் கதையை நடத்துகின்றனர்.

தோல் பாவைக் கூத்து கலைக்குரிய பிற கதைகள்

நல்லதங்காள் கதை
ஞானசௌந்தரி கதை
அய்யப்பன் கதை

ஆகியனவாம். இவற்றில் நல்லதங்காள் கதையை ஊராரின் விருப்பப்படி இராமாயணக் கதைகள் நிகழும் நாட்களில் இடைநாட்களிலோ பட்டாபிஷேக நிகழ்ச்சி முடிந்த பின்னரோ நடத்துகின்றனர். ஞானசௌந்தரி கதை கத்தோலிக்கப் பார்வையாளர்கள் வாழும் பகுதிகளில் மட்டுமே நிகழ்கிறது. அய்யப்பன் கதை இப்பொழுது நிகழவில்லை.

திருநெல்வேலி, தூத்துக்குடி, கன்னியாகுமரி ஆகிய மாவட்டங்களில் நிகழும் தோல் பாவைக்கூத்து நிகழ்ச்சிகளிலிருந்து மதுரை மாவட்ட தோல் பாவைக் கூத்து நிகழ்ச்சிகள் சில நிலைகளில் வேறுபட்டுள்ளன. இராமாயணம் தொடர்பான வட்டார உறவு, கதை வெளிப்பாட்டில் இணைந்து வருதல், தமாஷ் காட்சிகள் வட்டாரத்துக்கேற்ப மாறுதல், உரையாடலில் நாட்டார் வழக்கைப் பயன்படுத்தல் ஆகியவற்றை இவ்விரு பகுதிகளின் வேறுபாடாகக்

கொள்ளலாம். என்றாலும் கதையமைப்பின் போக்கு ஒன்றாகவே உள்ளது.

பொதுவாகத் தோல்பாவைக் கூத்து பரம்பரையில் கிருஷ்ணராவ் (1830—1914), கோபாலராவ் (1895—1972), சுப்பையாராவ் (1917...) கணபதிராவ் (1928—1997) ஆகியோரின் பாதிப்பு தென்பகுதிக் கலைஞர்களிடம் இருப்பதை இன்றைய கலைஞர்கள் கூறுகின்றனர்.

கிருஷ்ணராவின் பார்வையாளர்களில் திருவிதாங்கூர் சமஸ்தானத்து உயர் வர்க்க சாதியினரும் இருந்தனர். குறிப்பிட்ட சாதியினர் மட்டுமே கோவிலில் நுழைய முடியும் என்றிருந்த காலத்தில் இவர் கோவில் விழாக்களில் நிகழ்ச்சி நடத்தியிருக்கிறார். இதனால் தன் முந்தைய மரபை மாற்றியிருக்கிறார். கோபாலராவ் திருநெல்வேலிப் பகுதியில் உள்ள தமிழ் அறிஞர்களுடன் கொண்ட தொடர்பால் சிறிது பாதிக்கப்பட்டிருக்கிறார். சுப்பையாராவும், கணபதிராவும் முழுக்க வாய்மொழி மரபால் நாட்டார் வழக்காற்றால் பாதிக்கப்பட்டவர்கள். மதுரை முருகன்ராவும் இதற்கு விதிவிலக்கல்ல.

இன்று தமிழகத்தில் தோல் பாவைக் கூத்து நிகழ்த்தும் 14 குடும்பங்களும் முன்குறித்த நான்கு கலைஞர்களின் நேரடி வாரிசாகவோ உறவினர்களாகவோ உள்ளனர்.

1950—80க்கு உட்பட்ட காலங்களில் இக்கலைஞர்களின் பார்வையாளர்களில் பெரும்பாலானவர்கள் குக்கிராமத்தினராயும், கல்வி அறிவு அற்றவராயும் சிறுவர்களாயும் இருந்தனர். இதனால் கதை கூறலில் வெளிப்பாட்டில் முந்தைய கலைஞர்களின் பாதிப்பு குறைந்திருக்கிறது. எனினும் இக்கலைஞர்கள் ஒருமித்த குரலில் கூறுவது தோல் பாவைக் கூத்துக்கென்று மரபு வழியே வரும் கதையில் எந்த மாற்றத்தையும் நாங்கள் செய்யவில்லை என்பதுதான்.

தோல் பாவைக்கூத்து ராமாயணத்துக்கென்று தனிப்பட்ட எழுத்துப்பனுவல் கிடையாது. கலைஞர்களும் இதை ஒத்துக்கொள்ளுகின்றனர். கூத்து நிகழ்வதற்குரிய நியதியும் எழுதிவைக்கப்படவில்லை.

தமிழகத் தோல் பாவைகள் ஒரே தோலில் செய்யப்பட்டவை. அதன் கால் கைகள் தலையை அசைத்து நிகழ்த்தி காட்ட முடியாது. தோல் பாவைகளையும் ஒருவரே இயக்குவதால்

சில நாட்களில் நான்கைந்து பாவைகளை ஒன்றாகப் பிடித்து அசைக்க வேண்டிய சூழ்நிலையும் இருக்கிறது. எனவே இங்கு பாவைகளின் அசைவைவிட உரையாடல் முக்கிய இடம் பெறுகிறது. பாவையாட்டி தன் குரலால் கதையை அலுப்பின்றி நடத்த வேண்டிய நிலையில் இருக்கிறார்.

ஒரு காலத்தில் பெரியவர்கள் பார்ப்பதற்காக நடத்தப்பட்ட இக்கலை இன்று சிறுவர் கலை ஆகிவிட்டது. இந்த மாற்றம் கூட 50—60 ஆண்டுகளுக்கு உட்பட்டது என்கிறார் சுப்பையாராவ். இதனால் கூத்தில் தமாஷ் காட்சிகளைப் புதிதாகச் சேர்க்க வேண்டிய நிலை ஆகிவிட்டது. எனவே தோல்பாவைக்குரிய கதைப் போக்கில் மாற்றத்தை செய்வதைவிட தமாஷ் காட்சிகளுக்குரிய புதிய பாவைகளைச் செய்யும் முயற்சியில் கலைஞர்கள் ஆர்வம் காட்டுகின்றனர். இந்த நிலையில் தோல்பாவைக்குரிய பனுவல்களைத் தமாஷ் காட்சிகளிலிருந்து பிரிக்க வேண்டியிருக்கிறது.

இராமாயணம், இராமாயணம் தொடர்பான 14 கதைகளும் 32 முதல் 35 மணி நேரங்களில் நிகழ்த்தப்படுகின்றன. இவற்றில் 50 விழுக்காடு தமாஷ்காட்சிகள் என்பது இன்றைய நிலை.

தோல்பாவைக் கூத்து நிகழ்ச்சி அமைப்பை,

    கூத்து ஆரம்பமும். அறிமுகமும்

    கதைப்பகுதி.

    இறுதிப் பகுதி

என மூன்று நிலைகளில் பகுத்துக் கொள்ளலாம்.

முதல் பகுதியில் கடவுள் வாழ்த்தும் கதையை அறிமுகப்படுத்தலும் அடங்கும். தோல் பாவைக் கூத்தில், கணபதி பாவையே முதலில் திரையில் வரும். அப்போது கணபதியை வாழ்த்தும் பாடலோ தாய்த் தெய்வம் தொடர்பான பாடலோ பாடப்படும். சில கலைஞர்கள் தென் தமிழகத்தில் வழிபாடு பெறும் முத்தாரம்மன் என்ற தாய்த்தெய்வத்தின் படத்தைக் காட்டி ஜக ஜனனீ என்ற பாடலைப் பாடுகின்றனர்.

கடவுள் வாழ்த்து முடிந்ததும் கோமாளி (உச்சிக் குடும்பன்) திரையில் தோன்றுவான். அவன் தன்னை அறிமுகப்படுத்திக் கொள்ளப் பாடும் பாடல் வட்டாரத்துக்கு வட்டாரம் வேறுபடுகிறது. இவன் தன்னை அறிமுகப்படுத்தும்போது உரைநடையிலும் அறிமுகப்படுத்துவான். தொடர்ந்து அவன் அன்று நிகழ இருக்கும்

இந்திரன் ◯ 153

கதைப் பகுதியைப் பற்றிக் கூறுவான். பின்னர் பார்வையாளர்கள் அமைதியாக இருக்கும்படியும் கூத்தின் குறைகளைப் பொறுக்க வேண்டியும் காசு கொடுத்து டிக்கெட் வாங்கும் படியும், அடுத்த நாள் என்ன நிகழ்ச்சி நடக்கப் போகிறது என்றும் ஆடிப் பாடிக்கொண்டே பேசுவான்.

உச்சிக்குடும்பனின் இந்த அறிமுகப் பேச்சு வட்டாரத்துக்கு வட்டாரம் வேறுபடுகிறது. ஒரு வகையில் வட்டார மொழி, வழக்கு அடிப்படையில் அமைகிறது. கோமாளியின் அறிமுகம் முடிந்ததும் நிகழ்ச்சி ஆரம்பமாகும். அன்றைய நிகழ்ச்சிகள் தொடர்புடைய கதாபாத்திரம் முதலில் தோன்றும். பெரும்பாலும் பாடலுடனோ —பாடலுடன் கலந்த உரைநடையிலோ கதாபாத்திரம் பேசும்.

கூத்தின் இறுதிக்காட்சி பெரும்பாலும் நகைச்சுவையுடன் தொடர்புடையதாக இருக்கும். கதை நிகழ்ச்சி முடிந்தாலும் கோமாளி தோன்றுவான். அன்று கதை முடிந்ததையும், அடுத்தநாள் நிகழ இருக்கின்ற கதையையும் கூறுவான். அடுத்த நாள் நிகழ்ச்சி நடக்காது என்றால் அதன் காரணத்தையும் கூறி பார்வையாளர்களை வாழ்த்தி அனுப்புவான்.

பொதுவாகத் தோல்பாவைக் கூத்து பார்வையாளர்களுக்கு மிகத் தெளிவாகப் புரியும்படி நடத்தப்படுகிறது. கதைப் பாத்திரங்களின் பெயர்கள் — உரையாடல் — பழைய நிகழ்ச்சிகளைக் கூறுதல் எல்லாம் தெளிவாக இருக்கும்.

பத்து நாள் ராமாயண நிகழ்ச்சிகளும் உத்தேசமாக 189 காட்சிகளாக அமைகின்றன. இந்தக் காட்சிப் பகுப்பு கோர்வையாக இருப்பதால் பார்வையாளர்கள் இக்கூத்தைப் புரிந்துகொள்வதில் பழக்கப்பட்டு விடுகின்றனர்.

இராமாயணத் தோல் பாவைக்கூத்தில் கதைப் போக்கின் தன்மைகளைப் பொதுவாக

1. கம்பனின் செல்வாக்கால் சில காட்சிகளும் உரையாடலும் வருதல்,

2. புதிய அல்லது மாற்றமுள்ள கிளைக்கதைகளைக் குறிப்பிட்ட கதாபாத்திரங்களின் வழிகூற வைப்பது அல்லது கதையை நடத்திக் காட்டுதல்,

3. நாட்டார் வழக்காறுகள் கதையமைப்பின் இடையே கலந்து வந்துகொண்டே இருத்தல், சூர்ப்பநகை என்ற பாத்திரம்

முக்கியமாக்கி காட்டப்படுதல், அவளே ராம ராவண யுத்தத்திற்கு காரணம் என்பதை முன்னிலைப்படுத்திக் காட்டுதல்,

4. கதாபாத்திரங்கள் எல்லாமே மனித மனத்தின் குறைகளுடன் யதார்த்தமாகக் காட்டப்படுதல் — விதி நம்புதல்.

5. தமாஷ் காட்சிகளில் நாட்டார் கதைகளும், பழமொழிகளும், விடுகதைகளும் வருதல்.

6. பத்தொன்பதாம் நூற்றாண்டு தெருக்கூத்து நாடகத்தின் உரையாடலின் பாதிப்பு பொதுவாகவே இருத்தல்.

என்று வகைப்படுத்த முடியும்.

கம்பனின் பாதிப்பு கோபாலராவின் பரம்பரையரிடம் உள்ளது. குறிப்பாக, ராமச்சந்திரராவ் (62), பரமசிவராவ் (56) ஆகிய இருவரிடமும் இருக்கிறது. கோபாலராவ் திருநெல்வேலிப் பகுதியில் கூத்து நடத்தியபோது தமிழறிஞர் பி.ஸ்ரீ. முழுக்கூத்தையும் பார்த்திருக்கிறார். கோபாலராவ் பி.ஸ்ரீ.யுடன் உரையாடியிருக்கிறார். கன்னியாகுமரி மாவட்டத்தில் கம்பராமாயணப் பாடலை இசையோடு பாடிய பரமார்த்தலிங்கம் பிள்ளையுடன் கோபாலராவுக்கு நெருங்கிய தொடர்பு இருந்திருக்கிறது. இந்த நிகழ்ச்சிகள் 1920—30க்கு இடைப்பட்ட காலத்தில் நடந்திருக்கலாம்.

கோபாலராவ் ராமாயணக் கூத்தில் 20க்கு மேற்பட்ட பாடல்களைப் பாடியிருக்கிறார் என அவரது மகன் சுப்பையாராவ் இன்றும் நினைவு கூர்கிறார்.

வாலி — ராமன் உரையாடலில் கம்பனின் பாடல் வரிகளே சில மாற்றங்களுடன் வருகின்றன. வாலி — ராமனின் பாணத்தைக் கண்டதும் 'இது நேமிதன் கோலோ, காளியின் ஆயுதமோ, தேவேந்திரனின் வஜ்ராயுதமோ' என்று தன்னைத்தானே கேட்கிறான். ராமனின் பெயரைப் பாணத்தில் பார்த்ததும் 'இதைக் கண்களால் தெரியக் கண்டேன்' என்கிறான்.

ராமாயணத்தின் கிளைக்கதைகள் தோல் பாவைக் கூத்தில் சில மாற்றங்களுடன் வருகின்றன. இந்த மாற்றங்கள் பெரும்பாலும் வாய்மொழிமரபின் பாதிப்பால் ஏற்பட்டவை. தமிழ் மரபுக்கு மாறுபட்ட கிளைக்கதைகளும் உள்ளன. தோல்பாவைக் கூத்து ராமாயணக் கிளைக்கதைகளில் மாறுபட்ட நிலையில் உள்ளவையாக,

அகலிகை கதை, அநுமன் கதை, அனுமனின் ஆணவம் தீர்த்த கதை, கவந்தன் கதை, குருபத்திரன் கதை, சபரிகதை, சுலோசனா கதை, சூர்ப்பநகை கதை, பரசுராமன் கதை, ராவணன் சனீஸ்வரன் கதை, லட்சுமணன் மீது சந்தேகம் கொண்ட கதை, வாலி சுக்கிரீவன் தோற்றக் கதை, வாலி சுக்கிரீவன் பூர்வ ஜென்மக்கதை, ஜடாயு கதை ஆகியவற்றைக் கூறலாம்.

இக்கதைகள் மரபு வழியே வாய் மொழியாக வழங்கிய கதைகளுடன் இணைக்கப்பட்டவையாக உள்ளன. இக்கதைகளில் விதியின் வலிமை மீண்டும் மீண்டும் வற்புறுத்தப்படுகிறது.

நாட்டார் வழக்காறுகள் கதையுடன் இணைந்தே வருகின்றன. பார்வையாளர்களின் நம்பிக்கையும், வழக்காறுகளின் போக்குகளும் வட்டார அளவில் மாறுபட்டாலும் பொதுவான கதைச் செய்திகள் ஒன்றாகவே உள்ளன.

அதி தீவிர சக்தி உடையவரின் உயிர் அவரது உடலின் ஒரு பகுதியிலோ வேறு இடத்திலோ இருக்கும் என்பது நாட்டார் நம்பிக்கை. இதே நம்பிக்கை இக்கூத்திலும் காட்டப்படுகிறது. ஜடாயுவின் உயிர் அதன் சிறகில் இருப்பதாகவும் (இதை ஜடாயுவே கூறுகிறார்) அட்சயகுமாரனின் உயிர் இலங்கைக் கோட்டை வடக்கு வாசல் கல்லில் இருப்பதாகவும் (இதை அட்சயகுமாரனே கூறுகிறார்) ராவணனின் உயிர் அவனது உடலில் உள்ள அமிர்த கலசத்தில் இருப்பதாகவும் (இதை விபீஷணன் கூறுகிறான்) காட்டப்படுகிறது.

தோல்பாவைக் கூத்து ராமாயணம் கர்மம், பூர்வஜன்மம் போன்றவற்றின் மரபு வழி நம்பிக்கையை நாட்டார் தன்மையுடன் காட்டுகிறது. இராமன் தாடகையைத் தாடகை வள்ளியாகவும் திரிசடையை அல்லியாகவும் (அல்லியரசாணிமாலை — அல்லி) பிறக்குமாறு வரமளிக்கிறார்.

நாட்டார் நம்பிக்கை, வழக்காறு குறித்த செய்திகள் தோல்பாவைக் கூத்தில் பரவலாகவே வருகின்றன. பெரும்பாலும் இத்தகு நம்பிக்கைகள் தோல்பாவைக்கூத்து நிகழும் வட்டாரத்தின் நடப்பு நம்பிக்கைகளாகவே உள்ளன. கன்னியாகுமரி மாவட்டத்தில் நிகழும் தோல்பாவைக் கூத்து நிகழ்ச்சிகளில் அனுமன் தூக்கி எறிந்த மருந்து மலையின் ஒரு பகுதியே நாகர்கோவில் கன்னியாகுமரி

பாதையில் உள்ள மருந்து மலை என்று கூறுவதும், நெல்லை மாவட்டப் பகுதி. கூத்து நிகழ்ச்சிகளில் விசுவாமித்திரர் தவம் செய்த இடம் நாங்குநேரி தாலுகா என்று கூறுவதும், கவனிக்கத் தக்கது. சிறுவயது இராமன் அவமதித்தான் என்ற நிகழ்ச்சி இராமன் காட்டிற்குச் செல்ல காரணமாயிற்று என்பதைக் கூனி மந்தரையே கூறுகிறாள்.

'காகம் ஒரு தலையை ஒரு பக்கமாகச் சாய்த்து வைத்துப் பார்ப்பது', 'அணிலின் முதுகில் மூன்று வரை இருப்பது', 'குரங்கு உணவை வாயில் ஒதுக்கி வைத்துச் சாப்பிடுவது' போன்றவற்றிற்கு இராமாயண நிகழ்ச்சிகளைக் காரணம் காட்டுகிறது தோல்பாவைக் கூத்து.

தோல்பாவைக்கூத்து ராமாயணம் ஒருவகையில் சூர்ப்பநகையின் பார்வையில் பார்க்கப்படுவதாகவும் கொள்ளலாம். சூர்ப்பநகையின் கணவன் வித்தியாசிங்கன் ராவணனை விடப் பெரிய வீரன். அவன் மகன் செண்பகாசுரனும் சிறந்த வீரன். ராவணன் சூர்ப்பநகையிடம் ஆசை வார்த்தைகள் சொல்லி சூழ்ச்சியாக வித்தியாசிங்கனைக் கொல்லவைத்து விடுகிறான். இதனால் ராவணனிடம் கோபம் கொண்ட சூர்ப்பநகையின் மகன் செண்பகாசுரன் ராவணனைக் கொல்ல கொலைவாள் வேண்டி சிவனிடம் வேண்டுகிறான். அப்போது அந்த வாளை லட்சுமணன் பெற்று தவறுதலாக செண்பகாசுரனைக் கொன்று விடுகிறான். கணவனையும், மகனையும் ஒரே நேரத்தில் இழந்தவளாகிய சூர்ப்பநகை எல்லோரையும் பழிவாங்க நினைக்கிறாள். அதே நேரத்தில் இராமனின் அழகால் அவள் தடுமாறுகிறாள். என்றாலும் இராமனையும், இராவணனையும் ஒருவகையில் பழிவாங்கி விடுகிறாள்.

தோல்பாவைக்கூத்தில் இராமன் பரம்பொருளாகக் காட்டப் பட்டாலும் அவனது பேச்சும் செயலும் அவனை மனித மனத்தின் பலவீனம் கொண்டவனாகவே வேறுநிலையில் சித்திரிக்கிறது.

வாலி — சுக்கிரீவ சண்டையில் ஒரு காட்சி: அனுமன் ராமனிடம், "பரம்பொருளே, வாலியும் சுக்கிரீவனும் சண்டை போடும்போது வாலியின் மீது பாணம் அடிக்காமல் இருந்தீர்களே. வாலியின் கையால் சுக்கிரீவன் சாக இருந்தான். உங்களைப் பற்றிச் சுக்கிரீவன் குறைபட்டுக் கொண்டான்" என்றான். அதற்கு இராமன் "இந்த சுக்கிரீவன் என்னைச் சந்தேகித்தான்; என்னை

சோதனை செய்தான். அதனால் அவன் கொஞ்சம் அடிபடட்டும் என்று இருந்து விட்டேன். இப்படி நான் சொன்னதை அவனிடம் சொல்லாதே” என்கிறான்.

சூர்ப்பநகை லட்சுமணன் மீது ஆசைகொண்டு இராமனிடம் வருகிறாள். ‘நீ உன் தம்பிக்கு ஒரு நிரூபணம் தா’ எனக் கேட்கிறாள். இராமன் அவள் முதுகிலே “இவளைச் சும்மா விடாதே. மூக்கை அரிந்துவிடு” என்று எழுதுகிறான்.

தோல்பாவைக் கூத்தில் பொதுவாக விதி — கர்மம் வலியுறுத்தப் படுகிறது. (Text 88)

இராமாயணம் தொடர்பான கதைகளில் மயில் ராவணன் கதையும், அசுவமேத யாகம் கதையும், மச்சவல்லபன் போர்கதையும், புகழேந்திப் புலவரின் பெயரில் உள்ள பெரிய எழுத்து அம்மானைக் கதைகளை ஒட்டியே செல்கின்றன. அரிச்சந்திரன் கதை இக்கதைகள் நிகழ்த்தப்பட்ட பிறகு தயாரிக்கப்பட்டது என்கிறார் சுப்பையாராவ்.

இராமாயணம் அல்லாத பிற கதைகளில் நல்லதங்காள் கதையும் பெரிய எழுத்து அம்மானையை ஒட்டியே தயாரிக்கப்பட்டது. இக்கதை சுமார் 80 வருடங்களுக்கு முன்பு நிகழ்த்தப்படவில்லை என்கிறார் சுப்பையாராவ். நல்லதங்காள் கூத்துக்கு அதிக வசூல் வருவதன் காரணமாக இதற்கு முக்கியத்துவம் ஏற்பட்டது.

இராமாயணம் அல்லாத பிற கதைகளில் ஞானசௌந்தரி கதையும், அய்யப்பன் கதையும் கன்னியாகுமரி மாவட்டத்துடன் தொடர்புடையவை. ஞானசௌந்தரி கதையை கோபால் ராவ் கூத்தாக தயாரித்திருக்கிறார். சிட்டாடல் நிறுவனம் தயாரித்த ஞானசௌந்தரி திரைப்படமே அவரைப் பெரிதும் பாதித்திருக்கிறது. அந்தக் கதையை நடத்த கத்தோலிக்க கிறித்தவர்கள் வேண்டியதால் அவர்கள் உதவியுடன் அந்தக் கூத்துக்குரிய படங்களும் தயாரிக்கப்பட்டன. அய்யப்பன் கதையை துள்ளிவிளை முத்துராவ் தயாரித்து நடத்துகிறார்.

தோல்பாவைக் கூத்தின் தமாஷ் காட்சிகளை

1. தனிக்காட்சிகளாக அமைவது
2. கதை நிகழ்ச்சிகளுக்கிடையே அமைவது

என இரண்டாகப் பகுக்கலாம்.

கதை நிகழ்ச்சிகளுக்கிடையே தமாஷ் அமைவது நிகழ்ச்சியின் இயல்பைப் பொறுத்தது. இராமன், சீதை ஆகிய இருவரும் தமாஷ் காட்சிகளுக்கு உட்படாதவர்கள். உச்சிக் குடும்பன், உளுவைத் தலையன் ஆகிய இருவருமே இராமன், சீதையிடம் நகைச்சுவையுடன் உரையாடுவதும் இல்லை.

தனிக்காட்சிகளாக தமாஷ் அமையும் போக்கை,

1. கோமாளி கதை கூறல்
2. தமாஷ் கதையை நிகழ்த்திக் காட்டல்

என இரு நிலைகளில் பகுக்கலாம்.

கோமாளி கதை கூறல் பகுதியில் அடங்கும் கதைகளாக,

1. மூடன் ராமாயணம் கேட்ட கதை (அ.கா.பெருமாள், ப.106)
2. கூட்டாஞ்சோறு பொங்கின கதை (அ.கா.பெருமாள், ப. 106)
3. தொடர் சொல் கதை (அ.கா.பெருமாள், ப.107)
4. விடுகதை (அ.கா.பெருமாள், ப.109)

ஆகியவற்றைக் கூறலாம். இந்தக் கதைகளை உச்சிக்குடும்பன், உளுவைத் தலையனுக்குக் கூறுவதாகக் காட்டப்படும்.

இந்தக் கதைகளில் அடங்கிய தமாஷ் தன்மைகளைவிட அவை கூறும் முறை; கேட்கும் உளுவைத்தலையனின் அப்பாவித்தனமான வெளிப்பாடு ஆகியவை முக்கியமானவை என்று கருதலாம்.

நிகழ்த்திக் காட்டல்: தமாஷ் கதைகள் பார்வையாளர்களின் வேண்டுகோளுக்கும், கூத்து நிகழும் நேரத்தை நீட்டுவதற்கும் நடத்தப்படுகிறது. ஆறாம் நாள் நிகழ்ச்சி வாலி மோட்சம் 13 காட்சிகள் கொண்டது. இது 4 மணி நேரத்தில் முடிந்து விடுவது. எனவே இந்தக் காட்சியுடன் ஒரு தமாஷ் நிகழ்ச்சியும் நிகழ்த்திக் காட்டப்படுகிறது. இத்தகு கதைகளாக,

கோழிக்கறி உளுந்தஞ்சோறு கதை (110)

வைகாசி கதை (113)

மிராட்டியன் கதை (115)

கரகாட்டக்காரி கதை (116)

உளுவைத்தலையன் கலியாணம் (117)

ஆகியவற்றைக் குறிப்பிடலாம்.

இந்தக் கதைகளில் தமாசுடன் நீதியும் இருக்கும்.

தோல்பாவைக்கூத்தின் உரையாடலின் சில பகுதிகள் தெருக்கூத்து நாடகத்தின் உரையாடலால் பாதிக்கப்பட்டுள்ளன. பெரும்பாலும் வடமொழிச் சொற்களின் கலப்பு, "அகோ வாரும்", "ஆனால்", "இராமன் ஆனவர்" போன்ற சொற்றொடர்கள் அடிக்கடி வருகின்றன.

அடிக்குறிப்புகள்

1. தென் மாவட்டங்களில் தோல்பாவைக் கூத்து நிகழ்த்தும் உரிமை உள்ள மண்டிகர் சாதியினர் வாழும் பகுதிகள் குறித்த விவரங்கள்:

நாகர்கோவில்	பகுதி	16	குடும்பங்கள்
திருநெல்வேலி	,,	09	,,
கோவில்பட்டி	,,	40	,,
மதுரை	,,	14	,,
தென்காசி	,,	03	,,
ராமநாதபுரம்	,,	02	,,
		84	

இவர்களில் 14 குடும்பத்தினர் மட்டுமே தோல்பாவைக் கூத்து நிகழ்த்துகின்றனர். இவர்களிடம் மட்டுமே தோல் பொம்மைகள் உள்ளன.

2. ஆதிமூல ஜோதிபாலனே
அருள் செய்கணேசா
அருள் செய்வாய் கணபதி
ஆடினாரே குணமுள்ள கணபதி
ஆடினாரே ஆடினாரே
சரஸ்வதி வந்தருள்வாய்
தாயே பாரதம் போற்றிடும்
பார்வதி தாயே பாங்குடன்

உன்னை அடிபணிந்தேன்
தாயே வந்தருள்வாய்

(மு. ராமசாமி, 1983, ப.107.)

கரிமுக நீதனை
கருணையின் வினோதனை
கற்பக வினோதனை
அருள்மழை பாய்ந்தனை
அருமை வினோதனை
சக்தியின் பாலா
சற்குண சீலா
முக்தியே லோனா
மூர்க்கன் பாலா

*

ஜக ஜனனீ சுகவாணி கல்யாணி
ஸ்வய சொரூபிணி மாதுரவாணி
சொக்கநாதர் மனம் மகிழும் மீனாட்சி
பாண்டியகுமாரி பவானி ஜகதாம்பா
பஞ்சமே பரமேஸ்வரி
வேண்டும் வரம் தா
இன்னும் மனம் இல்லையோ
வேதவர் தந்த நாடக ரூபிணி
ஜக ஜனனீசுகவாணிகல்யாணி

(அ.கா.பெருமாள் தோல்பாவைக்கூத்து ராமாயணம்)

3. நரைத்திடும் மீசை தாடி
   நரசிம்மன்போல பல்லுகாட்டி
   கரந்தனில் தடியை ஊன்றி
   வீணப் பேச்செல்லாம் பேசி
   விகடெனும் சபைதனில்
   கோமாளி வந்தேன்
   போடு ஒண்ணு ரெண்டு மூணு நாலு

(மு. ராமசாமி, 1983, ப.112.)

நாட்டுக்குச் சேவை செய்ய
நாகரிகக் கோமாளி வந்தேனய்யா
ஆட்டமாடிப் பாட்டுப்பாடி
அழகான கோமாளி வந்தேனய்யா

*

ஆத்தோரமாயிருக்கும் காற்றாடித் தோப்புக்குள்ளே
சேக்காளிகூட உலாத்தப் போனேன்
கண்ணாலே கண்டதொரு பொண்ணாலே அவள்
பப்ளிக் ரோட்டுல நின்னாலே
வாவென்று சொன்னேனே முன்னாலே அவள்
வரமாட்டாள் என்று சொன்னாள் பின்னாலே

(அ.கா.பெருமாள், தோல்பாவைக் கூத்து ராமாயணம், அச்சில்)

4. பாலகாண்டம் முதல் காட்சி
தசரத மகாராசன் வாறாரே ஒய்யாரமாக
தசரத மகாராசன் வாறாரே
மல்லிகை சூட சூட
ஒய்யாரமாக கையை வீசி
தசரத மகாராசன் வாறாரே

தசரதன்: ஆகோ வாரும் சுமந்தர மந்திரி. 64000 வருடம் காலமாகவே புத்திர பாக்கியம் இல்லாத பாவியாக இருந்து வந்து அயோத்திபுரியை அரசாண்டுகொண்டு வந்தேன், அப்படித்தானே.

சு. மந்திரி: ஆம் பிரபு.

ஆறாம் நாள் வாலிமோட்சம்

ராமன்: லட்சுமணா, அழகு பொருந்திய அயோத்தி மாநகரை விட்டு நதிவிட்டு பதிவிட்டு கல்லிலும் முள்ளிலும் வேகாத வெயிலிலும் நாம் நடந்து தந்தையின் வார்த்தையைத் தலைமேல் தாங்கி தவவேடம்கொண்டு வந்தோம். பஞ்சவடி ஆசிரமத்தில் நாம் பர்ணசாலையைக் கட்டிக் கொண்டிருக்கக் கூடிய சமயம் தென்னிலங்கையை ஆளக்கூடிய ராவணன் தேவியைச் சிறைகொண்டு சென்றுவிட்டான். தேவியைக் காணாமல்

தேடியபோது மோட்சத்தைக் கொடுத்து ஜடாயு அறிவித்தபடி மூங்கப்பிதா ஆற்றின் கரையில் நாம் வாயுபுத்திரன் அநுமானை சந்தித்தோம். அவனை இன்னும் காணப்படவில்லையே லட்சுமணா!

(அ.கா.பெருமாள், தோல்பாவைக்கூத்து ராமாயணம், அச்சில்)

5.	1 - நாள்	பால காண்டம்	19	காட்சிகள்
	2 - "	இராமன் வில்லொடித்தல்	19	"
	3 - "	பரதன் பாதுகா பட்டாபிஷேகம்	22	"
	4 - "	சூர்ப்பநகை கௌரவ பங்கம்	19	"
	5 - "	சீதை சிறைப்படல்	24	"
	6 - "	வாலி மோட்சம்	13	"
	7 - "	சுந்தர காண்டம்	22	"
	8 - "	இராவணன் முதல்நாள் போர்	14	"
	9 - "	கும்பகர்ணன் போர்	17	"
	10 - "	ராமர் பட்டாபிஷேகம்	20	"
			189	

(அ.கா.பெருமாள், அச்சில்)

6. திருநெல்வேலி பாபுலால் பஸ் சர்வீஸ் உரிமையாளர் பி.ஸ்ரீ. நெருங்கிய நண்பர் சுந்தரம் பிள்ளையுடன் உரையாடியபோது கிடைத்த தகவல்.

7. பரமார்த்தலிங்கம் பிள்ளை பறக்கை (குமரி மாவட்டம்) என்ற ஊரைச் சார்ந்தவர். இவர் கம்பன் பாடலைப் பாட கோபால அய்யர் விளக்கம் சொல்வார். இது 50களில் கூட தொடர்ந்து நிகழ்ந்திருக்கிறது.

8. இராமன் சயனித்துக்கொண்டிருந்தபோது காகாசுரன் என்பவன் பறந்து சென்றான். அந்த அசுரனின் நிழல் இராமன் மேல் பட்டது. உடனே ராமன், என் மீது இவன் நிழல் படுவதா; அசுரனின் ஒரு கண் போகட்டும் என்றான்.

9. இராமனின் சேது பந்தனத்தின்போது அணிலும் உதவியதாம். அணில் நீரிலே நனைந்து மணலிலே உருண்டு அந்த

மணலை கல்லில் உதறியதாம். இதைக் கண்ட இராமன் தன் மூன்று விரல்களால் அதைத் தடவினானாம்.

10. அனுமன் இலங்கையில் நெருப்பு வைத்தபோது இலங்கை மாளிகைகளை விசுவகர்மா செப்பனிட்டானாம். இதைப் பார்த்த அனுமன் விசுவகர்மாவிடம் நான் இலங்கையிலிருந்து போவதுவரை செப்பனிடாதே. கல்லும் கனியும் இருக்கும்வரை உட்கார்ந்து சாப்பிடப் பணம் தருகிறேன் என்றானாம். விசுவகர்மா அதற்கு உடனே இணங்கினானாம். அனுமன் கடைசியில் விசுவகர்மாவை ஏமாற்றிவிட்டானாம். இதனால் வெகுண்ட விசுவகர்மா அனுமனைப் பார்த்து நீயும் உன் இனமும் உணவை வாயில் ஒதுக்கிச் சாப்பிடுங்கள் எனச் சாபம் கொடுத்தானாம்.

11. தசரதன்: சுமந்தர மந்திரி, அருமை என் கண்மணி தவத்தால் உற்பத்தியான பாலகனாகிய அந்தப் பரந்தாமனுக்கு மிதிலை ராஜ்யத்தில் விவாகம் நடக்கப் போகிறதாம். யானை சேனை எல்லாம் சிங்காரம் செய்துகொண்டு அதிவேகமாக மிதிலை ராஜ்யத்தை நோக்கிப் புறப்படுவோம்.

*

அப்போது ஜமதக்கினி, ஆகா வாடா பரசுராமா உன்னுடைய தாயை வெட்டிக்கொண்டு வாடா என்று சொல்ல அந்தப் பரசுராமனும் தாயாரை அழைத்துக்கொண்டு எல்லைக் கடலோரமாகச் சென்று வெட்டியே விட்டான்.

• ● •

கலை / கைவினை

நாயக்கர் காலக் கலைகளில் நாட்டுப்புறக் கூறுகள்

முனைவர் ஏ. பாலுசாமி

நாட்டுப்புற வாழ்வியல், மக்கள் நம்பிக்கைகள், கலைகள் முதலியனவும், பேச்சு வழக்கு, பழமொழி, விடுகதை, மரபுத் தொடர்கள் மற்றும் பாடற்சந்தம் முதலியனவும் நாயக்கர் காலத்துக் கலைகளில் மிகுந்த செல்வாக்கினைப் பெற்றுள்ளன. ஆதலால், நாட்டுப்புறக் கூறு நாயக்கர்காலகலைக் கோட்பாடுகளுள் ஒன்றாக அமைகிறது.

சிற்பங்களில் நாட்டுப்புறக் கூறுகள்

நாயக்கர்கால சிற்பங்களில் இடம்பெற்றுள்ள நாட்டுப்புறக் கூறுகளாக நாட்டுப்புற மக்கள், நாட்டுப்புற வாழ்வியல், நாட்டுப்புறக் கலைகள், நாட்டுப்புறக் கதைகள் முதலியனவற்றைக் குறிப்பிடலாம்.

நாட்டுப்புற மக்கள்

நாயக்கர் காலத்தில் கோயில் மண்டபத்தூண்கள், விதானத்திற்கும் பொதிகைக்கும் இடைப்பட்ட பகுதிகள், குளத்தின் மதில்கள் முதலிய இடங்களில் வடிக்கப் பெற்றுள்ள முழு உருவ மற்றும் புடைப்புச் சிற்பங்களில் நாட்டுப்புற மக்கள் படைக்கப்பட்டுள்ளனர்.

குறவன் — குறத்தி, இடையன் — இடைச்சி, வேடுவன் — வேட்டுவிச்சி, வண்ணான் — வண்ணாத்தி, பாம்பாட்டி,

நடனமாடும் மகளிர், கலைஞர்கள், வேட்டைக்காரர்கள் முதலியோர் சிற்பங்களில் வடிக்கப் பெற்றுள்ளனர்.

குறவன் - குறத்தி சிற்பங்கள்

குறவன் — குறத்தி சிற்பங்கள் நாயக்கர்கால கோயில் மண்டபங்கள் பலவற்றிலும் காணப்படுகின்றன. கட்டான உடலமைப்பும், அகன்ற மார்பும், கடுமையான பார்வையும் உடைய குறவன் பலவகை அணிகலன்களை அணிந்தவனாகவும் பறவைக்கூடு மற்றும் கோல் ஒன்றினை ஏந்தியவனாகவும் காட்டப்பட்டுள்ளான்.

குறத்தி மிகுந்த அணிகலன்கள் பூண்டவளாகவும், தலையலங்காரம் செய்துள்ளவளாகவும், பனை ஓலையாலான கூடையொன்றினையும் சிறு கோல் ஒன்றினையும் ஏந்தியவளாகவும், குழந்தைகளை உடையவளாகவும் சித்திரிக்கப்பட்டுள்ளாள். இவர்களது சிற்பங்கள் பெரும்பாலும் முழு உருவச் சிற்பங்களாக இடம் பெற்றுள்ளமை குறிப்பிடத்தக்கதாகும்.

மதுரை மீனாட்சியம்மன் ஆலயம் ஆயிரங்கால் மண்டபம், திருநெல்வேலி நெல்லையப்பர் கோயில் நந்தி மண்டபம், திருச்செங்கோடு செங்கோட்டு வேலவர் கோயில் முன் மண்டபம், சங்ககிரி கோட்டை வரதராசர் கோயில் முன் மண்டபம், முதலிய இடங்களில் உள்ள சிற்பங்கள் குறிப்பிடத்தக்கன.

கிருட்டிணாபுரம் வேங்கடாசலபதி கோயிலில் குறவன் குறத்தியர் சிற்பங்கள் நிகழ்ச்சி சிற்பங்களாய் அமைந்துள்ளமை குறிப்பிடத்தக்கது. வலிமை மிக்க குறவன் ஒருவன் இளம் பெண்ணொருத்தியைத் தன் அகன்ற தோளில் அமர்த்தி தூக்கிச் செல்ல முற்படுகிறான். பின்புறமாக, குதிரையில் வரும் அரசகுமாரன் ஈட்டியால் அவனது விலாவில் குத்துகிறான். மற்றொரு தூணில் குறத்தி தன் தோளிலொரு இளவரசனைத் தூக்கிக்கொண்டு ஓடும் காட்சி சித்திரிக்கப்பட்டுள்ளது. தூணின் மற்றொரு புறத்தில் குறத்தி இளம்பெண் ஒருத்திக்கு குறி கூறும் காட்சியும், மற்றொரு தூணில் குறத்தி குரங்குடன் உள்ள காட்சியும் வடிக்கப்பெற்றுள்ளன.

வேடன் - வேட்டுவிச்சி சிற்பங்கள்

பறவை முதலியவற்றை வேட்டையாடும் கருவிகளுடன், மீசையை முறுக்கிய வண்ணம், திரண்ட உடலமைப்புடன் நிற்கும் வேட்டுவனுடைய உருவத்தையும் வேட்டுவிச்சியினது உருவத்தையும் பல இடங்களில் காண முடிகிறது.

மதுரை மீனாட்சியம்மன் கோயிலில் அட்டசக்தி மண்டபத்தையும் மீனாட்சி நாயக்கர் மண்டபத்தையும் இணைத்துள்ள மண்டபம், வீரவசந்தராயர் மண்டபம், திருச்செங்கோடு செங்கோட்டு வேலவர் கோயில் மண்டபம், கிருட்டிணாபுரம் வெங்கடாசலபதி கோயில் வீரப்ப நாயக்கன் மண்டபம் முதலிய இடங்களில் உள்ள சிற்பங்கள் குறிப்பிடத்தக்கனவாகும்.

வேட்டுவிச்சியின் காலில் தைத்த முள்ளினை வேடன் களையும் காட்சி சென்னிமநாயக்கன்குளம் முதலாகப் பல மண்டபத்தூண்களிலும் புடைப்புச் சிற்பங்களாக செதுக்கப்பட்டுள்ளன.

இடையன் - இடைச்சி சிற்பங்கள்

மழைக்குக் கோணிபோல் ஒன்றினைத் தலையில் அணிந்து, கையிலுள்ள கோலினைத் தரையிலூன்றி, அதன் மீது சாய்ந்த வண்ணம் நிற்கும் ஆட்டிடையனுடைய சிற்பம் ஏறக்குறைய நாயக்கர் கால கோயில்கள் அனைத்திலும் காணப்படுகிறது. இச்சிற்பம் குறவன் குறத்தியர்போல் கற்சிற்பமாகப் பெரிய அளவில் எங்கும் வடிக்கப் பெற்றுள்ளதாகத் தெரியவில்லை. பெரும்பாலும் தூண்களின் அடிப்புறப் பட்டைப் பகுதிகளிலேயே புடைப்புச் சிற்பமாக வடிக்கப் பெற்றுள்ளது. கதைச் சிற்பங்களிலும் இவ்விடையன் உருவம் இடம் பெற்றுள்ளமைக்குக் கங்கைகொண்ட சோழபுரவிமானத்திலுள்ள சிற்பம் சான்றாகும். இடைச்சி தயிர் கடைவது போன்ற சிற்பங்களும் கோயில் தூண்களிலும் சென்னிம நாயக்கன் குளத்திலும் புடைப்புச் சிற்பங்களாகக் காணப்படுகின்றன.

பிற மாந்தர்கள்

மேற்குறிப்பிடப் பெற்றவர்களைத் தவிர, மகுடி வாசித்துப் பாம்பினை ஆட்டுவிக்கும் பாம்பாட்டி, தாரை, தப்பட்டைகளை முழக்கிக்கொண்டு வேட்டையாடும் மறவர்கள், மற்போர் செய்யும் வீரர்கள், கோமாளி, கழைக் கூத்தாடிகள் முதலிய நாட்டுப்புற மக்கள் நாயக்கர்கால சிற்பங்களில் இடம்பெற்றுள்ளனர்.

நாட்டுப்புற வாழ்வியற் காட்சிகள்

இடைச்சி தயிர் கடையும் காட்சி, சலவைத் தொழிலாளர் ஆடை வெளுக்கும் காட்சி, கிராமப் பெண்ணொருத்தி சமையல்

செய்யும் காட்சி, வேட்டுவிச்சியின் காலில் தைத்த முள்ளை வேடன் களையும் காட்சி, உரலில் தானியங்களைப் பெண் ஒருத்தி குற்றும் காட்சி, ஆட்டுக்கிடாய்கள், சேவல்கள் சண்டையிடும் காட்சிகள், துறவிகள் ஹுக்காப் பிடிக்கும் காட்சி முதலிய வாழ்வியற் காட்சிகள் சென்னிம நாயக்கன் குளத்தில் தீட்டப் பெற்றுள்ளன. இவற்றுள் சில, சிற்றின்ப நோக்குடன் காட்டப் பெற்றிருப்பினும் பொதுமக்களை, பல்வகை வாழ்நிலையினரைக்கொண்டு காட்டப் பெற்றிருத்தல் கருதத்தக்கது. சென்னிம நாயக்கன் குளத்தில் பன்றி வேட்டைக் காட்சியொன்று விரிவாகச் சித்திரிக்கப்பட்டுள்ளது.

மகுடியூதிப் பாம்பாட்டியொருவன் பாம்பினை ஆட்டுவிக்கும் காட்சி நாயக்கர்கால சிற்பங்கள் பலவற்றிலும் இடம்பெற்றுள்ளது. பனையேறும் தொழிலாளியின் சிற்பம் கிருட்டிணாபுரத்தில் காணப்படுகிறது.

மூங்கிலாலான பாம்புக்கூடைகள், குரங்கு, பாம்புக்கூடைகளை எடுத்து செல்லும் உறி, பாம்பினை ஆட்டுவிக்கும் முறை முதலியன சென்னிமநாயக்கன்குளம், கிருட்டிணாபுரம், திருப்பரங்குன்றம் போன்ற இடங்களில் சித்திரிக்கப்பட்டுள்ளன.

நாட்டுப்புறக் கலைகள்

கோலாட்டம், நடனம், கோமாளியாட்டம், மற்போர், சிலம்பாட்டம், கழைக்கூத்து முதலிய நாட்டுப்புறக் கலைகள் நாயக்கர்கால சிற்பங்களில் பெரிதும் இடம்பெற்றுள்ளன.

கோலாட்டம்

தீயவனான பாசவ அசுரனைத் திருத்தப் பெண்கள் கோலாட்டம் நிகழ்த்தியதாக மரபுக்கதை கூறுகிறது. ஐப்பசி மாதத்தில் தீபாவளியன்று தொடங்கி, பௌர்ணமிவரை 15 நாட்கள் கோலாட்ட திருவிழா நடைபெறும் என்பர்.[1]

விசயநகர வேந்தர்கள் காலத்தில் தீபாவளிப் பண்டிகை செல்வாக்குப் பெற்றமையால், விசயநகரச் சிற்பங்களில் கோலாட்ட காட்சி சிறப்பிடம் பெற்றுள்ளது.[2]

நாயக்கர் காலத்திலும் இது சிறப்புற்றிருந்தமையைக் கிருட்டிணாபுரம், சென்னிம நாயக்கன் குளச்சிற்பங்கள் வாயிலாக அறிய முடிகிறது. இக்கோலாட்டமன்றி ஏனைய நடனக்காட்சிகளும்

சிற்பங்களில் இடம்பெற்றுள்ளன. பறைகளை ஆடவர்கள் முழக்க, அதற்கேற்பப் பெண்கள் ஆடும் காட்சியைப் பேரூர் பட்டீசுவரர் கோயிலிலும், சென்னிமநாயக்கன் குளத்திலும் காண முடிகிறது.

கோமாளியாட்டம் - கழைக்கூத்து

நாட்டுப்புற நடனங்களில் இடம்பெறும் கோமாளி என்ற பாத்திரம் விசித்திரமான ஆடைகள், அணிகலன்கள் மற்றும் தலைக் குல்லாய் முதலியவற்றுடன் வந்து நகைச்சுவை தோன்ற நடிப்பதாகும். கரகம் போன்ற நாட்டுப்புற நடனங்களிலும் கோமாளிகள் பங்கேற்பர். மோடியாட்டத்தில் கோமாளி இடையீடு செய்து சிரிப்பும் விளையாட்டுமான சூழலை உருவாக்குவான். கணியன் ஆட்டத்தில் கணவன் மனைவியான இரண்டு கோமாளிகள் வந்து, நடந்துகொண்டே சில வருணனைப் பாடல்களைப் பாடுவர்.[3]

நாயக்கர்கால கோயில்கள் பலவற்றில் கோமாளியின் உருவம் செதுக்கப்பெற்றுள்ளது. சென்னிமநாயக்கன் குளத்தில் கோமாளி தனித்தும், பறை முழக்கிக்கொண்டும், பெண்களுடனும் ஆடும் காட்சிகள் சித்திரிக்கப்பட்டுள்ளன.

போர்க்கலைகள்

சிலம்பாட்டம், மற்போர் போன்ற போர்கலைகள் சிற்பங்களாக வடிக்கப் பெற்றுள்ளன. திருநெல்வேலி நெல்லையப்பர் கோயில் உட்பிரகார சுவரிலும், சென்னிம நாயக்கன் குளத்தளத்திலும் உயிர்த்துடிப்புடன் மற்போர் காட்சிகள் இடம்பெற்றுள்ளன. வட்டமான ஓர் ஆயுதத்தைக்கொண்டு இருவர் சண்டையிடும் காட்சி பல இடங்களில் தீட்டப்பட்டுள்ளது.

நாட்டுப்புறக் கதை

நாட்டுப்புறக் கதைப்பாடல்களிலிருந்து மிகுதியாகச் சிற்பங்கள் வடிக்கப் பெற்றதாகத் தெரியவில்லை. ஆயினும் நாட்டுப்புறக் கதை இலக்கியமான அல்லியர்ச்சுணன் பவளக்கொடி கதையிலிருந்து வடிக்கப் பெற்ற பவளக்கொடி சிற்பத்தை திருநெல்வேலி நெல்லையப்பர் கோயிலில் காண முடிகிறது.

ஓவியங்களில் நாட்டுப்புறக் கூறுகள்

பிற கலைகளைப் போலவே ஓவியத்தையும் செவ்வியல் ஓவியம் (Classical Painting), நாட்டுப்புற ஓவியம் (Foik Painting)

எனப் பகுக்கலாம். கலை முதிர்ச்சியும் இலக்கணப் பாங்கும், மெய்ப்பொருள் நோக்கும், அனுபவ வெளிப்பாடுகளும் உடையனவாய்க் கலைப்படிப்பும் பயிற்சியும் மிக்க கலைஞர்களால் உருவாக்கப்படுவனவற்றை செவ்வியல் ஓவியங்களெனவும், நாட்டுப்புற மக்களின் தேவைகளுக்கேற்ப படைக்கப்படுவனவாய் நாட்டுப்புறக் கலைஞர்களால் உருவாக்கப்படுவனவற்றை நாட்டுப்புற ஓவியங்கள் எனவும் கூறலாம். இவ்விரு கலைப்பகுதியின் பல்வேறு பண்புகள் வேறுபட்டமைகின்றன.

செவ்வியல் ஓவியம்

சரியான உடல், பாவனை அல்லது கோலம், தகவுப் பொருத்தம், தாராளமாய் இடம் விடல், ஒயில், உறுப்புகளின் இணைப்பு, ஒப்புமை, ஏற்றம், இறக்கம் ஆகிய எட்டு இலட்சணங்கள் ஓவியத்திற்கு அமைந்திருக்க வேண்டும் என விட்ணு தருமோத்தரம் கூறுகிறது.[4] இவை செவ்வியல் ஓவியங்களின் அடிப்படைப் பண்புகளாக அமைகின்றன எனலாம்.

நாட்டுப்புற ஓவியம்

நாட்டுப்புற ஓவியங்களின் தனிப்பட்ட பண்புக் கூறுகளாக,

1. எளிமையான வெளிக்கோடுகள் ஒரு உருவத்தைப் பிரதிநிதித்துவப் படுத்துவது போலக் கோடுகளினால் உருவங்களை வரைகின்றபோது துணைக் கோடுகளைத் தவிர்ப்பது.

2. வண்ணம், கனபரிமாணம் ஆகியவற்றைத் தவிர்ப்பதன் மூலமாக நிழல் பூச்சுகளை உண்டாக்கும் நிர்ப்பந்தங்களைத் தவிர்ப்பது.

3. வெளிப்பாட்டு சிறப்பிற்காக உடம்பின் சைகைகளை அதீதமாக வரைவதுடன் உருவங்களின் உண்மை அளவுகளையும் மாற்றி வரைவது.

4. அலங்காரப் பண்புகளை உண்டாக்குவதற்காகச் சிலவற்றை திரும்பத் திரும்ப செய்தல்.

5. மொத்த உருவத்தையும் கோடுகளையும் புள்ளிகளையும் திரும்பத் திரும்ப செய்வதனால் இசை லயமான ஒரு தொனியைக் கொண்டுவருதல்.[5]

ஆகியவற்றை ஜெயா அப்பாசாமி குறிப்பிடுகின்றார். கோடுகள், உருவங்கள், வண்ணங்கள், பிற கூறுகள் நாட்டுப்புற ஓவியங்களில் அமையுமாற்றைக் கீழ்க்காணும் வகையில் விரிவு படுத்தலாம்.

1. கோடுகள் மென்மை தன்மையும் நேர்த்தியுமற்றிருத்தல்.
2. உருவங்களின் உறுப்புகள் பொருத்தமான அளவற்றிருத்தல்.
3. உடல்களும் முகங்களும் பல்வேறு கோணங்களில் அமையாதிருத்தல்.
4. உருவங்களில் மெய்ப்பாடுகள் குன்றியிருத்தல்.
5. ஒயில் (Grace) குறைந்திருத்தல்.
6. ஓர் ஓவியத்தில் இடம்பெறும் பல உருவங்களும் ஒரே வகையில் அமைந்திருத்தல்.
7. உடல்களின் பல்வேறு நிலைகளால் விளையும் உடல்மொழி (Body Language) இல்லாதிருத்தல்.
8. மூல வண்ணங்களான மஞ்சள், சிவப்பு, நீலம் ஆகியனவற்றை மிகுதியாகப் பயன்படுத்துதல்.
9. ஒரே வண்ணத்தை மிக அடர்ந்த நிலையில் தீட்டுதல்.
10. கலவை வண்ணத்தை (Mixed colour) மிகுதியாகப் பயன்படுத்தாதிருத்தல்.
11. ஒளிர் வண்ணங்கள் (Bright Colours) மிகுதியாகப் பயன்படுத்துதல்.
12. தேவையான இடம் (Space) விடாதிருத்தல்.
13. இட்டு நிரப்பும் பாங்குடனிருத்தல்.
14. தேவைக்கும் அதிகமாக அலங்காரம் பெற்றிருத்தல்.
15. கலையம்சத்தினும் கருத்தினுக்கு முதன்மை தரல்.

விசயநகர - நாயக்க ஓவியங்கள்

நாயக்கர் ஓவியங்களை ஆராய்ந்த சி. சிவராம மூர்த்தி,

"இக்கால ஓவியங்கள் விசயநகர ஓவியங்களின் மரபுகளைத் தொடர்ந்து, தமக்கு முந்தைய காலத்துடன் நெருங்கிய உறவு

கொண்டிருந்தது. உண்மையில் விசயநகர ஓவியத்துடன் சேர்த்தே இவை ஆராயப்பட வேண்டும்"[6] என்கிறார். விசய நகர ஓவியங்கள் செவ்வியல் ஓவியங்களிலிருந்து நேரடியாக வளர்ச்சி பெற்றவையல்ல. அவை நாட்டுப்புற மரபுகளை இணைத்துக்கொண்டு வளர்ந்தவையாகும்.[7] ஆதலால் நாயக்கர் கால ஓவியங்களிலும் இயல்பாகவே நாட்டுப்புறக் கூறுகள் அமைந்துள்ளன.

மூன்று ஓவியங்கள்

மேலே கூறப்பட்ட நாட்டுப்புற ஓவியப் பண்புகள் இடம்பெறும் பாங்கு நாயக்கர் காலத்தில் தீட்டப் பெற்ற மூன்று ஓவியங்களைக்கொண்டு ஈண்டு விளக்கப்படுகிறது.

1. 17 ஆம் நூற்றாண்டை சேர்ந்த திருவாரூர் ஓவியம்: முசுகுந்தச் சக்கரவர்த்தியின் கதை

ஓவியம் முழுவதும் சிவப்பு வண்ணமே மிகுதியாகப் பயன்படுத்தப்பட்டுள்ளது. பின்புலத்திற்குப் பயன்படுத்தப்பட்ட வண்ணமே உருவங்களுக்கும் பயன்படுத்தப்பட்டுள்ளது. உடலுக்குத் தீட்டப்பட்ட வண்ணமே ஆடைக்கும் தீட்டப்பட்டுள்ளமை கருதத்தக்கது. மஞ்சள், நீலம், பச்சையாகிய முதன்மை வண்ணங்களே பிற உருவங்களுக்கும் தீட்டப்பெற்றுள்ளன. இயல்புக்கோ உணர்ச்சி பருவத்திற்கோ ஏற்ற முறையில் வண்ணங்கள் பயன்படுத்தப் படவில்லை. உருவங்கள் ஒரே திசை நோக்கித் திட்டப்பட்டுள்ளன. ஒரே வகையான சாயலும் மகுட மற்றும் ஆடை அமைப்புகளும் காட்டப்பட்டுள்ளன. ஆடைகள் தீட்டப்பட்டுள்ள நிலையில் இயல்புத் தன்மையில்லை. முகங்கள் மெய்ப்பாடற்றுள்ளன. முசுகுந்தன் வணங்குவது நேர் கோணத்திலும் தலை பக்கவாட்டிலும் காட்டப் பட்டுள்ளமை ஒத்திசைவின்றியுள்ளது. காட்சியமைவுக்கு ஏற்ப இடம் (Space) கொடுக்கப்படவில்லை.

2. 17 ஆம் நூற்றாண்டை சார்ந்த தஞ்சை ஓவியம்: விட்ணு மலர் கொய்யும் காட்சி

ஓவியத்தின் பின்புலம் ஓவியம் முழுவதும் சிவப்பு வண்ணம் மட்டுமே தனியாகப் பயன்படுத்தப்பட்டுள்ளது. அதே வண்ணம் ஆடைக்கும் பூக்களுக்கும் தீட்டப்பட்டுள்ளது. திருமால் மலர்கொய்யும் காட்சி, கட்டம் கட்டப்பட்ட வடிவமைப்பில் காட்டப்பட்டுள்ளது. இது புராணக் கதைக்கேற்ற ஒத்திசைவற்றுள்ளது. பூக்கள் எதார்த்தமற்று காட்டப்பட்டுள்ளன. திருமால் குளத்திற்குள் இருந்தபோதும் நீரில் நிற்கும் தன்மை உணர்த்தப் பெறவில்லை.

திருமால் மலர் கொய்தல்' என்ற கருத்தினை மட்டுமே ஓவியம் வெளிப்படுத்துகிறதேயன்றி காட்சியில் உண்மைத்தன்மையும் கலைப்பாங்கும் இல்லை. திருமாலின் தோள்களும் கைகளும் ஒழுங்கமைவற்றுள்ளன. திருமாலின் உருவம், குளத்தின் அமைப்பு, கரை மரங்களின் அமைப்பு ஆகியவற்றில் ஒத்திசைவு இல்லை. சிவப்பு, மஞ்சள், பச்சை ஆகிய முதன்மை வண்ணங்களே பயன்படுத்தப்பட்டுள்ளன.

3. 18 ஆம் நூற்றாண்டை சார்ந்த சிதம்பரம் சிவகாமியம்மன் ஆலய ஓவியம்: பெண்கள் இருவர் சமைக்கும் காட்சி

அடர் சிவப்பு, மஞ்சள் கலந்த சிவப்பு, பச்சை ஆகிய மூல வண்ணங்கள் பயன்படுத்தப்பட்டுள்ளன. ஆடைக்கும் உடலுக்கும் ஏறக்குறைய ஒரே வண்ணம் பயன்படுத்தப்பட்டுள்ளது. அடுப்புக் கற்கள், எரியும் திரி, உறிக்கயிறு, உறியிலுள்ள பானைகள் அனைத்திற்கும் ஒரே வண்ணம் தீட்டப்பட்டுள்ளது. சமைக்க வைத்துள்ள காய்க்கும் புடவைகளின் முந்தானைக்கும் ஒரே வண்ணம் கொடுக்கப்பட்டுள்ளது. உருவங்கள் ஒரே திசை நோக்கி அமைந்துள்ளன. அமர்ந்துள்ள பெண்ணின் தோள்களும், சமைக்கும் பெண்ணின் கைகளும் ஒப்புமையற்றுள்ளன. காட்சியில் பயன்படுத்தப்பட்ட வண்ணங்களே மேற்பகுதியை அலங்கரிக்கவும் தரைக்கும் பயன்படுத்தப்பட்டுள்ளன.

மேலும் ஒரே வண்ணத்தின் (சிவப்பு) ஆளுமையைத் திருவாரூர், முசுகுந்த சக்கரவர்த்தி கதை, மதுரை மீனாட்சி சுந்தரேசுவரர் ஓவியம், திருப்பருத்திக்குன்றம் பால லீலை ஓவியம், சிதம்பரம் பிச்சாடனர், மோகினி ஓவியம் முதலியவற்றில் காண்கிறோம். இவை போலவே, தஞ்சை சரஸ்வதி மகாலில் உள்ள இராமாயண ஓவியங்களில் பச்சை, சிவப்பு, மஞ்சள் ஆகிய மூல வண்ணங்களே பயன்படுத்தப்பட்டுள்ளன. இவற்றில் காட்சிகளின் மனநிலை (Mood) க்கு ஏற்றவாறு வண்ணங்கள் பயன்படுத்தப்பட்டதாக உணரவியலவில்லை.

உள்ளடக்கத்தில் நாட்டுப்புறக் கூறுகள்

நாயக்கர் கால ஓவியங்களில் நாட்டுப்புற மக்கள், விளையாட்டுகள், கலைகள், பழக்க வழக்கங்கள் முதலிய நாட்டுப்புறக் கூறுகள் இடம்பெற்றுள்ளன.

நாட்டுப்புற மக்களும் நிழ்ச்சியும் இடம்பெற்றுள்ளதற்குச் சிதம்பரம் சிவகாமியம்மன் ஆலய முன்மண்டப ஓவியம் சிறந்த எடுத்துக்காட்டாகும். இங்குள்ள ஓவியத்தொடர்களுள் வேடர் ஆறலைக்கும் காட்சி ஒன்று தீட்டப்பட்டுள்ளது. வழி நடந்து வரும் பிராமணர்கள் இருவரின் ஆடைகளையும் குடையினையும் வேடன் பறித்துக் கொள்வதும், அவர்கள் கோவண ஆடையுடனும் ஒற்றைக் குடையுடனும் மிரண்டு செல்லுவதும் சித்திரிக்கப்பட்டுள்ளது.

கி.பி. 1700 இல் விசயரகுநாத சேதுபதியால் இராமநாதபுரம் அரண்மனையில் ஏராளமான ஓவியங்கள் தீட்டப்பட்டுள்ளன. சேதுபதியுடையதேயெனினும் நாயக்கர் கால ஓவியங்களின் அனைத்துக் கூறுகளையும் இவை கொண்டுள்ளமை குறிப்பிடத்தக்கது. இங்குள்ள ஓவியமொன்றில் சேதுபதி தன்னை வேடனாக அலங்கரித்துக்கொண்டு தன் தேவியும் தாதியும் சூழப் பறவைகளை வீழ்த்துவது சித்திரிக்கப்பட்டுள்ளது. சேதுபதி தன் தேவியோடு அமர்ந்து மீன் பிடிப்பதை மற்றொரு காட்சி சித்திரிக்கிறது. மற்றுமோர் ஓவியத்தில் அந்தப்புர பெண்ணொருத்தி தயிர்கடையும் காட்சி தீட்டப்பட்டுள்ளது.

அழகர் கோயிலில் தீட்டப்பட்டுள்ள இராமாயண ஓவியங்களில் நாட்டுப்புறப் பண்பாட்டில் காணப்படும் பழக்க வழக்கங்கள் இடம்பெற்றுள்ளன.

"தசரதன் இறந்தபோது அவருக்கு வாயிலே துணியைக் கட்டியிருக்கிறார்கள். எண்ணெய்க் கொப்பரையில் அவரது உடல் வைக்கப்பட்டுள்ளது. அதிலும் தசரதன் வாயில் துணி கட்டியிருக்கிறது. தசரதனின் உடலை அலங்கரித்துப் பல்லக்கில் உட்காரவைத்து எடுத்து செல்லுகின்றனர். இடுகாட்டில், ஈமத்தில் அவனுடலைப் படுக்க வைத்துப் பரதன் தீ மூட்டுகிறான். அவன் மார்பில் நெருப்பு வைக்கிறான். இந்த ஈமச்சடங்குகள் நாயக்கர் காலத்தில் எவ்வாறு இருந்தன என்று தெரிந்துகொள்ள முடிகிறது"[8] என்கிறார் இரா. நாகசாமி.

மேலும், இராமன், இலக்குவன் முதலியோர் குழந்தைகளாய் இருக்கும்போது தசரதன் அவர்களுக்குக் காது குத்திக் கொண்டை போடும் காட்சியும், சனகன் சீதையைத் திருமணம் செய்து கொடுப்பதாக தேங்காய் தொட்டு உறுதி செய்யும் காட்சியும் இராமநாதபுரம் இராமலிங்க விலாசத்தில் தீட்டப்பெற்றுள்ளன. இவை நாட்டுப்புறச் செல்வாக்கு ஓவியத்தில் இடம்பெற்றுள்ளமைக்குத் தக்க சான்றுகளாக விளங்குகின்றன.

செங்கம் வேணுகோபால பார்த்தசாரதி கோயிலிலுள்ள இராமாயண ஓவியங்களில் இராவணன் துணைவியான மண்டோதரியை அங்கதன் பிடித்திழுப்பதும், அனுமன் மண்டோதரியை அடிப்பதும் தீட்டப்பட்டுள்ளன. இக்காட்சிகள் வால்மீகி மற்றும் கம்பரால் இயற்றப்பெற்ற இராமாயணங்களில் இடம்பெறவில்லை. இவை தெலுங்கிலுள்ள அரங்கநாத இராமாயணத்தில் இடம்பெற்றுள்ளன. இந்நூலில் மூல நூல்களில் இல்லாப் பல கதைகள் நாட்டுப்புற வழக்கிலிருந்து கையாளப்பட்டுள்ளன என்பர்.[9]

உருவத்தில் நாட்டுப்புறக் கூறுகள்

மேலும், விசயநகர ஓவியங்கள் பற்றிக் குறிப்பிடும்போது,

“விசயநகர ஓவியங்கள் நெய்யப்பட்டது போன்ற எல்லைக் கோடுகளுடன் காணப்படுகின்றன. இந்த எல்லைக் கோடுகள் மேடையலங்காரம்போல் காட்சியளிக்கின்றன. ஓவியங்களிலுள்ள உருவங்கள் மேடையில் உள்ள நடிகர்களைப்போல் உள்ளன. இந்தத் தன்மை விசயநகர ஓவியங்கள் தோற்பாவைக் கூத்துப் போன்ற நாட்டுப்புறக் கலைகளின் போலிகையாக அமைந்துள்ளன என்னும் முடிவிற்கு அறிஞர்களைக்கொண்டு சென்றது.”[10] என்று ஓய். நிர்மலாகுமாரி குறிப்பிடுவது ஈண்டுக் கருதத்தக்கதாகும்.

நாயக்கர் கால ஓவியங்களிலும் இத்தகைய எல்லைக் கோடுகளும் திரைச்சீலை அமைப்புகளும் காணப்படுகின்றன. இவை நாட்டுப்புறச் செல்வாக்கினை காட்டுகின்றன எனலாம்.

இராமநாதபுரம் அரண்மனை ஓவியங்கள் குறித்து ஆராய்ந்த இரா. நாகசாமி, “பெண்களும் ஆண்களும் ஒல்லியாக இல்லாமல் சதை வைத்த, சற்றுக் குண்டான வடிவங்களாக சித்திரிக்கப் பட்டுள்ளனர். பெண்களின் மார்பகங்கள் பருத்து கனத்து குண்டாகக் காண்பிக்கப்பட்டிருக்கின்றன. முகங்கள் பெரும்பாலும் பக்க பார்வையுடையவையாய் உள்ளனவேயொழிய அரைவாசியோ முக்கால்வாசியோ திருப்பிக் காணப்படவில்லை. இந்த ஓவியர்களுக்குக் கால்களையும் பல்வேறு நிலையில் வரையத் தெரியவில்லை”[11] என்று குறிப்பிடுவது இவற்றின் நாட்டுப்புற சார்பினைக் காட்டுவதாகும்.

இவ்வோவியங்களில் காட்டப் பெறும் உருவங்கள் உடல் மொழியற்றும், விறைப்புத் தன்மையுடனும் விளங்குகின்றன.

நிகழ்வுகளுக்கேற்ற வகையில் ஆடைகள் மடிந்திருத்தல், பறத்தல், விரிதல் முதலியன நுட்பமாகத் தீட்டப் பெறாமல் மடிப்புகளும் வண்ணங்களும் பூவேலைப்பாடுகளுமே காட்டப்பெற்று உட்பொருளோடு ஒத்திசைவின்றி உள்ளன. ஓவியத்தில் இடம்பெறும் பொருட்கள் 'இன்னவை'யெனக் காட்டும் நோக்கத்தில் தீட்டப் பட்டுள்ளனவேயன்றி, பார்வைக் கோணத்திற்கு ஏற்ப படைக்கப் பெறவில்லை. மேலும் மூல வண்ணங்கள் மிகுந்த அடர்தன்மையுடன் தீட்டப் பெற்றுள்ளன. நளினமற்ற கோடுகளைக்கொண்டு வண்ணங்கள் உள்ளே நிரப்பப்பட்டுள்ளதை எளிதில் உணரவியலு கிறது. ஒளிர்வண்ணங்களே மிகுதியாகப் பயன்படுத்தப்பட்டுள்ளன.

உள்ளடக்கத்திற்கு ஏற்ற முகபாவனைகள் உருவங்களில் வெளிப்படுவது மிகக் குறைவெனலாம். கூரிய மூக்கும், பிதுங்கிய கண்களும் கொண்டு, கவித்துவமான ஒயில் குறைந்து உருவங்கள் காணப்படுகின்றன. பெரும்பாலும், ஒரு காட்சியில் இடம்பெறும் மனித உருவங்கள் ஒரே மாதிரியாகத் தீட்டப் பெற்றுள்ளன. பாவங்களுக்கு ஏற்ற வண்ணங்களைப் பயன்படுத்துதலும் இடம் விடுதலும் (Space) குறைவாகவே உள்ளன.

இவையனைத்தும் நாயக்கர்கால ஓவியங்களில் நாட்டுப்புறக் கூறுகளின் செல்வாக்கினைக் காட்டுகின்றன எனலாம்.

இலக்கியங்களில் நாட்டுப்புறக் கூறுகள்

நாயக்கர்கால இலக்கியங்கள் பலவற்றிலும் நாட்டுப்புறக் கூறுகள் மிகுந்திருப்பதைக் காணவியலுகிறது.

நாட்டுப்புற மரபிலிருந்து இலக்கிய வகைகள் தோற்றம் பெறல், நாட்டுப்புறப் பாடற் சந்தத்தைப் பயன்படுத்துதல், பழமொழிகள் —விடுகதைகள் போன்றவை மிகுந்திருத்தல், நாட்டுப்புற நம்பிக்கைகள் இடம்பெறல், நாட்டுப்புற விளையாட்டு வகைகள் பயன்படுத்தப் பெறல், பேச்சு வழக்கு, வழக்குமொழி, மரபுத் தொடர்கள், கூறியது கூறல் முதலியவற்றைப் பெற்றிருத்தல் முதலியனவற்றை வடிவ அளவிலான நாட்டுப்புறக் கூறுகளாகவும் நாட்டுப்புற மக்கள், கதை மாந்தர்களாதல், நாட்டுப்புற வாழ்வியல் சித்திரிக்கப் பெறுதல் முதலியனவற்றை உள்ளடக்க அளவிலான நாட்டுப்புறக்கூறுகளாகவும் கருதலாம்.

நாட்டுப்புற மரபிலிருந்து இலக்கிய வகைகள் தோற்றம் பெறல்

சிற்றிலக்கியங்களை ஆராய்ந்த ஆய்வாளர்கள்,

"இலக்கிய வகைகளான அம்மானை, தூது, மாலை, நொண்டி நாடகம், பள்ளு, குறவஞ்சி முதலியனவும் நாடோடிப் பாடல்களையே ஆதாரமாகக்கொண்டு திருத்தியமைக்கப்பட்டவை"[12] என்பர்.

1. பள்ளு

பள்ளு என்னும் இலக்கிய வடிவம் நாயக்கர் காலத்தில் தோன்றியதாகும்.

"பள்' என்ற சொல் உகர விகுதி சேர்ந்து 'பள்ளு' என்று ஆகியுள்ளது. பல்லு, கல்லு, கள்ளு, முள்ளு என்ற பாமர வழக்கை இதற்குச் சான்றாகக் காட்டலாம். பள்ளு' என்ற சொல் வழக்கே இதன் பாமர உறவினை உறுதிப்படுத்துவதாகக் கருதலாம்[13] என்பார் அ.நா. பெருமாள்."

பள்ளு இலக்கியத்தின் தோற்றுவாய்க்கான நாட்டுப்புற இலக்கியப் பண்புகளை அறுதியிட்டுக் கூறுவதற்கு அவை தோன்றிய காலத்தில் வழங்கிய நாட்டுப்புறப் பாடல்கள் இன்று கிடைக்கப் பெறவில்லை யெனினும் நாட்டுப்புற வாழ்க்கை நிகழ்வுகளிலிருந்தும், நாட்டுப்புற இலக்கியங்களிலிருந்தும் தோற்றம் பெற்றிருக்க வாய்ப்பிருப்பதை உணரவியலுகிறது.

நடுகைப் பாடல்கள் தற்போது நிரம்பக் கிடைப்பதில்லை. ஆனால் சுமார் 600 வருஷங்களுக்கு முன்னால் நடுகைப் பாட்டையும் அதற்கு முன் பள்ளர் ஆடும் ஆட்டத்தையும் கண்டும் கேட்டும் ரங்கநாதர் கோயில் அரையரொருவர் அவற்றைக் கற்றுக்கொள்வதற்காகப் பறைச் சேரியிலேயே சென்று தங்கிவிட்டாரென்று ஸ்ரீரங்கம் கோயில் வரலாற்றைக் கூறும் கோயிலொழுகு குறிப்பிடுகிறது. சுமார் 300 ஆண்டுகளுக்கு முன் தோன்றிய அழகர் கோயில் பள்ளில் நடுகைப் பாடல்கள் பல காணப்படுகின்றன. அதைப் பின்பற்றி எழுந்த பள்ளுகளனைத்தும் நடுகைப் பாடல்களுக்கு இடம் கொடுக்கின்றன[14] என்று நாவானமாமலை குறிப்பிடுகின்றார்.

இதிலிருந்து உழவுக் காலத்தில் நடுகைப் பாடல்களோடு ஆடல்களை நிகழ்த்தும் வழக்கம் பள்ளர்களிடையே நிலவி

வந்ததையும் அது நகர்ப்புறப் புலமையாளர்களை ஈர்த்து வந்ததையும் அறிய முடிகிறது.

பள்ளுப்பாடல்களில் குறிப்பிடத்தக்க இடம் பெறுவனவற்றுள் பள்ளியர் ஏசல் முதன்மையானதாகும். பொதுவாகப் பள்ளு நூல்களுக்கு முன் தோன்றிய செவ்வியல் இலக்கியங்களுள் இருமனைவியர் தங்கள் கணவனுக்காக வசை மொழிகள் பாடிக் கொள்வதைக் காணவியலவில்லை. செவ்வியல் இலக்கியப் புலவர்கள் ஒதுக்கி வைத்த இவ்வகை நடப்புகளை நாட்டுப்புற இலக்கியங்கள் வெளிப்படையாகப் பேசுகின்றன.[15]

இவற்றுள் குடும்ப உறவுகள், நிலக்கிழமை உறவுகள் முதலியவற்றைப் பாடும் நாட்டுப்புறப் பாடல்களை நோக்கும்போது இலக்கியப் புலவர்கள் இவற்றை இணைத்துப் பள்ளு இலக்கியம் என்னும் இலக்கிய வகையைப் படைத்திருக்கக் கூடும் எனலாம்.

2. குறவஞ்சி

‘குறத்திப் பாட்டு’ என்னும் இலக்கிய வகையின் செல்வாக்கால் கலம்பக இலக்கியத்துடன் குறம்’ என்னுமொரு உறுப்புத் தோன்றியது. பின்னர் குறம்’ என்னும் தனியிலக்கிய வகை உருவாயிற்று. அத்துடன் நாடக அமைப்பும் சேரக் குறவஞ்சி என்னும் இலக்கிய வகை உருவாயிற்று.[16]

குறவஞ்சி இலக்கியத்தில் இடம்பெறும் குறவன் — குறத்தி உரையாடல்கள் நாட்டுப்புறப் பாடல்களில் காணப்படும் குறவன் குறத்திப் பாடல்களைப் பெரிதும் ஒத்துள்ளன எனலாம். குறி சொல்வதும் கேட்பதும் விலக்கப்பட்ட இசுலாத்திலும் குற மாது என்னும் நூலை மீரான்கனி அண்ணாவியார் படைத்துள்ளார்.[17] சீறாப் புராணத்திலும் குறவன் குறத்தியர் இடம் பெற்றுள்ளனர்.[18] இவை இக்காலப் பகுதியில் குறவஞ்சி பெற்றிருந்த செல்வாக்கைக் காட்டுவதாகும்.

3. அம்மானை

அம்மானை என்பது மகளிர் விளையாடும் ஒருவகை விளையாட்டாகும். தொடக்கத்தில் இவ்விளையாட்டின் போக்கிற்கேற்ப இருந்த அம்மானைப் பாடல்கள், பிற்காலத்தில் எளிய நடையில், நாட்டுப்புற வழக்கில் அமைந்த நீண்ட கதைப் பாடல்களாக உருப்பெற்றன. அம்மானை நடையிலமைந்த கதைப்

பாடல்கள் பெரும்பாலானவும் கி.பி. 17, 18 ஆம் நூற்றாண்டுகளில் தோன்றியுள்ளன.[19]

அம்மானைக் கதைப்பாடல்களுள் பெரும்பாலானவும் பாரதம், இராமாயணம் ஆகிய இதிகாசப் பகுதிகளையே பாடு பொருளாகக் கொண்டுள்ளன. புராணக் கதைகள், அடியவர் வரலாறுகள் மற்றும் நாடோடிக் கதைகள் முதலியனவும் எடுத்துக் கொள்ளப்பட்டுள்ளன. வரலாற்று நிகழ்ச்சிகளின் அடிப்படையிலும் அம்மானைகள் உள்ளன.[20]

வீரமாமுனிவர் கித்தேரியம்மாள் அம்மானையையும் நபியவதார அம்மானையைக் கவிக்களஞ்சியப் புலவரும் இக்காலப் பகுதியில் படைத்திருப்பது கிறித்தவ, இசுலாமிய புலவர்களும் இவ்வகையில் கொண்ட ஈடுபாட்டினைக் காட்டுகிறது.

நொண்டி நாடகம்

நொண்டி நாடகம் நாட்டுப்புற மக்களின் கவிதை வடிவத்தில் எழுதப்பெற்ற பொதுவியல் நாடகமாகும். முதலடியில் மூன்று சீர்களும் ஒரு தனிச்சொல்லும், இரண்டாமடியில் நான்கு சீர்களும் பெற்ற சிந்து என்னும் சந்தப்பா வகையால் எழுதப்பெறும். மக்களின் வாழ்க்கை, பேச்சுவழக்கு முதலிய நாட்டுப்புறத் தன்மைகளைப் பெற்றதாகும். 17ஆம் நூற்றாண்டில் தோன்றிய செய்தக்காதி நொண்டி நாடகமே முதன் முதலில் தோன்றியதென்பர்.[21] 18ஆம் நூற்றாண்டில் பல நொண்டி நாடகங்கள் இயற்றப் பெற்றுள்ளன.

உலா

உலா வரும்போது தேவதாசியர் பலர் தெய்வத்தைக் கண்டு காதல் கொள்வது பற்றி எடுத்துரைப்பது முற்காலத்தில் நாட்டுப்புறப் பாடல்களாக வழக்கத்தில் இருந்தன எனவும் அவற்றிலிருந்து புலவர்களால் இவ்விலக்கியவகை படைக்கப் பெற்றிருக்கலாம் எனவும் அறிஞர் உரைப்பர்.[22] உலா இலக்கியவகை 8ஆம் நூற்றாண்டு முதல் காணப்படினும் மிகுதியான உலா இலக்கியங்கள் 16, 17, 18 ஆம் நூற்றாண்டிலேயே பெருவழக்குப் பெற்றுள்ளன.[23] உலா இலக்கியங்களில் எழுபருவ மகளிரின் விளையாட்டு வகைகள் பேசப்படும். பொருண்மை இடம் பெறுதல் ஓர் இன்றியமையாக் கூறாக இருத்தலால் ஊசல், அம்மானை, கும்மி, பந்தடிப்பாட்டு,

குரவைப்பாட்டு, வள்ளைப்பாட்டு முதலிய மகளிர் விளையாட்டு வகை இலக்கியச் சாயல்கள் உலா இலக்கியத்தில் இயல்பாய் அமைந்துள்ளன[24] என்கிறார் ந.வீ. செயராமன்.

ஆதலால் உலா இலக்கியங்கள் நாட்டுப்புறச் சார்பில் தோற்றமும் வெளியீட்டு முறைகளையும் கொண்டுள்ளன.

நாட்டுப்புறப் பாடற் சந்தம் பயன்படுத்தப்படல்

நாயக்கர் காலத்தில் தோன்றிய இலக்கியங்கள் பலவும் நாட்டுப்புறப் பாடற் சந்தங்களைப் பயன்படுத்தி எழுதப்பெற்றுள்ளன. இவ்வகையில் சிந்துப் பாடல்கள் சிறப்பாகக் குறிப்பிடத்தக்கன. பலரும் கூடிப் பாடுவதற்குத் தக்க இசையமைதி பொருந்திய இப்பாடல்கள் 'கும்மிப்பாடல்', வழிநடைப்பதம்' என்னும் பாடல்களை ஒத்துள்ளன என்பர்.[25]

இத்தகைய நாட்டுப்புறப் பாடற் சந்தங்களிலிருந்து வளர்ச்சி பெற்ற சிந்துப் பாடல் வகையில் துறையூர் சிவப்பிரகாசர் திருவாலந்துறைச் சிந்து எனும் நூலை 17ஆம் நூற்றாண்டிலும் தொட்டிக்கலை சுப்பிரமணிய முனிவர் திருச்சிற்றம்பல தேசிகர் மீது சிந்து, சாமிநாதப் பிள்ளை சிதம்பரலாயத் திருப்பணிச் சிந்து, அனந்த பாரதி ஐயங்கார் யானை மேலழகர் நொண்டிச்சிந்து ஆகியனவற்றை 18ஆம் நூற்றாண்டிலும் இயற்றியுள்ளனர். நொண்டி நாடகங்கள் சிந்து யாப்பில் பாடப்பெற்றுள்ளமை எண்ணத்தக்கதாகும்.

தெம்மாங்கு என்னும் நாட்டுப்புறப் பாடல் முறையில் தனி நூலாக 'ஆறுமுக மெய்ஞான சிவாச்சாரியாரின் தென்பாங்கு' என்னும் நூல் இக்காலப் பகுதியில் எழுதப்பட்டுள்ளது.

இந்நூற்றாண்டுகளில் இலக்கியம் படைத்த இசுலாமியப் புலவர் பலர் எளிய சொற்களாலான நாட்டுப்புறச் சந்தத்தைப் பயன் படுத்தியுள்ளனர். காசிம் படைப்போரில் இடம்பெறும்,

கூந்தல் அவிழ்க்கலையே
தங்கக் காப்புக் கழட்டலையே
கொண்டு மணமுடித்த மலர்மாலை
செண்பகம் வாடலையே[26]

என்னும் பகுதியில் வரும் ஒப்பாரிப் பாடற் சந்தமும் பேச்சுவழக்காற்று முறையும் குறிப்பிடத்தக்கன. அதுபோலவே அப்துல் காதர் சாஹிப் இயற்றிய 'சைத்துள் கிஸ்ஸா' நூலில்

    கொக்குக் குலத்தில் ராஜாளிபோல்
        குதித்தாள் சைத்தூனும்
    ஆட்டுக் கும்பலில் புலியைப் போல்
        புகுந்தாள் சைத்தானும்
    மலைபோல் வெட்டிக் குவித்தாள் சைத்தூன்
        மண்டை மூளை சிதற
    தயிரின் குடம்போல் மூளைகள் சிதற
        தலைகள் தானுதிர[27]

என்னும் பாடல் இராசாதேசிங்கு கதை என்ற நாட்டுப்புற இலக்கியச் சந்தத்தையும் முறையையும் பின்பற்றியுள்ளமை குறிப்பிடத்தக்கது.

அம்மானை இலக்கியங்கள் நாட்டுப்புறச் சந்தத்தைப் பெரிதும் ஏற்றுள்ளன. வீரமாமுனிவர் தமது 'கித்தேரியம்மாள் அம்மானை' என்னும் நூலில் பேச்சுவழக்குச் சொற்களையும் நாட்டுப்புறச் சந்தத்தையும் சிறப்பாகப் பயன்படுத்தியுள்ளார்.

பழமொழி, விடுகதை முதலியன கையாளப் பெறுதல்

பழமொழிகளும் விடுகதைகளும் நாட்டுப்புற மக்களின் நுண்ணறிவின் வெளிப்பாடாக அமைவன. தொல்காப்பியர் காலத்திற்கு முன்னிருந்தே செவ்வியல் கலைஞர்களின் கருத்தினை இவை கவர்ந்துள்ளன; இலக்கியங்களில் கலந்துள்ளன.

நாயக்கர் காலப்பகுதியில் தோன்றிய இலக்கியங்கள் பலவும் விடுகதை, பழமொழிகளைப் பயன்படுத்தியுள்ளன. விடுகதைகள் பெரும்பாலும் நேரடியாக இடம்பெறுதல் குறைவெனலாம். அம்மானை, குறவஞ்சி முதலியனவற்றில் விடுகதைப் பாங்கு உள்ளது.

வாய்மொழியாகப் பரப்பப்படுதல், மரபுவழிப்படுதல், ஆசிரியர் பெயர் அறியப்படாதிருத்தல், ஒருவித வாய்ப்பாட்டினுள் அடங்கியிருத்தல், சுருங்கக்கூறி விளங்க வைத்தல் ஆகிய வாய்மொழி இலக்கியத்தின் பண்புகளைப் பழமொழி பெற்றுள்ளது.

நாயக்கர் காலப் பகுதியில் தோன்றிய தண்டலையார் சதகம் நூறு பழமொழிகளை நூறு செய்யுட்களில் அமைத்து இயற்றப்பெற்றுள்ளது. 16 ஆம் நூற்றாண்டில் தோன்றிய பழனிக்கோவை பாடல் தோறும் ஒரு பழமொழியைக் கொண்டுள்ளது.

கூளப்ப நாயக்கன் விறலிவிடு தூது, சேதுபதி விறலிவிடு தூது, செண்டலங்காரர் விறலி விடு தூது, சிதம்பரேசுரர் விறலிவிடு தூது, நண்ணாவூர் சங்கமேசுவரசாமி தேவநாயகி அம்மன் பேரில் விறலிவிடு தூது என்னும் ஆறு நூல்களில் மட்டும் 185 பழமொழிகள் கையாளப் பெற்றுள்ளன.[28] கொல்லன் தெருவில் ஊசி மாறுதல், பனங்காட்டு நரி சலசலப்புக்கஞ்சுமோ, குண்டுச்சட்டியில் குதிரை யோட்டுதல், புலி பசித்தாலும் புல்லைத் தின்னுமோ, தீட்டிய மரத்தில் கூர்பார்த்தல், தேங்காய் நாய்க்குத் தக்குமோ போன்ற பல பழமொழிகள் வையாபுரிப் பள்ளில் இடம் பெற்றுள்ளன.[29] ஈமித்து முடமாமோ, கெண்டைக்காய்க் குளத்தை வெட்டவல்லான், தாமுண்ணுஞ் சோற்றில் நஞ்சுகலப்பவர் ஒருத்தருமில்லை போன்று ஏறத்தாழ 75 பழமொழிகள் திருமலை முருகன் பள்ளு நூலில் இடம்பெற்றுள்ளன.[30] வீரமாமுனிவர் எழுதிய வேதியர் ஒழுக்கம் என்ற நூலில் தமிழ்ப் பழமொழிகள் சிறப்பான முறையில் கையாளப் பெற்றுள்ளன.

இசுலாமியப் புலவர்கள் படைத்தளித்த படைப்போர் வகை இலக்கியங்களுள் மிகுதியாகப் பழமொழிகள் கையாளப்பெற்றுள்ளன. அவற்றுள்ளும் காசிம் படைப்போர் நூலுள் மற்றவற்றினும் மிகுதியாகப் பழமொழிகள் கையாளப்பட்டுள்ளன என்பர்.[31]

நாட்டுப்புற நம்பிக்கைகள்

நாட்டுப்புற மக்களிடையே நிலவும் நம்பிக்கைகள் பலவும் நாயக்கர் கால இலக்கியங்களில் இடம்பெற்றுள்ளன.

1. மருந்து வைத்தல்

ஒருவரை மயக்கவும், பிறிதொருவரை வெறுக்கச் செய்யவும் மருந்து வைப்பது என்ற முறையில் கிராம மக்களுக்கு நம்பிக்கையுண்டு. இந்நம்பிக்கை குறவஞ்சி, பள்ளு, தூது, நொண்டி நாடகம் முதலிய இலக்கியங்களில் விரிவான முறையில் இடம்பெற்றுள்ளது.

சக்களத்தி புலைமருந்தின் வெறியோ[32]

என்று மூத்த பள்ளி புலம்புவதை முக்கூடற்பள்ளில் காணமுடிகிறது.

நூவனுடன் பறவைகளைப் பிடிக்க முயலும் சிங்கன், அவன் பேசாதிருந்தால்,

... உனக்கினிப்
பேறான சூளை மருந்தாகிலும் பிறர்
பேசாமல் வாடைப் பொடியா கிலுமரைக்
கூறா கிலும் ஒரு கொக்கா கிலும் நரிக்
கொம்பா கிலும் தாரேன்[33] (99:3)

என வேசையர்களை மயக்கும் மருந்தையாவது அடுத்தவர் பேசாதிருக்கும்படியான வாடைப் பொடியாகிலும் தருவதாய்க் கூறுவது குற்றாலக் குறவஞ்சியில் இடம்பெற்றுள்ளது...

மூவரையன் விறலிவிடு தூது,[34] சேதுபதி விறலிவிடு தூது[35] கூளப்ப நாயக்கன் விறலி விடு தூது[36] ஆகியவற்றில் பிறரை மயக்கி வைக்கும் மருந்துகளின் செய்முறைகளும் மருந்துகளின் பெயர்களும் மிக விரிவாகத் தரப்பெற்றுள்ளன.

2. தெய்வம் தொடர்பான நம்பிக்கைகள்

தெய்வம் தொடர்பான பல நம்பிக்கைகள் பள்ளு முதலிய நூல்களில் இடம்பெற்றுள்ளன.

திங்கள் மும் மாரியுல கெங்கும் பெய்யவே
தெய்வத்தைப் போற்றி வந்தாற் கைதருங்காண்[37]

என்று கூறிப் பூலாவுடையாருக்குத் தேங்காய், கரும்பு வைத்துப் பொங்கலிடுவதும் குமுகாவுடையாருக்குக் குங்குமமும் சந்தனமும் சாத்துவதும் கரையடிச் சாத்தனுக்கு ஏழு செங்கிடாய்கள் வெட்டுவதும் வடக்குவாய்ச் செல்லிக்குச் சாராயமும் கள்ளும் படைக்கப் பெறுவதும் முக்கூடற் பள்ளில்[38] சுட்டப் பெற்றுள்ளன.

பிறவகை நம்பிக்கைகள்

நல்லோரையில் ஏர்பூட்டி உழத் தொடங்குதல் வேண்டும் என்னும் நம்பிக்கையை முக்கூடற்பள்ளு சுட்டுகிறது. தாசிப் பெண்ணின் தாய்க்கிழவி, வந்தவனிடம் அன்று தாசி கோயிலுக்குச் செல்லும்போது நற்குறி கேட்டாளென்றும், பூ, திருநீறு வாங்கும்போது

தூண்டாவிளக்கு சோதியாய் எரிந்ததென்றும் அம்மன் கோயிலில் பூ, மஞ்சள் பொட்டலம் கண்டெடுத்தாள் என்றும் வேதவாசிரியரிடம் ஏட்டுக்குறி கேட்டாள் எனவும் நாட்டுப்புற நம்பிக்கைகளைச் சங்கரமூர்த்தி விறலிவிடு தூது சுட்டுகிறது.[39] குறிப்பிட்ட செயலுக்குரிய நாட்கள், புதுவீடு கட்டுதல், புதுமனை குடிபுகல் முதலிய திங்கள்கள், விருந்துண்ண ஏற்ற நாட்கள், பயணம் செல்லுதற்குரிய நாட்கள், கால்நடைகளை வாங்குவதற்குரிய நாட்கள் முதலிய நம்பிக்கைகள் குறித்து குமரேச சதகம், அறப்பளீச்சுர சதகம் போன்ற சதக நூல்கள் விரிவான தகவல்களைத் தருகின்றன. மேலும் கருடனைக் காணல் நல்லது, மான், குரங்கு, கீரி, ஆந்தை, காடை போன்றவை வலமிருந்து இடமாகச் சென்றிடின் நல்லது எனவும் பல்லி, எலி முதலியன மேல் விழுதல் தீமை எனவும் தும்மல், அவச்சொல் போன்றவை நல்லதல்ல எனவும் பல்வகை நிமித்தங்களையும் பலன்களையும் அவை சுட்டுகின்றன.[40] மேலும் பலவகையான நற்சகுனங்களைத் திருமலை முருகன் பள்ளு உரைக்கிறது.[41] கனவு குறித்த நம்பிக்கை, இடது தோள் துடிப்பதால் நன்மை விளையும் என்ற நம்பிக்கை, காகம் கரைதல், தும்மல், குறத்தி சொல்லும் குறி, பல்லி நிமித்தம் முதலியனவற்றைக் கூளப்ப நாயக்கன் விறலிவிடு தூது உரைக்கிறது.[42]

நாட்டுப்புற விளையாட்டுகள் - ஆடல்கள்

நாட்டுப்புற விளையாடல்களை அடிப்படையாகக் கொண்ட இலக்கியங்கள் நாயக்கர் காலத்தில் தோன்றியுள்ளன. 17 ஆம் நூற்றாண்டில் பிள்ளைப் பெருமாளய்யங்காரின் சீரங்கநாயகியார் ஊசல், சர்க்கரை அருணாசலம் புலவரின் பொன்பற்றிச் செல்வி அம்மை ஊசல், 18 ஆம் நூற்றாண்டில் சர்க்கரைப் புலவரின் வண்டுவனப் பெருமாள் ஊசல் முதலியன தோன்றியுள்ளன.

அம்மானை என்னும் விளையாட்டை அடிப்படையாகக் கொண்ட இலக்கியம் முன்பே தோற்றம் பெற்றிருப்பினும் மிகுதியான நூல்கள் இக்காலப் பகுதியிலேயே தோன்றியுள்ளன. இக்காலப் பகுதியில் தோன்றிய ஆறு நூல்களை ந.வீ. செயராமன் குறிப்பிட்டுள்ளார்.[43] கும்மி என்னும் நாட்டுப்புற ஆடலை அடிப்படையாகக் கொண்ட கும்மி இலக்கியங்கள் பெரும்பாலும் 19ஆம் நூற்றாண்டில் தோன்றியிருப்பினும் அதற்கு முந்தைய

நூற்றாண்டில் தோன்றிய திருமலை முருகன் பள்ளில் பள்ளியர் கும்மியடித்தல் இடம்பெற்றுள்ளமை (28—39) குறிப்பிடத்தக்கது.[44]

பேச்சுவழக்குச் சொற்கள் - ஏச்சுச் சொற்கள்

இக்காலத்து இலக்கியங்களில்,

1. சாதாரண மக்கள், கதை மாந்தர்களாவதற்கு ஏற்றவண்ணம் பேச்சுமொழி கையாளப்பெறுதல்.

2. கதைமாந்தர்களின் உரையாடல்களாகவன்றியும் பேச்சு மொழி இடம்பெறல்.

என்னும் இரு நிலைகளில் பேச்சு வழக்காற்று சொற்கள் இடம் பெற்றுள்ளன.

துக்குணி, ஆச்சு, கலுங்கு, சொக்காரி, குச்சு, வைச்சு, தைச்சு, சும்மா, மூதலிக்கிறாய், கொப்புளித்தல், சக்களத்தி, படாது, வீவி, சட்டை பண்ணாதே போன்ற ஏராளமான பேச்சுவழக்குச் சொற்களை முக்கூடற் பள்ளில் காண முடிகிறது.

வேணுமோ, குண்டணி, கேளு, போக்கல்லோ, ஆச்சடி, ஓமடி முதலிய பல சொற்கள் திருமலை முருகன் பள்ளில் இடம் பெற்றுள்ளன.

இடுக்குவாயாயோ, மேயுது, போச்சு, பிக்கு, கொக்குப்படுக்க, வருகுது, சிக்குது, அதுக்குக் கிடந்து, முதலியன குற்றாலக்குறவஞ் சியில் இடம்பெற்றுள்ளவற்றில் சிலவாகும்.

இத்தகைய சொற்கள் விறலிவிடு தூது, காதல், நொண்டி நாடகம் முதலிய இலக்கியங்களிலும் மிகுதியாய் ஆளப்பட்டுள்ளன.

18 ஆம் நூற்றாண்டில் தோன்றிய இசுலாமிய படைப்போர்' இலக்கியங்கள் பெரிதும் எளிய, பேச்சுத் தமிழ்ச் சொற்களைக் கையாண்டுள்ளன.

சும்மா விருங்கள் தோன்றலலியார் தலையை
இம்மா நிலத்துள்ளோர் எவரேனும் வெட்டுவரோ
அம்மாடி சும்மா அறைந்தார்கள் மெய்யதனைத்
தெம்மாடிப் புந்தி சிறந்த இந்த இராஜாக்கள்
நிறையாய் அறிந்திலரோ நீதமுள்ள இராஜாக்கள்[45]

18ஆம் நூற்றாண்டில் அலியார் புலவர் எழுதிய வடோச்சிப் படைப்போரில் இடம்பெற்றுள்ள இப்பகுதி, இக்காலகட்டத்தின் நாட்டுப்புறச் செல்வாக்கிற்குத் தக்க எடுத்துக்காட்டாய் அமைகிறது.

நாட்டுப்புற வழக்கில் காணப்பெறும் ஏச்சுச் சொற்களும் இக்கால இலக்கியங்களில் பயின்று வருகின்றன. வைப்புக் கூத்தி, பண்ணைக் கடாப்போற் பருத்தவளே, கந்தலே, குண்டணி, கன்னக்காரி, ஓட்டை வாயுடையாள், கொள்ளித் தேள், கேடி, சண்டி, கூதறை முதலிய சொற்களைத் திருமலை முருகன் பள்ளில் காணமுடிகிறது.[46]

விறலிவிடு தூது நூல்களில், பணத்தைப் பறித்துக்கொண்டு அவதானியைத் தாய்க்கிழவி விரட்டுமிடத்தில் பல்வகையான ஏச்சுச் சொற்கள் இடம் பெறுகின்றன. கூளப்ப நாயக்கன் விறலிவிடு தூதில் வரும் மதிகேடன், குட்டுண்ணி, கிழப்பிணம், களவாணிப்பயல் போன்ற சொற்கள் இதற்குத் தக்க எடுத்துக்காட்டுகளாகும். [47]

இவை போலவே வழக்குத் தொடர் மொழிகள் (Idioms) இக்கால இலக்கியங்களில் மிகுதியாக இடம்பெற்றுள்ளமை குறிப்பிடத்தக்கதாகும்.

கூறியது கூறல்

சொற்களையும் தொடர்களையும் திரும்பத் திரும்ப வழங்குதல் நாட்டுப்புற இலக்கிய மரபாகும். நாயக்கர் காலத்தில் தோன்றிய குறவஞ்சி இலக்கியங்களில் அம்மே, ஐயே, சிங்கா, சிங்கி போன்ற சொற்களும் பள்ளு இலக்கியத்துள் பள்ளரே, பள்ளியரே, பள்ளி, ஆண்டே, குயிலே போன்ற சொற்களும் திரும்பத் திரும்பப் பயின்று வந்துள்ளன.

நாட்டுப்புற மக்கள் கதை மாந்தர்களாதல்

நாட்டுப்புறங்களில் வாழும் சாதாரண மக்கள் இலக்கியங்களில் கதை மாந்தர்களாவதை இக்காலப் பகுதியில் தோன்றிய நூல்களில் காண்கிறோம். குறிப்பாக இவ்வகையில் பள்ளு, குறவஞ்சி நூல்கள் முதன்மை பெறுகின்றன.

பள்ளன், பள்ளியர், பண்ணை விசாரிப்பான் மற்றும் சேரிப் பகுதிவாழ் உழவர்கள் பள்ளு நூல்களிலும் குறவன்,

குறத்தி, குறவனின் நண்பன் ஆகியோர் குறவஞ்சி நூல்களிலும் இன்றியமையாக் கதை மாந்தர்களாகியுள்ளனர்.

இவை தவிர, கலம்பகங்களில் இடம்பெறும் 18 உறுப்புகளும் ஊர், மடக்கு என்னும் இரண்டு உறுப்புகளுக்குப் பதிலாகக் குறம் என்னும் உறுப்பினைச் சிதம்பரப் பாட்டியலும் இலக்கண விளக்கல் பாட்டியலும் தருகின்றன. இவை முறையே 15, 17 ஆம் நூற்றாண்டுகளில் தோன்றியவை என்பது குறிப்பிடத்தக்கது.[48] மேலும் இக்காலப் பகுதியில் தோன்றிய கலம்பகங்களில் வலைச்சியார், கொற்றியார் ஆகிய உறுப்புகள் புதிதாகச் சேர்க்கப்பெற்றுள்ளன.[49]

இவர்கள் நாட்டுப்புற மக்களாவர். இத்தகைய உறுப்புகள் முற்காலக் கலம்பக நூல்களில் இல்லாமல், இக்காலப்பகுதியில் புதிதாகத் தோற்றம் பெற்றிருப்பது நாட்டுப்புறச் செல்வாக்கினைக் காட்டுவதெனலாம்.

வீரமாமுனிவர் திருக்காவலூர்க் கலம்பகத்திலும் இடைச்சி, வலைச்சி ஆகியோர் இடம்பெற்றுள்ளமை குறிப்பிடத்தக்கதாகும்.

மேலும் வண்ணாத்தியார், வலைச்சியார், அகம்படிச்சியார், குறத்தியார் ஆகியோரை சிலேடையாகச் சிற்றின்ப நோக்கில் சுப்பிரதீபக் கவிராயர் இக்காலப்பகுதியில் பாடியுள்ளமை கருதத்தக்கதாகும்.[50]

ஆதலால் இக்காலப் பகுதியில் நாட்டுப்புற மக்கள் இலக்கிய நூல்களிலும், கலம்பகங்களிலும் தனிப்பாடல்களிலும், மாந்தர்களாக அமைந்துள்ளனர் என அறியவியலுகிறது.

நாட்டுப்புற வாழ்க்கை

நாட்டுப்புற வாழ்க்கை உள்ளடக்கமாக அமையும் நூல்களுள் பள்ளு, குறவஞ்சி முதலிய இரண்டும் சிறப்பிடம் பெறுகின்றன.

பள்ளு நூல்கள் வேளாண் தொழில் சார்ந்த மக்களுடைய வாழ்க்கையை அடிப்படையாகக் கொண்டனவாகும். இவற்றுள் பள்ளர் — பள்ளியர் குடும்ப வாழ்க்கை, பண்ணைகளுக்கும் அவர்களுக்குமான உறவுநிலை, வேளாண் முறைகள், விதை வர்க்கம், மாட்டுவகை, மேழி முதலான கருவி வகை, உழவு, நடவு செய்தல், பயிர் விளைத்தல், அறுவடை செய்தல், நெல்லளத்தல் முதலியவை இடம்பெறுகின்றன.

குறவஞ்சி இலக்கியத்துள் மலைவாழ் மக்களாகிய குறவர்களின் வாழ்க்கை உரைக்கப்பெறுகின்றது. குறத்தி குறி சொல்லுதல், குறவர்கள் வாழும் மலைகள், குறவர்களின் உணவு வகைகள், பல்வேறு இடங்களுக்கும் அவர்கள் செல்லுதல், குறி சொல்லிப் பரிசு பெறுதல், வேட்டைக்குக் குறவன் செல்லுதல், பறவைகளைக் கண்ணி வைத்துப் பிடித்தல், குறவன் குறத்தியரின் அக வாழ்க்கை முதலியன இடம்பெற்றுள்ளன.

ஆகவே, இக்கால கலைகளின் உருவம் மற்றும் உள்ளடக்க நிலைகளில் நாட்டு மாந்தரும், வாழ்வியலும், பிற கூறுகளும் கலந்துள்ளன.

நாட்டுப்புறக்கூறு - காரணிகள்

நாயக்கர்கால கலைகளில் நாட்டுப்புறப் பண்பு மிக்கிருப்பதற்குப் பல்வேறு காரணிகளைக் காணவியலுகிறது. திருவாரூரிலுள்ள நாயக்கர் கால ஓவியங்கள் குறித்து ஆராய்ந்த நந்திதாகிருட்டிணா,

"விசயநகரக் கலைஞர் கையாண்ட 'பரோக்கு' பாணி நாயக்கர் காலத்திலும் தொடர்ந்தது"[51] என்று குறிப்பிடுகிறார்.

Baroque என்ற சொல்லுக்கு 17ஆவது 18ஆவது நூற்றாண்டுகளின் கலைப்பாணி, சுவைக் கோளாறுடைய, கோணங்கித்தனமான, மனம் போன போக்கான என்னும் பொருள்களைச் சென்னைப் பல்கலைக்கழகச் சொற்களஞ்சியம் தருகிறது.[52] முறைப்பட்ட இலக்கண வரம்பிகந்த, கலைத்தரத்தில் குறைந்த, கழிமிகுபுனைவும், பகட்டும் மிக்க என்ற பொருள்களை ஆங்கில அகராதி தருகிறது.[53] நாயக்கர் கால கட்டடங்கள் சிற்பங்கள் முதலியவற்றை ஆராய்ந்த ஜோசப் தாமஸ் "அவை முறையான இலக்கண வரம்பிற்குட்பட்டுப் படைக்கப் பெறவில்லை" எனக் கூறுவது குறிப்பிடத்தக்கது. [54]

இத்தகைய பண்புகளுக்கு நாட்டுப்புறச் செல்வாக்குப் பெரிதும் காரணமாக அமைந்துள்ளது எனக் கருதலாம்.

தமிழகத்தில் மட்டுமன்றி, இக்காலகட்டத்தில் இந்தியக் கலைகள் பலவற்றிலும் நாட்டுப்புறப் பண்பின் செல்வாக்கினைக் காணமுடிகிறது. 15ஆம் நூற்றாண்டு வரையிலான இராசசுதான் ஓவியங்களிலும், 17—18ஆம் நூற்றாண்டுகளில் வரையப்பெற்ற பகாரி ஓவியங்களிலும் நாட்டுப்புறப் பண்புகளின் செல்வாக்கு

மிக்கிருப்பதை முல்க்ராசு ஆனந்து சுட்டிக் காட்டுகின்றார்.[55] இக்காலப் பகுதியின் ஓவியங்களில் நாட்டுப்புறப் பண்பு மிக்கிருப்பதையும் இலக்கியங்களில் வட்டார மொழிகளின் செல்வாக்கு மேலோங்கியிருப்பதையும் சிவராம மூர்த்தி விரிவாக விளக்கியுள்ளார்.[56]

செங்கம் வேணுகோபால பார்த்தசாரதி கோயிலில் உள்ள இராமாயண ஓவியத் தொடரில் வால்மீகி மற்றும் கம்பர் இயற்றிய நூல்களில் இல்லாத காட்சிகள் இடம்பெற்றுள்ளன. நாட்டுப்புறக் கதைகள் கலந்து உருவான தெலுங்கு அரங்கநாத இராமாயணத்தை ஏற்று இவை வரையப் பெற்றுள்ளன. நாயக்கர்கால ஓவியங்களுக்கு எழுதப்பட்டுள்ள காட்சி விளக்கக் குறிப்புகளில் கையாளப்பட்டுள்ள மொழி கொச்சை வழக்குகளும், வட்டார வழக்குகளும், இலக்கணப் பிழை மலிந்தும் காணப்படுகின்றன.

அழகர்கோயில் இராமாயண ஓவியங்களில் நாட்டுப்புறப் பழக்க வழக்கங்கள் இடம்பெற்றுள்ளன. பிள்ளைப் பருவத்தில் இராமர் 'ஸ்ரீராமஜெயம்' என எழுதப்பட்ட அரிச்சுவடியைப் படிப்பதாகவும் காட்டப்பட்டுள்ளது. இவையனைத்தும் இவ்வோவியர்கள் நாட்டுப்புறம் சார்ந்தவர்களாகவும், உயர்கல்வி பெறாதவர்களாகவும் இருந்திருத்தல் கூடுமெனக் கருத இடம் தருகின்றன.

விசயநகர மன்னர்களும் நாயக்க மன்னர்களும் நாட்டுப்புறக் கலைகளை ஆதரித்து வளர்த்துள்ளனர். விசயநகரப் பேரரசில் மக்களுடைய விளையாட்டுகளும் பொழுதுபோக்குச் செயல்களும் மிக உற்சாகத்துடன் நடந்துள்ளன. அரசாங்கமும், பொதுமக்களும் அவற்றிற்கு ஆதரவளித்தனர். மற்போர், குத்துச்சண்டை, சேவல் போட்டி, பொம்மலாட்டம் முதலியன அக்காலத்தில் நடை பெற்றுள்ளன. விசயநகர அரண்மனையில் ஆயிரம் மல்லர்களுக்கு மேலிருந்தனர்.[57]

விசயநகர வேந்தர்களைப் போலவே நாயக்க மன்னர்களும் நாட்டுப்புறக் கலைகளில் மிகுந்த ஈடுபாடு கொண்டிருந்தனர். திருமலை நாயக்கர் சதுரங்கம் ஆடுவோர், அபிநயம் செய்வோர், நடிப்போர், சாலவித்தை செய்வோர், பாம்பாட்டிகள், மற்போர் வீரர்கள் இவர்கள் கூப்பிட்டபோது உடனே வருவதற்கு அரண்மனைக்குப் பக்கத்தில் இருக்குமாறு இடம் கொடுத்து வைத்திருந்து, அவர்களும் விரும்பியவர்களை அவ்வப்போது வரவழைத்து வித்தைகளைச் செய்யச் சொல்லி அந்தப்புர

மாதர்களுடன் கண்டுகளிப்பார் என்பர்.[58] திருமலை நாயக்கர் அரண்மனையில் சேவற் போர் முதலியன காணுதற்குத் தனியிடம் இருந்ததாகத் தெரிகிறது.[59]

திருமலை நாயக்கரை மகிழ்ச்சிப் படுத்துவதற்காகப் புலி வேடம் போட்டு ஆடிய ஒருவரின் வீரசாகசச் செயல்களைப் பாராட்டி, அவரைக் குதிரைமீது அமர்த்தி ஊர்வலமாக அரசனும் அரசியும் வரச் செய்தனர். அத்துடன் அவருக்கு நிலமானியம் வழங்கி அதனை 'வாடி புலி மானியம்' என அழைத்தனர் எனத் தெரிகிறது.[60]

தஞ்சை நாயக்க மன்னர்கள் யட்சகானம் என்னும் கலைக்கு மிகுந்த ஆதரவளித்துள்ளனர். இவையனைத்தும் நாட்டுப்புறக் கலைகளில் நாயக்க மன்னர்கள் கொண்டிருந்த பேரீடுபாட்டைக் காட்டுகின்றன.

நாயக்க மன்னர்கள் இவ்வாறு நாட்டுப்புறக் கலைகளை ஆதரித்தமைக்கு அவர்களது பாரம்பரியம் ஒரு காரணம் என்று அர.பூங்குன்றன் அவர்கள் கருதுகிறார். சோழ பாண்டிய மன்னர்களைப்போல பழம்பெருமை மிக்க அரச குடியில் தோன்றாமல், விசயநகர மன்னர்களும் நாயக்க மன்னர்களும் வேறு பிரிவிலிருந்து பிறந்து வளர்ந்திருக்கலாம் என்று கருதுகிறார்.[61]

நாயக்கர்கால இலக்கியங்கள் பலவும் பாளையக்காரர்களாகிய வட்டாரத் தலைவர்களையும், உள்ளூர்த் தலைவர்களையும், வள்ளல்களையும் பற்றியன. இவற்றிற்கு அன்றைய வாசகர்கள் உள்ளூர்த் தலைவர்களும் பொது மக்களுமாகவே இருந்திருத்தல் வேண்டும். இத்தன்மையால் வட்டாரச் சார்பும், மொழி நடையும், மக்கள் வழக்காறுகளும் இடம்பெற்றிருத்தல் கூடும் எனலாம்.

குறவஞ்சி, பள்ளு, நொண்டி நாடகம் போன்றவை கூத்து வகைப்பட்ட பொதுவியல் நாடகங்களாக மக்களிடையே நிகழ்த்தப் பெற்றவை. ஆதலால் அவற்றில் அம் மக்களின் வாழ்நிலைப் பிரதிபலிப்பாக நாட்டுப்புறக் கூறுகள் மிக்கு விளங்குகின்றன எனலாம்.

நாட்டுப்புறக் கூறுகளைச் செவ்வியற் புலவர்கள் தம் படைப்புகளில் கையாளுவது பண்டைக்காலம் முதல் நிலவி வருவதெனினும் இக்காலப் போக்கின் சிறப்புத் தன்மை காரணமாகப் பல்வேறு வகைப்பட்ட இலக்கியங்களைப் படைத்த புலவர்களும் தத்தம் படைப்புகளில் மிகுதியாகப் பயன்படுத்தியுள்ளனர் எனலாம்.

குறிப்புகள்

1. சோமலெ, தமிழ்நாட்டு மக்களின் மரபும் பண்பாடும், ப.191
2. Y. Nirmala Kumari, Social Life as Reflected in Sculptures And Paintings of Later Vijayanagara Period (A.D. 1500 - 1650), p. 67.
3. சோமலெ, மு.நூல், ப. 204.
4. விட்ணுதருமோதரம், (மேற்கோள்), பி. கோதண்டராமன், இந்தியக் கலைகள், ப. 43.
5. ஜெயா அப்பாசாமி (மேற்கோள்), இந்திரன், தற்காலக் கலை — அகமும் புறமும். பக். 45—46.
6. C. Sivarama Murthy, South Indiari Paintings, p.130.
7. Edith Tomory, Introduction to the History of Fine Arts in India and the West, p. 248.
8. இரா. நாகசாமி, ஓவியப்பாவை, ப. 155.
9. து. சேது பாண்டியன் & எஸ். ஜெயப்பிரகாஷ், தெலுங்கு இலக்கியம் — ஓர் அறிமுகம், ப. 28.
10. Op.Cit. p. 26.
11. மு.நூல், ப. 147.
12. தி. நா. சுப்பிரமணியன், (மேற்கோள்), பெ.கு. சாந்தகுமார், சிற்றிலக்கியங்களில் நாட்டுப்புறக் கூறுகள், ச. அகத்தியலிங்கம் முதலியோர் (பதி.) ஆய்வுக்கோவை — தொகுதி — 3, ப. 293.
13. அ.நா.பெருமாள், நாட்டுப்புறவியல் சிந்தனைகள், பக். 72—73.
14. நா. வானமாமலை (தொ.ஆ.) தமிழர் நாட்டுப்பாடல்கள், ப. 455.
15. மேலது,ப. 368.
16. மு.அருணாசலம் & இரா.இளங்குமரன், குறிஞ்சி, (முன்னுரை) பக். 6,9.
17. மு. சாயபு மரைக்காயர், இஸ்லாமிய சிற்றிலக்கியங்கள், தமிழ் இலக்கியக் கொள்கை — 8, ச. வே. சுப்பிரமணியன் & கே. பகவதி (பதி.), ப. 303.

18. மு. வரதராசன், இலக்கிய வரலாறு, ப. 237.
19. மு. சண்முகம் பிள்ளை, சிற்றிலக்கிய வகைகள், ப. 152.
20. மேலது, பக். 149—150.
21. முஸ்தபா, தமிழில் இசுலாமிய இலக்கிய வடிவங்கள், ப. 170.
22. மு. வரதராசன், மு. நூல், ப.143.
23. ந.வீ.செயராமன், சிற்றிலக்கிய அகராதி, பக். 62—66.
24. ந.வீ.செயராமன், சிற்றிலக்கிய அகராதி, பக். 150.
25. மு. சண்முகம் பிள்ளை, மு.நூல், ப. 225.
26. காசிம் படைப்போர் (மேற்கோள்), முஸ்தபா, மு.நூல், ப. 167
27. சைத்துள் கிஸ்ஸா (மேற்கோள்), மேலது, ப. 76.
28. தா. ஈசுவரப்பிள்ளை, தூது இலக்கியத்துள் நாட்டுப்புற இலக்கியப் பண்புகள், நாட்டுப்புறவியல் ஆய்வுக்கோவை, தொகுதி — 1, ச. அகத்தியலிங்கம் & ஆறு. இராமநாதன் (பதி.), ப. 379.
29. வையாபுரிப் பள்ளு, கண். 217—20.
30. திருமலை முருகன் பள்ளு, கண். 112, 113, 129.
31. முஸ்த பா, மு.நூல், ப. 167.
32. முக்கூடற்பள்ளு, பா.எ. 117.
33. குற்றாலக்குறவஞ்சி, பா. எ. 99:3.
34. மூவரையன் விறலிவிடு தூது, கண். 264—70.
35. சேதுபதி விறலிவிடு தூது, கண். 691—733.
36. கூளப்ப நாயக்கன் விறலிவிடு தூது, கண். 603—42.
37. முக்கூடற்பள்ளு, பா. எ. 32.
38. மேலது, பா.எ. 113.
39. சங்கரமூர்த்தி விறலிவிடு தூது, கண். 330—45.
40. ச. சிவகாமி, தமிழ்ச் சதக இலக்கியம், பக். 103, 105—106.

41. திருமலை முருகன் பள்ளு, பா. எ. 136.
42. கூளப்ப நாயக்கன் விறலிவிடு தூது. 500—3.
43. ந.வீ.செயராமன், சிற்றிலக்கிய அகராதி, பக். 67—70.
44. திருமலை முருகன் பள்ளு, பா.எ. 28—39.
45. வடோச்சிப் படைப்போர் (மேற்கோள்), முஸ்தபா, மு.நூல், ப. 133.
46. திருமலை முருகன் பள்ளு, கண். 160—78.
47. கூளப்ப நாயக்கன் விறலிவிடு தூது, கண். 791—802.
48. மு. சண்முகம் பிள்ளை, மு.நூல். ப. 101.
49. தெருவில் மீன் விலை கூறும் வலைச்சியைக் கண்டு ஒருவன் அவளை முன்னிலைப்படுத்தித் தனது காதல் புலப்படும் மொழிகளைப் பேசுவதாக செய்யுள் அமைப்பது 'வலைச்சியார்' என்னும் உறுப்பாகும்.

தெருவிலே பால், தயிர்விற்று வரும் ஆயர் குலத்து மகளை நோக்கி ஒருவன் காதல் வயப்பட்டு மொழிவதாகப் பாடுவது 'இடைச்சியார்' என்னும் உறுப்பாகும்.

தெருவில் கீரை விற்று வரும் ஒருத்தியை நோக்கி ஒருவன் காதல்கொண்டு உரைப்பதாகப் பாடுவது 'கீரையார்' என்னும் உறுப்பாகும்.

கொற்றியாராவார் — தலையை மொட்டையடித்து திருமணகாப்பு முதலிய வைணவச் சின்னங்களைத் தரித்து சூலம் முதலியன கையில் தாங்கி துர்கா தேவியை உபாசித்துக்கொண்டு ஊர்தோறும் ஐயமெடுத்துண்ணும் ஒருவகைச் சாதியார். இங்ஙனம் வரும் மகளிரை நோக்கி வேட்கையுற்ற ஒருவன் தன் வேட்கையைப் புலப்படுத்திக் கூறும் உறுப்பு 'கொற்றியார்' என்பதாகும்.

பிச்சியாராவார் — சிவசின்னம் பூண்டு, தெருவில் பிச்சைக்கு வருகின்ற மகளிர். இவ்வாறு வரும் பெண்ணொருத்தியைக் கண்டு ஒருவன் தன் காதலை வெளிப்படுத்துவதாக அமையும் உறுப்பு 'பிச்சியார்' என்பதாகும்.

இந்திரன்

மதங்கியாராவார் — இசைக்கும் கூத்துக்குமுரிய ஒரு சாதியாராவர். தம் இரண்டு கைகளிலும் வாளாயுதத்தை ஏந்தி சுழற்றிக்கொண்டே தாமும் ஆடும் மகளிர். இவ்வாறு ஆடுகின்ற ஒருத்தியிடம் ஒருவன் தன் காதலை வெளிப்படுத்துவதாக அமையும் உறுப்பு 'மதங்கியார்' அல்லது 'மதங்கு' எனப்படும் உறுப்பாகும். — மு.சண்முகம்பிள்ளை, மு.நூல், பக். 107—109.

50. மு.அருணாசலம் (பதி.) கூளப்ப நாயக்கன் காதல் (பின்னிணைப்பு — தனிப்பாடல்கள்) பக். 77—79.

51. Nanditha Krishna, Nayaka Paintings. The India Magazine, (April, 1989), p.46.

52. English - Tamil Dictionary, A Chidambaranatha Chettiar (ed.)

53. Colins National Dictionary, J.B. Foreman, (ed.).

54. ஜோசப் தாமஸ் — நேர்காணலின்போது தெரிவித்த கருத்து.

55. Mulk Raj Anand, Chitralakshana, pp. 69, 80, 82.

56. பஹாரி கிளையின் நயமிக்க ஓவியம் காங்ரா, குலேர், சம்பா, நூர்பூர், கர்வால், ஜம்மு பாணிகளிலும் ஒரு வலுமிக்க நாடோடிக்கூறு குலூ. பஷோலி பாணிகளிலும் காணக்கிடைக்கின்றது. வட்டார மொழிகளின் ஒரு பெரிய மறுமலர்ச்சிக் காலம் இது.

அக்காலத்தில் மிகக் கடினமாகிவிட்டதும் எளிதில் கிடைக்காததுமான சமஸ்கிருத கவிகளைப் பார்க்கிலும், கபீர், வித்யாபதி, உமாபதி, சண்டிதாசர், துளசிதாசர், கேசவதாசர் இன்னும் பிந்திய எழுத்தாளர்களான பீகாரிலால் ஜஸ்வந்த் சிங் ஆகியோரின் செல்வாக்கு மிகவும் அதிகமாக இருந்தது. இவ்வாறாக, துளசிதாசரின் இராமாயணமும் கேசவதாசரின் இரசிகப் பிரியையும் அதிகக் கவர்ச்சியூட்டின. சிறிது முந்திய காலப்பகுதியின் முதல் தர சமஸ்கிருத இலக்கியத்தோடு முதல் தர சமஸ்கிருத கலையும் இணைந்து சென்றது. அதே போல, அதன் எதிர்ப்புறத்தில் வேறுபடுத்திக் காணக்கூடும், பிராகிருத வட்டாரக் கலையின் ஆதாரத்திலிருந்து தன்

கருப்பொருட்களை எடுத்துக் கொண்டதுதான் நாகரிகப் பூச்சற்ற இனிய இந்நாடோடிக் கலையும் — க.சிவராமமூர்த்தி, இந்திய ஓவியம், மே.சு.இராமசுவாமி (மொ.பெ), ப. 113.

57. தே.வே, மகாலிங்கம், மு.நூல், பக். 15—16.

58. அ.கி.பரந்தாமனார், மு.நூ, ப. 228.

59. நடன. காசிநாதன், தமிழக வரலாற்றுச் சின்னங்கள், ப. 52.

60. கல்வெட்டு — இதழ் 16, ப. 35.

61. அர. பூங்குன்றன் (தமிழ்நாடு அரசு தொல்பொருள் ஆய்வுத்துறை) ஆய்வாளரிடம் தெரிவித்த கருத்து. நாள்: 5.6.1994.

• • •

நவீன கலை - வேர்களைத் தேடி ஒரு பயணம்

இந்திரன்

மக்கள் கலைஞன் என்பவன் ஒரு சமூகத்தின் கூட்டுப் பிரக்ஞையின் குரலாகச் செயல்படுகிறவன். அவனது கலை வெளிப்பாடுகளில் அவன் சார்ந்திருக்கும் சமூகத்தின் மகிழ்ச்சிகள், தேவைகள், பயங்கள், நம்பிக்கைகள் ஆகியவற்றின் ரேகைகள் பதிந்திருப்பதை நாம் அறிய முடியும். மக்கள் பண்பாட்டின் அடிநாதமாக இருக்கிற நிறுவனங்கள், விழுமியங்கள் ஆகியவை அவற்றின் வெளிப்பாட்டிற்காக இருக்கும் கலை பாணியைத் தீர்மானிக்கின்றன. இவற்றை ஒட்டியே இக்கலைப் படைப்புகளுக்கான இலக்கணங்களும், மரபுகளும் முடிவு செய்யப்படுகின்றன.

1850இல் சென்னையில் தொழிற்கலைப் பள்ளி (School of Industrial Arts) ஒன்று அலெக்ஸாண்டர் ஹன்ட்டர் என்பவரால் தொடங்கப்பட்ட போது, இந்த மண்ணுக்கே உரித்தான கலை மரபுகளைச் செழிப்படையச் செய்யும் நோக்கம் அதற்கு இருந்தது. இதற்கு முன்னரே இந்தியாவின் மக்கள் கலைப் படைப்புகளைக் குறித்து தனி அக்கறை எடுத்துக் கொண்ட பெர்ட்வுட் (Birdwood), நேப்பியர் (Napier), ஃபோர்ப்ஸ் (Forbes), வாட்சன் (Watson), ஹேவல் (Havell) போன்ற பிரிட்டிஷ்காரர்கள் இந்தியா தனது கலையை இந்த மண்ணின் அடையாளத்துடன் வளர்த்தெடுக்க வேண்டும் என்று கருத்துரைத்தனர். ஈ. பி. ஹேவல் தனது 'இந்தியக் கலையின் இலட்சியங்கள்' (Ideals of Indian Art) எனும் நூலில் இந்தியக்கலை மரபுகளைப் பற்றி உயர்வான கருத்துகளைப் பதிவு செய்திருந்தார்.

ஆனால் 1852இல் கலைப் பள்ளியைப் பொதுக்கல்வித்துறை ஏற்றுக் கொண்டபோது ஹன்ட்டர் புதிய பாடத்திட்டங்களைக் கொண்டுவர முயன்றார். இதற்காக ராயல் அகாடமி ஆஃப் ஆர்ட்' போன்றவற்றுடன் கலந்தாலோசித்து புதிய கலைக்கல்வி குறித்து முடிவு செய்ய ஒரு நிபுணர் குழுவை நியமித்தார். இந்தக் குழு கலையை 'நுண்கலை' (Fine Art) என்றும், கைவினை கலை (Craft) என்றும் பிரித்தது. இதில் மேலைநாட்டு முறையில் நமக்குக் கற்றுக் கொடுக்கப்பட்ட நீர்வண்ணம், தைல வண்ணம் ஆகிய கலை சாதனங்களைக்கொண்டு படைக்கப்பட்டவை நுண்கலைகள் என்றும், நமது மண்ணின் மரபுகளின்படி செய்யப்படும் படைப்புகள் கைவினை (Craft) படைப்புகள் என்றும் சொல்லப்பட்டன. நுண்கலை கற்பனைச் செல்வம் மிக்கவை என்றும், கைவினைப் பொருட்கள் ஒரே விஷயத்தைத் திரும்பத் திரும்பச் செய்யும் போக்கினால் தரம் குறைந்தவை என்றும் போதிக்கப்பட்டன. இதனால் மூளைச்சலவை செய்யப்பட்ட நமது தற்கால ஓவியர்களும், சிற்பிகளும் கூட நமது மக்கள் பண்பாட்டுப் படைப்புகளை உதாசீனமாக நோக்கும் ஒரு மனப்பான்மை தோன்றிவிட்டது. இது நமது மக்கள் கலைகளுக்கு செய்த நாசத்திற்குச் சமதையான அளவு நாசத்தை, நமது நவீன கலை வெளிப்பாட்டிற்கும் செய்திருக்கிறது என்றே சொல்ல வேண்டும்.

உண்மையில் இந்தியாவின் கலை மரபு என்பது கைவினை மரபுதான். இது குறித்து வெட்கப்படுவதற்கோ, வேதனைப்படுவதற்கோ ஏதுமில்லை. சொல்லப்போனால் நமது மண்ணின் கலை மரபுகளிலிருந்து நாம் கற்றுக்கொள்ளக்கூடிய ஏராளமான கலை நுணுக்கங்கள் உள்ளன என்று தேசிய உணர்வு தலைதூக்கிய காலத்தில் பல கலை மேதைகள் பேசத் தொடங்கினர். டாக்டர் ஆனந்த குமாரசாமி போன்றவர்கள் இந்தியக்கலை மரபுகள் குறித்த ஒரு ஆரோக்கியமான புரிதலை மேலைநாட்டவர்க்கும் ஏற்படுத்தினர்.

அபனிந்திரநாத் தாகூரின் பிரதான சீடரும், சாந்திநிகேதனில் ஒரு இந்தியக் கலை மரபு சார்ந்த தற்காலக் கலைஞர்களின் தலைமுறையை உருவாக்கியவருமான நந்தலால் போஸ் ஒருமுறை கூறினார்:

"புதிய வளர்ச்சிக்கான கருவை உள்ளடக்கி இருக்கும் விதையின் மேல் ஓடுதான் மரபு என்பதாகும். வெப்பம், மழை, வன்முறை

ஆகியவை அழித்துவிடாமல் விதையின் கருவைக் காப்பாற்றுவது இதுதான். எல்லாம் சரியாக இருக்கும் தருணத்தில், கடினமான மரபு எனும் இந்த ஓட்டை உடைத்துக்கொண்டு கலை வெளிவருகிறது. எனவே மரபு என்பதும் நவீன கலை என்பதும் தங்களுக்குள் பகைமை கொண்டவை அல்ல, ஒன்றுக்கொன்று உதவிக் கொள்கின்றன."

இத்தகைய புரிதல்களினாலும், பல பொருளாதார, தொழில்நுட்ப வளர்ச்சிகளினாலும் மக்கள் கலை என்பது நவீன கலையைச் செழிப்படைய வைக்கிற ஒன்றாக வளர்ச்சி அடைந்தது.

15ஆம் நூற்றாண்டில்தான் காகிதம் இந்தியாவில் அறிமுகப்படுத்தப் பட்டது. இதன் பிறகுதான் இந்தியாவின் கர்ண பரம்பரைக் கதைகளும், சமயம் சார்ந்த புராணங்களும் எழுத்து வடிவம் பெற்றன. இத்தகைய புத்தகங்களில் மக்கள் கலைப் படைப்புகள், அவற்றிற்கே உரிய 'கோணல் தனங்களுடன்' (கலை விமர்சனங்களில் இச்சொல் இன்று ஒரு நல்ல அர்த்தத்திலேயே பயன்படுத்தப்படுகிறது) இடம்பெற்றன.

தஞ்சாவூர், பூரி, காலிகாட் ஆகிய பகுதிகளில் வாழ்ந்த மக்கள் கலைஞர்களின் பண்பாட்டு தனித்துவம் மிக்க படைப்புகள், இந்தியாவின் பிற பகுதிகளுக்கும் பரவத் தொடங்கின. இதனால் இலை, தழை, மலர்கள் ஆகியவற்றிலிருந்து எடுத்த இயற்கை வண்ணங்களைப் பயன்படுத்தும் இவர்களது ஓவியங்களுக்கு ஒரு தனியான முக்கியத்துவம் கிடைத்தது.

இத்தகைய பல்வேறு சமூகக் காரணங்களால் நவீன கலையின் கவனம் மக்கள் கலைகளின் பக்கம் திரும்பியது. மக்கள் கலை வெளிப்பாடுகளில் காணக்கிடைக்கும் பாணிகளை நவீன கலை சுவீகரித்துத் தன்னைச் செழுமைப்படுத்திக் கொள்ளவும் தொடங்கியது. மக்கள் கலை வெளிப்பாட்டின் கூறுகளாக கீழ்க்கண்டவற்றை கலை விமர்சகரும் ஓவியருமாகிய ஜெயா அப்பாசாமி குறிப்பிடுகிறார்.

1. எளிமையான வெளிக் கோடுகள்கொண்டு உருவங்களை வரையறை செய்கிறபோது துணைக்கோடுகளைத் தவிர்ப்பது.

2. வண்ணம், கனபரிமாணம் ஆகியவற்றைத் தவிர்ப்பதன் மூலமாக நிழல் பூச்சுகளை உண்டாக்கும் நிர்ப்பந்தங்களைத் தவிர்ப்பது.

3. வெளிப்பாட்டுசிறப்பிற்காக உடம்பின்சைகைகளை அதீதமாக வரைவதுடன் உருவங்களின் உண்மை அளவுகளையும் மாற்றி வரைவது.

4. அலங்காரப் பண்புகளை உண்டாக்குவதற்காக சிலவற்றைத் திரும்பத் திரும்பச் செய்தல்.

5. மொத்த உருவத்தையும், கோடுகளையும், புள்ளிகளையும் திரும்பத் திரும்பச் செய்வதனால் இசைமயமான ஒரு தொனியைக்கொண்டு வருதல்.

இத்தகைய அப்பாவித்தனமான, இயல்பும், உண்மையும், நேர்மையும் கொண்ட மக்கள் கலைப் போக்கினை நவீன வெளிப் பாட்டில் ஓவியர்கள் கொண்டுவர விரும்பினார்கள்.

வங்காளத்தில் ஜாமினிராய் போன்றவர்கள், வங்காள மக்கள் கலை மரபாகிய 'காலிகாட் பட்' ஓவிய மரபின்படி சாம்பல் நிறம் போன்ற பின்னணியில் தனித்துவமான மக்கள் கலை பாணியில் தனது ஓவியங்களைப் படைக்க தொடங்கினார்கள்.

ஜாமினிராயினால் பாதிக்கப்பட்டு தமிழ்நாட்டிலும் மக்கள் ஓவிய பாணிகளைத் தங்களது படைப்புகளில் கையாளும் போக்கு தோன்றியது. கே.சி.எஸ். பணிக்கர் ஜோதிடர்கள் போன்றவர்களின் குறியீடுகளையும் தனது படைப்புகளில் கொண்டு வந்தார். கே. சீனிவாசலு தனது ஓவியங்களைக் கொண்டபள்ளி, திருப்பதி ஆகிய பகுதிகளைச் சேர்ந்த பொம்மைகளின் பாணியில் செய்தார். ஆடை அணிகளின் அலங்காரங்களோடு அவரது படைப்புகள் அமைந்தன. சோழ மண்டல ஓவியர் கிராமத்து ஓவியரான சுல்தான் அலி தனது படைப்புகளுக்கு முன்மாதிரியாக மலை வாழ் மக்களின் கலைப் படைப்புகளைக் கொண்டார். தீர்க்கமான கோடுகளால் வரையறுக்கப்பட்ட உருவங்களில் பல்வேறு நம்பிக்கைகள், தாந்திரீகக் குறியீடுகள் ஆகியவை இடம்பெற்றன. எஸ்.தனபாலின் சுடுமண் சிற்பங்கள் பல இந்த மண்ணின் மக்கள் கலைப் பண்புகளைக் கொண்டவை.

இவ்வாறு மக்கள் கலைப்படைப்புகளை ஆராயும் போக்கு தற்கால கலையில் அதிக ஊக்கம் பெற்றதற்குக் காரணம், பிகாசோ போன்ற உலகப் புகழ் பெற்ற ஓவியர்கள் ஆப்பிரிக்கக் கலையிடமிருந்து தனது ஓவியப் பாணிகளை உருவாக்க முயன்றதும் ஒரு காரணம் என்று சொல்லலாம்.

தமிழ் மண்ணின் அடையாளத்துடன் கூடிய ஒரு நவீன கலைப் படைப்பை உருவாக்குவது என்று முனைகிறபோது இந்த மண்ணின் மக்கள் கலை மரபுகளை அறிந்தே தீரவேண்டி இருக்கிறது. 'தமிழ் அழகியல்' என்ற ஒன்றை உருவாக்க வேண்டுமாயின், வழிவழியாக நமது மக்களிடம் புழக்கத்திலிருந்து கொண்டு, பல்லாயிரம் ஆண்டுகளாக, இந்தச் சமூகத்தின் தேவைக்கேற்றதாகவும், ஆராதிக்கப்பட்டு வருவதாகவும் இருக்கிற மக்கள் கலை வெளிப்பாடுகளை நவீன ஓவியர்கள் ஆராய்ந்தே தீர வேண்டி இருக்கிறது.

இந்த கலைப்படைப்புகள் நேரிடைத்தன்மை கொண்டவை. காலம் காலமாக நமது மக்களுடன் இருந்துவரினும் தனது பயன்பாட்டுத் தன்மையையும், தற்காலத் தன்மையையும் இழந்துவிடாமல் இருப்பவை.

சொல்லப்போனால் இந்த மண்ணின் மக்கள் கலைஞன் இந்த சமூகத்தில் தனக்கென ஒரு தனி இடத்தைப் பெற்றிருக்கிறான். அவன் சார்ந்துள்ள சமூகத்திடமிருந்து அந்நியப்படாமல், அதன் ஒரு அங்கமாக இருந்து, அச்சமூகத்தின் அழகியல் தேவைகளை அவன் நிறைவேற்றுகிறான். ஆனால் இன்றைய நவீன ஓவியன்தான் சார்ந்துள்ள சமூகத்துடன் பகைத்தனமான ஒரு உறவு கொண்டவனாகவே இருக்கிறான். ஏனெனில் பிரிட்டிஷ்காரர்கள் நிறுவிய கலைக் கல்லூரிகளின் கல்விமுறை இந்தியாவின் நவீன ஓவியனை இந்த மண்ணுக்கே அந்நியனாக்கி இருக்கிறது.

ஆனால் இன்று இந்த நிலைமை மாறிவருகிறது. ஓவியர்கள் தாங்கள் மக்கள் கலைப்படைப்புகளிலிருந்து தங்களது நவீன படைப்புகளுக்கான உணர்வெழுச்சியினைப் பெறுகிறோம் என்று சொல்வதில் இன்று பெருமை அடைகிறார்கள். ஓவியக் கல்லூரிகளும், போபாலில் உள்ள பாரத்பவன் போன்ற கலை நிறுவனங்களும் மக்கள் கலைஞர்களையும், மலையின பெண் ஓவியர்களையும் தங்களது கலைக்கல்லூரிகளுக்கு அழைத்து அவர்களிடமிருந்து கலையைக் கற்றுக்கொள்ள முயல்கிறார்கள். இந்திய விடுதலைக்குப் பிறகு பிறந்தவர்களான தலைமுறை ஓவியர்களும் சிற்பிகளும் காலனி ஆதிக்கச் சிந்தனைகளிலிருந்து விடுதலை பெற்றவர்களாக இருக்கிறார்கள். இவர்கள் புதிய வெளிப்பாடுகளைத் தேடி மக்கள் கலையிடம் செல்கிறார்கள்.

மிகத் தெளிவாகப் புரிந்துகொள்வதென்றால், நமது தற்காலக்கலை என்பதுடன் பிணக்கு கொண்டதல்ல நமது மக்கள் கலை. உண்மையில் தற்கால ஓவியனின் இன்றைய சூழலின் ஒரு பகுதி அல்லது தொடர்ச்சிதான் இது. இதுகுறித்து தமிழகத்தின் முன்னோடி சிற்பியான எஸ்.நந்தகோபால் கீழ்க்கண்டவாறு குறிப்பிடுகிறார்:

"மூன்றாம் உலகத்தில், தொல் பெரும் பழமை என்பது தற்கால அனுபவத்தின் ஒரு பகுதியாக இன்னமும் இருக்கிறது. அது இன்னமும் வாழ்ந்துகொண்டிருக்கிறது... நாம் பொருள்களைப் பார்க்கும் விதமாகவும், செய்யும் விதமாகவும், புரிந்து கொள்ளும் விதமாகவும் அது வாழ்ந்து கொண்டிருக்கிறது."

ஒரு தமிழ்த்தனமான யதார்த்தத்தைத் தமது கலைப்படைப்பில் சாதிக்க வேண்டுமானால், மக்கள் கலைப் புதையல்களால் நிரம்பி இருக்கும் தமிழ் மண்ணில் பிறந்ததற்காக ஒவ்வொரு ஓவியரும் மகிழ்ச்சி அடையவேண்டும். இத்தகைய மகிழ்ச்சி அடையக்கூடிய ஓவியர்களாகத் தமிழ்நாட்டில் டி.ஆர்.பி. மூக்கையா, பி. பெருமாள், ஜி.ராமன், எஸ்.நந்தகோபால், கே.முரளிதரன், வேங்கடபதி, எஸ்.முத்துசாமி, சந்ரூ ஆகியவர்களைக் குறிப்பிடலாம்.

தமிழகத்தின் மூத்த சிற்பியான டி.ஆர்.பி. மூக்கையா தான் பிறந்து, வளர்ந்த காமராஜ் மாவட்டத்து மண்ணையும், மக்களையும் நன்கு அறிந்தவர் என்கிற வகையில், தனது சிற்பத்தை செய்வதற்காக களிமண்ணைப் பிசைகிறபோதே பறையறையும் மனிதன், ஏறுதழுவும் மனிதன், ஜல்லிக்கட்டு காட்சி, கரகாட்டக்கூட்டம் போன்றவைதான் மனதில் வந்து நிற்பதாகக் குறிப்பிடுகிறார். அவரது கிராமத்தில் சிறுவயதில் அவர் பார்த்த பளியர்களும், அவர்களது வாழ்க்கை முறையும் தன் கண்முன்னால் வந்து தோன்றுவதாக அவர் என்னிடம் பலமுறை சொல்லி இருக்கிறார்..

பி.பெருமாளின் ஓவியங்களில் மேலைநாட்டு 'ஃபாவிஸ்டு'களைப் (Fauvist) போல வண்ணங்கள் கையாளப்படுகின்றன என்ற போதிலும் அவரது எல்லா ஓவியங்களும் தமிழ் அழகியல் வெளிப்பாடுகள்தான். இவரது ஓவியங்களில் முன்பெல்லாம் சமூகத்தின் விளிம்புகளில் வாழும் மனிதர்களின் உருவங்கள், சோகமான வண்ணக் கலவைகளில் தோன்றிக்கொண்டிருந்தன. ஆனால் இன்று அரையாடை அணிந்து வெயிலில் கருத்தமேனி கொண்ட, இளைத்த உயரமான உருவங்கள் மகிழ்ச்சியைப்

பரப்பியபடி பளிச்சிடும் வண்ணங்களில் தோன்றுகின்றன, ஆனால் இவை இரண்டுமே பி.பெருமாள் தனது வேர்களைத் தேடிச் செல்லும் ஒரு முயற்சிதான் என்று சொல்ல வேண்டும்.

ஜி. இராமனின் ஓவியங்களை எடுத்துக்கொண்டால் அவை தமிழகத்தின் தோற்பாவைக் கூத்துகளில் பயன்படுத்தப்படும் தோற்பாவைகளினால் பாதிப்புக்குள்ளானவை ஆகும். தோற்பாவைக் கூத்தில் பெரிதும் பேசப்பட்ட இராமாயண கதாபாத்திரங்களையே அவர் தனது ஓவியங்களில் கையாள்கிறார். கே.எம்.ஆதிமூலம், வீர.சந்தானம் ஆகியவர்களின் ஓவியங்களில் தமிழகத்து பட்டாடைகளில் காணப்படும் மரபு ரீதியான அலங்காரச் சித்திரங்களின் பாதிப்புகளைக் காணலாம். கே.எம்.ஆதிமூலம் கிராமிய கலைப் பொருட்களான களிமண் தீபலெட்சுமிகள், சுடுமண் குதிரைகள், ஐயனார் சிலைகள், மரப்பாச்சி பொம்மைகள் ஆகியவற்றின் பாதிப்பினால் எண்ணற்ற சித்திரங்களைச் செய்திருக்கிறார். என். முத்துசாமியின் ஓவியங்கள் செய்தித்தாள்களை ஓவியக் கித்தானில் ஒட்டி செய்யப்பட்ட ஒட்டோவிய (Collage) பாணியைப் பின்பற்றினாலும் அவரது ஓவியங்களின் கருப்பொருள் எப்போதும் மக்கள் பண்பாட்டை விளக்குவதாக அமைகின்றது. கரகாட்டக்காரர்களும், சிலம்பாட்டக்காரர்களும், கூலித்தொழில் செய்யும் பெண்களும், குழந்தைகளைத் தோளில் தாங்கி குடும்பத்துடன் செல்லும் மனிதர்களுமாகி அவரது ஓவியக் கித்தான் கிராமத்து மக்களின் அன்றாட வாழ்க்கை முறைகளையே பேசுகின்றன.

தமிழகத்தின் மேற்குறிப்பிட்ட ஓவியர்களையும், சிற்பிகளையும் தவிர ஏராளமான உன்னதமான ஓவியர்கள் தங்கள் படைப்புகளை மக்கள் கலைப்படைப்புகளின் உணர்வெழுச்சியினால் படைத்து வருகிறார்கள். ஆனால் மக்கள் கலைப் படைப்புகளைப் பற்றிய ஆழமான புரிதல்கள் பெறப்படுகிறபோது, உன்னதமான தமிழ் அழகியல் கூறுகளுடன் கூடிய கலைப்படைப்புகள் நமக்குக் கிடைக்கும். இதற்கு நவீன ஓவியர்களுக்கும், மண்ணின் மரபு ஓவியர்களுக்கும் நல்லதொரு உரையாடல் இடம்பெறுதல் என்பது இன்றியமையாதது.

மக்கள் கலைகளைப் பற்றிப் பேசுகிறபோது டாக்டர். ஆனந்த குமாரசாமி கீழ்க்கண்டவாறு பேசுகிறார்:

"மக்கள் கலைப்படைப்புகளை (Folk-ar) நாம் அரூபமானவை என்று குறிப்பிடுவதில்லை. ஏனெனில் அந்த வடிவங்கள், ஒவ்வொன்றையும் தவிர்த்துக்கொண்டு வரும் செயல்பாட்டினால் அடையப்பட்டவை அல்ல. அவற்றை சம்பிரதாயமானவை என்றும் அழைப்பதில்லை. ஏனெனில் அவை சோதனைகள் பல செய்து அதன் பிறகு வந்த இணக்கத்தினால் அடையப்பட்ட வடிவங்கள் அல்ல. 'அலங்காரம்' எனும் சொல்லின் நவீனமான அர்த்தத்தில் அவற்றை அலங்காரமானவை என்றும் அழைப்பதில்லை. ஏனெனில் அவை அர்த்தமற்றவை அல்ல." என்று குறிப்பிடுகிறார்.
"We do not call folk-art abstract because the forms are not arrived at by a proces of ommission. Not do we call it conventional since it's forms have not been arrived at by experiment and agreement. Not do we call it "decorative in the modern sense of the word, since it is not meaningless".

-Dr. Ananda Kumaraswamy in Primitive Mentality.

இத்தகைய மக்கள் கலைப் படைப்புகளிலிருந்து பாடம் பெற்றுக் கொண்ட தற்காலக் கலை ஒன்று சிறப்பாகத் தோன்ற வேண்டுமானால் முதலில் நமது நவீன ஓவியர்கள் தங்களுக்குத் தாங்களே கட்டி வைத்துக் கொண்டிருக்கும் தந்த கோபுரங்களிலிருந்து இறங்கி வரவேண்டும். தங்களது அறிவுமோஸ்தர் முகமூடிகளைக் கழற்றி வைத்து விட்டு, மக்களோடு மக்களாக வாழவேண்டும். தங்களது பண்பாட்டு வேர்களைத் தேடி தங்களது பயணத்தைத் தொடங்குவார்களெனில் இதுவரை தங்களால் கண்டெடுக்கப்படாத கலைப் புதையல்களைக் கண்டடைவார்கள்.

மேல்நாட்டுச் சூரியனிடம் ஒளிவாங்கித் தேய்ந்து போகிற நிலவாக இல்லாமல், தங்களுக்குத் தாங்களே ஒளியூட்டிக் கொள்ளும் தன்மானமுள்ள மின்மினிப்பூச்சியாக இருந்தாலும்கூட தவறில்லை. இந்த மொத்த பிரபஞ்சத்தில் அசல் தன்மை கொண்ட அனைத்திற்கும் ஒரே நியாயமே வழங்கப்பட்டிருக்கிறது என்பதை நமது நவீன ஓவியர்கள் புரிந்துகொள்ள வேண்டும்.

• • •

பங்களித்தவர்கள் - சிறு குறிப்புகள்

ஆ. சிவசுப்பிரமணியன்

வ.உ.சி. கல்லூரியின் (தூத்துக்குடி) தமிழ்த்துறைத் தலைவராக இருந்து ஓய்வு பெற்ற இவர் ஆராய்ச்சியாளர் நா.வானமாமலையைப்போல் சமூக அக்கறை மிக்கவர். மக்கள் வழக்காற்றியலில் தமது கட்டுரைகள், நூல்களின் மூலம் குறிப்பிடத் தகுந்த பங்களித்தவர்.

ஆ. தனஞ்செயன்

பாளையங்கோட்டை தூய சவேரியார் தன்னாட்சிக் கல்லூரியில் நாட்டார் வழக்காற்றியல் துறைத் தலைவர். 'கட்டுமரங்கள்', 'ஒலிக்க மறுத்த தண்டோராக்கள்' ஆகிய கவிதைத் தொகுதிகளும், குலக்குறியியலும் மீனவர் வழக்காறுகளும் எனும் நூலும் எழுதியவர்.

கே.ஏ.ஜோதிராணி

தஞ்சைத் தமிழ்ப் பல்கலைக்கழகத்தின் நாட்டார் வழக்காற்றியல் துறையில் பணியாற்றியவர். தற்போது சென்னையில் ஆசிரியராகப் பணியாற்றுகிறார்.

கே.ஏ.குணசேகரன்

பாண்டிச்சேரி பல்கலைக்கழகத்தின் நாடகத்துறைப் பேராசிரியர். மிக நல்ல இசைவாணர். நாட்டுப்புற இசையைப் பரப்பும் வண்ணம் சமூக அக்கறை மிக்க பாடல்களைப் பாடி ஒலிநாடாவாக

அளித்துள்ளவர். பல்வேறு நாடகங்கள், கட்டுரைகள் ஆகியவற்றை வழங்கியவர். அண்மையில் மறைந்த இவரது இழப்பு நிகழ்கலைக்கான இழப்பு.

நா.ராமச்சந்திரன்

கதைப்பாடல்களில் ஆய்வு செய்தவரான இவர் பாளையங் கோட்டை தூய சவேரியார் தன்னாட்சிக் கல்லூரியின் நாட்டார் வழக்காற்றியல் துறையின் உயர் பதவியில் இருந்தவர். நாட்டார் சமயம், நிகழ்த்துதல் ஆகியவற்றில் சிறப்புக் கவனம் செலுத்தி வருபவர்.

சு.சண்முகசுந்தரம்

பங்களூர் பல்கலைக் கழகப் பேராசிரியரான இவர் நாட்டுப்புறவியலுக்கெனவே "தன்னானே" எனும் இதழினை நடத்தியவர். சுடலைமாடன் வழிபாடு குறித்து ஆய்வு செய்தவர். தமிழக அரசின் சங்கப் பலகை உறுப்பினராக இருந்தவர்.

ஆறு.ராமநாதன்

தஞ்சைத் தமிழ்ப் பல்கலைக்கழகத்தின் நாட்டார் வழக்காற்றியல் துறைத் தலைவராக இருந்தவர். இத்துறையில் பல்வேறு ஆய்வு மாணவர்களை ஊக்குவித்து வருபவர். தமது கட்டுரைகளின் மூலமாக இத்துறைக்கு கணிசமான பங்களித்தவர்.

ஆ.செல்லபெருமாள்

மானிடவியலில் ஆய்வு செய்தவரான இவர் பாளையங்கோட்டை தூய சவேரியார் தன்னாட்சிக் கல்லூரியின் நாட்டார் வழக்காற்றியல் துறை இணைப் பேராசிரியராக இருந்து தற்போது புதுவையில் வாழ்ந்து வருபவர்.. சிம்லாவில் உள்ள இந்திய உயர்நிலை ஆய்வு மையத்தில் வருகை ஆய்வாளர். மானிடவியல் குறித்த இருநூல்கள் எழுதியுள்ள இவர் தமிழில் பழங்குடிகள் ஆய்வுத் திட்டங்களை நிறைவேற்றியுள்ளவர்.

அ.கா.பெருமாள்

ஆரல்வாய்மொழியிலுள்ள அறிஞர் அண்ணா கல்லூரியின் தமிழ்த்துறைப் பேராசிரியராகிய இவர் நாட்டார் வழக்காற்றியலுக்கு கள ஆய்வுப் பணிகளின் மூலம் சிறப்பாக பங்களித்துள்ளவர்.

ஏ. பாலுசாமி (பாரதி புத்திரன்)

நாயக்கர்கால ஓவியங்களில் ஆய்வு செய்தவர். சென்னை கிருத்துவக் கல்லூரியின் தமிழ்த்துறைப் பேராசிரியர். இவரது கவிதைத் தொகுதி வெளிவந்துள்ளது. மிளகுக் கொடிகள்' எனும் மலையாளக் கவிதை மொழிபெயர்ப்புத் தொகுதியின் இணைத் தொகுப்பாளர். மாமல்லபுரத்து சிற்பங்கள் குறித்து நூல்கள் எழுதியவர்.

இந்திரன்

கவிஞர். கலை விமர்சகர். மொழிபெயர்ப்பாளர். ஓவியர். தமிழ், ஆங்கிலம் ஆகிய இருமொழிகளிலும் 40க்கு மேற்பட்ட நூல்களை எழுதியவர். பல ஓவிய, சிற்பக் கண்காட்சிகளை நாடு தழுவிய நிலையில் நடத்தியவர்.

● ● ●